ஒப்பாரிக் கோச்சி

கலாபூஷணம்

மு. சிவலிங்கம்

நாவல் நகர் தமிழ்ச்சங்க

வெளியீடு

நூல் விபரம்

நூல்	:–	ஒப்பாரிக் கோச்சி
© ஆசிரியர்	:–	மு. சிவலிங்கம்
		இல. 56, ரொசிட்டா வீடமைப்புத் திட்டம்,
		கொட்டகலை.
		தொலைபேசி : 051 2223 012, 077 5757 202
பக்கம்	:–	xviii + 176 = 192
முதற்பதிப்பு	:–	செப்டெம்பர் 2010
அச்சுப் பதிவு		டிசைன் லெப்
		இல. 190, ஜோர்ஜ் ஆர்.டி. சில்வாமாவத்தை,
		கொழும்பு – 13.
		தொலைபேசி – 0114575777
அட்டை படம்	:–	தவம்

BIBILIOGRAPHICAL DATA

Title	:	**Oppari Kochchi**
Author	:	M. Sivalingam
		No. 56, Rosita Housing Scheme, Kotagala.
		Tel : 051 2223 012, Mobile: 0775757202
First Edition	:	September 2010
Pages	:	XVIII + 176 = 192
Cover Design	:	S. Anurjan
Printed by	:	Design Lab
		190, Grorge R.De. Silva Mawatha,
		Colombo-13. Tel: 0114 575777
Cover Artist	:	Thavam
Prize	:	Rs. 350/-
ISBN	:	**978-955-52818-0-5**

சமர்ப்பணம்

மக்கள் எழுத்தாளர்
யோ. பெனடிக்ட் பாலன்

சரி நிகர் சமானமாக
வாழ்வம் இந்த நாட்டிலே
என்ற பாரதி பாடலுடன்
ஆசையோடு எழுதி...
ஆசையோடு வாழ்ந்த
உங்களுக்கு......

உள்ளே உள்ளவை....

வெளியீட்டுரை

மலையக இலக்கியத்தில் தனக்கென ஒரு தனியிடத்தைப் பெற்றுள்ள கலாபூஷணம் மு.சிவலிங்கம் அவர்களது "ஒப்பாரிக் கோச்சி" என்ற சிறு கதைத் தொகுப்பினை நாவலப்பிட்டி தமிழ்ச் சங்கம், முதல் நூலாக வெளியிடுவதில் பெருமிதம் கொள்கின்றது.

பன்முக ஆளுமையுடைய இவரது பேச்சாற்றலும் தனித்துக் குறிப்பிடத்தக்கதாகும்.

குறித்த சிந்தனையை செயலுருவில் வெளிப்படுத்துவது இவரது மற்றுமொரு சிறப்பம்சமாகும்.

இவரது முதல் வெளியீடான "மலைகளின் மக்கள்" என்ற சிறு கதைத் தொகுப்பு 1993ம் ஆண்டு அரச சாகித்திய விருதினையும், விபவி விருதினையும் பெற்றுள்ளது. 2004ம் ஆண்டு வெளியீடான "தேயிலை தேசம்" மொழிபெயர்ப்பு நூலுக்கும் அரச சாகித்திய விருது கிடைத்துள்ளது. இரண்டாவது சிறு கதைத் தொகுப்பான "ஒரு விதை நெல்" மணிமேகலை பிரசுரமாக வெளி வந்து, சென்னையில் பல இலக்கிய மன்றங்களினால் பெரிதாகப் பேசப்பட்டமை மலையக இலக்கியத்துக்கு மேலும் செழுமை சேர்த்துள்ளது.

மலையக வாய் மொழி இலக்கியம் தொடர்பில் தனித்து ஒரு பார்வையை செலுத்தும் வகையில், "மலையகத் தமிழர் நாட்டுப்புறப் பாடல்கள்" என்ற நூலை நான்காவது வெளியீடாக 2007ம் ஆண்டு இப்படைப்பாளர் தந்துள்ளார்.

அரசியல் வரலாற்றுத் தகவல்களுடன் நமது சமூகத்தின் செய்திகளைப் பதிவு செய்து, "ஒப்பாரி கோச்சி" எனும் சிறு கதைத் தொகுப்பினை வெளியிட்டு, நமது இலக்கியத்துக்கு வலிமை சேர்த்துள்ளார்.

தேசிய, சர்வ தேச ரீதியிலான விருதுகளையும், பாராட்டுக்களையும் பெற்றிருக்கும் மு.சிவலிங்கம் அவர்களின் இச் சிறு கதைத் தொகுப்பு, புதிய பரம்பரையினரின் சிந்தனைத் தூண்டுதலை ஏற்படுத்தும் என்பது திண்ணம்.

சமூக உந்துதலால் இலக்கியம் படைத்து வரும் ஒரு முற்போக்கு சிந்தனையாளரின் படைப்பை முதன் முதலாக வெளியிடுவதில் நாவலப்பிட்டி தமிழ்ச் சங்கம் பெருமை கொள்கின்றது.

அருணா லெச்சுமணன்

நாவலப்பிட்டி தமிழ்ச் சங்கம்,

83, கொத்மலை வீதி

நாவலப்பிட்டி.

20 ஆகஸ்ட் 2010

அணிந்துரை

ஒரு வசதிக்காக 'சிறுகதை' என்னும் வாகனத்தினூடே வலம் வருகின்ற இத் தொகுப்பிலுள்ள கதைகளை வெறும் ஓர் இலக்கியப் படைப்பாக மாத்திரம் எண்ணிவிட ஏனோ மனம் கூடுதில்லை. சாதாரணமாக இலக்கியமொன்று தன்னோடு வைத்துக் கொள்கின்ற கற்பனைகள், அழகியல் பூச்சுகள், வடிவத்திற்கான வரையறைகள் என்பவை காணாமல் போய், அப்படியே ஒரு சமூகத்தின் நேற்றைய, இன்றைய, வாழ்வியல் அம்சங்கள் ஒவ்வொன்றையும் காட்சிகளாய் விரிப்பதில் ஓர் இலக்கியத்தை ஒரு படைப்பாளி வென்றிருக்கிறார்..

கேட்பவருக்கு ஒரு சுவாரஸ்யத்தை உண்டு பண்ணும் விதமாக நடந்தவற்றையும், கேட்டவற்றையும், பார்த்தவற்றையும் இன்னுமொருவருக்குச் சொல்கின்ற ஓர் இயல்பான கதை சொல்லும் போக்கில், ஒரு தனி மனித, தனித்துவமாக இந்த எழுத்தாளருக்கே உரிய நையாண்டி செய்யும் பாங்கு மாத்திரமே மேலதிகமாக கதைகளில் ஒட்டிக் கொண்டிருக்கின்றன. எதுவுமே கற்பனையில்லாத நிகழ்வுகளை — தோட்டத்து மக்களின் அன்றாட வாழ்வின் கசப்பான அம்சங்களை, ஆங்காங்கே மாயங் காட்டும் வனப்புகளை அழுகுற சிறுகதைகளாக்கியிருக்கிறார் எழுத்தாளர். ஒரு சாளரத்தினூடே வாழ்க்கையைத் தரிசிக்கும் வித்தை என்று சிறுகதையை அறிந்தவர்கள் சொன்னவற்றை இங்கு உணரவும் முடிகின்றது..

தனது உடலோடும், உணர்வுகளோடும், பிறப்பாலும், இலட்சியத்தாலும் பிணைந்து போன மலையக மண்ணின் வரலாற்றைப் பதிவு செய்துக்கொள்ள ஒரு வரலாற்றுப் புத்தகத்தை எழுதி வைத்தால், எத்தனை பேர் வாசிப்பார்கள்... என்ற வினா எழுத்தாளர் அவர்களின் மூளையில் ஒரு யதார்த்தமாய் எழுந்திருக்கலாமோ..! ஒரு சமூகத்தின் மீதான வரலாற்று ஆய்வொன்றை அல்லது ஒரு மதிப்பீட்டை இந்த சிறுகதைகள் கச்சிதமாகக் கொண்டிருக்கின்றனவே...

இலக்கியம் என்பது காலத்தின் கண்ணாடி என்பார்களே... இந்த 'காலம்' என்பது இக்காலத்தில் வாழ்ந்த மக்கள், அவர்களின் வாழ்க்கை முறை, பேச்சும் சிந்தனையும், வெற்றிகள், தோல்விகள் என்று எல்லாவற்றிற்கும் ஆகி வருவதல்லவா.. எழுத்தாளர் மு.சிவலிங்கம் அவர்களின் எழுத்து அப்படியொரு காலத்தின் கண்ணாடிதான்.. இந்தத் தொகுப்பில் வருகின்ற கதைகள் ஒவ்வொன்றும், அது பேசப்படுகின்ற காலத்தின் மனித வாழ்வியல் அம்சங்களுடன் அசலாக ஒன்றிப் போவதை அவதானிக்கலாம். அது 1823 இல் வெள்ளைக்காரன்களால் பிடித்தழைத்து வரப்பட்டு, மலையேறி இடறி

விழுந்த நம் மக்களின் மாறாத்துயர் தொடங்கிய காலமாகட்டும் அல்லது எல்லா உதைப்புகளுக்கு மிடையில் வாழ்க்கையைத் தள்ளிக் கொண்டிருக்கிற எழுத்தாளரின் மொழியில்) சமகாலமாக இருக்கட்டும், சினிமாக்காரர்கள் பலகோடிகள் செலவழித்து 'செட்' போட்டும், வெளி நாட்டு 'மேக் அப்புகளும்' செய்து முடிக்கின்ற காரியங்களை எழுத்தாளரால் இவ்வளவு செவ்வனே எப்படி செய்ய முடிந்திருக்கிறது..?

இக் கதைகளில் வரும் கதை மாந்தர்கள் எந்தவித அரிதாரமும் பூசிக் கொள்வதில்லை. அவர்களின் இயல்பான பாஷைகளுக்கு எந்தவித சென்சாரும் கிடையாது.. *"ஆமா... உயிர குடுத்த கடவுளுக்கு நம்மால மயிர குடுத்துட்டுத்தான் வரமுடியும்..! நம்ம வளர்ச்சி அது ஒன்னுதான்..!"* எந்தவித போலி அலங்காரங்களும் இல்லாத ஆனால் உட்பொருள் நிறைந்த பாத்திரங்களின் கதையாடல்கள், அதே குணங்கள், அதே பேச்சும், சிந்தனையும், அதே அப்பாவித்தனங்கள், அதே முட்டாள்தனங்கள் என்று வந்து போவதால், ஒரு சமூகம் தன்னைத்தானே சுய மதிப்பீட்டுக்கு உட்படுத்திக்கொள்ளும் எழுத்துருக்களாகவே இவை தெரிகின்றன.

இலக்கியமென்றால், அதன் இலக்கியப் பயன் பற்றியும் எண்ண வேண்டுமல்லவா..? இங்கே ஒரு சமூகத்தின் வரலாற்றை அதன் சமகாலத் தோற்றப்பாட்டைப் பல பரிமாணங்களில் அதாவது கல்வி, பொருளாதாரம், அரசியல், தொழிலுரிமைகள் என்றவாறான ஒவ்வொரு கோணத்திலும் ஒரு விமர்சனப் பார்வையுடன் பதிவாக்கம் செய்யப்பட்டிருப்பதை நாம் கவனத்திற்கொள்ளத்தான் வேண்டியுள்ளது. பல கதைகளில் வந்து போகின்ற இச் சமூகத்தின் இளைஞர்களை எழுத்தாளர் நமக்கு நம்பிக்கை ஒளிகளாகவே காட்ட முனைகின்றார்.. அவர்களினூடே எழுத்தாளர் பல தீர்வுச் செய்திகளை இச் சமூத்திற்காக சொல்ல முனைகின்றமை உன்னிப்பாக அவதானிக்க வேண்டியுள்ளது.

' தேவிகா போன்ற "மார்கழிப் பூக்கள்" நிறையவே மலர வேண்டும் என்று எழுத்தாளரோடு சேர்ந்து நாமும் ஆசைப்படலாம்.

இம் மண்ணுக்கான இன்னுமொரு காத்திரமிகு சிறகதைத் தொகுப்பை வழங்கிய எழுத்தாளர், பாராட்டிற்கும், நன்றிக்குமுரியவராகின்றார்..

நன்றி..

ஆ.செல்வேந்திரன் ,

விரிவுரையாளர்,

அரசினர் ஆசிரியர் கலாசாலை,

கொட்டகலை.

27.08.2010

0 - 4, அரசு வீட்டுக்கள் குடியிருப்பு,
லாசுப்பேட்டை, புதுவை – 605 008.
தொ.பேசி : 0413 – 225 1506.

அணிந்துரை

பிஜித் தீவினிலே தமிழ்ப் பெண்கள்,
சொல்லி அழும் ஒப்பாரியை கார்த்தவராயாக
பாரதியின் காதில் விழுந்ததை "அழும்புத் தொட்
டத்தில்" என்று பழைய கதையை
படித்துக் கண் கலங்கினோம்.
புதுமைப்பித்தனின் "துன்பக் கேணி"யைப்
படித்து மனம் கலங்கினோம்.

இப்போது, கு. வை.லிங்கம்
எழுதிய "ஒப்பாரி கோவை"யைப்
படித்து உள்ளம் அதிர்ந்தோம்.

"நாட்டை நினைப்பாரோ - எந்த
நாளினில் போய் அதைக்காண்பதென்றே அன்னை
வீட்டை நினைப்பாரோ - அவர்
விம்மி விம்மி.. விம்மி விம்மி.. அழும் குரல்
கேட்டிருப்பாய் காற்றே - துன்பக்
கேணியிலே எங்கள் பெண்கள் அழும் சொல்
மீட்டும் உரையாயோ........"

பாரதியின் சொற்கள் இப்போதும்
அப்படியே இருக்கிறது.

இரு பக்கமும் ஆயுதம் ஏந்திய
போர் என்றால் பல வருடங்கள் நீடித்தாலும்
ஒரு முடிவுக்கு வந்து விடும்.
மலையகத்தில் நடப்பது
வாழ்நாள் போர். இருநூறு ஆண்டு காலம்
ஆகியும் முடிவுறாத வாழ்க்கைப் போர்.
ஒரு இனத்தை மறு இனம் அழிக்கும் போர்.
தந்திரம் தான் அவர்களுடைய ஆயுதம்..
இவர்களுக்கு ஒரே ஒரு ஆயுதம் இருந்தது
ஓட்டு என்கிற ஆயுதம்.
அதை ஒரு ஒப்பந்தம் போட்டுப் பறித்துவிட்டார்கள்.
(சாஸ்திரி - சிறிமாவோ ஒப்பந்தம்)

இருநூறு ஆண்டு காலம் என்பது எத்தனை தலைமுறைகள்..?

அங்கேயே-அந்த மண்ணிலே பிறந்து, வளர்ந்து-அங்கேயே உழைத்த மக்களுக்கு
உரிமை கிடையாது என்பது எந்த சாஸ்திரத்தில் சொல்லியிருக்கிறது..?
தந்திரம் என்றால் எந்தது..?
மாட்டுக்குக் கொம்பு முளைப்பதற்கு முன்பே - நம்மை
முட்டாமல் இருக்க, அது பிறந்ததும் கலைச்

ix

சூட்டுக்கோலால் கொம்பு முளைக்கும் இடத்தில் தீயச்ச விடுவது (ஒம்பலச்சேரியம்) அடுத்து பருவத்துக்கு
வருவதற்கு முன்னால் காய் அடித்து - ஆண்மையை நீக்கி -
வேலையில் கட்டி வசக்கி விட்டால் வாழ்நாள்
நூறவும் அதை வேலை வாங்கலாம்.
உரிமையை அபகரிப்பதும் காய் அடிப்பதும் ஒன்றுதான்.

அடுத்தது மக்கள் தொகையை அதிகமாக்காமல் - தமிழ் இனம் பெருகாமல் -
பார்த்துக்கொள்வதும் ஒன்றுதான்..!

தொழிற்சங்கங்கள் தொழிலாளர் தலைவர்கள், கட்சிகள் எல்லாம் உண்டு. அவையும்,
அவர்களும் எந்த "அளவில்" என்பதையும் இக்கதைகளில் பார்க்க முடிகின்றது.

இத் தொகுப்பிலுள்ள சிவலிங்கத்தின் ஏனைய கதைகள் அனைத்தும் இந்தச் சமுகத்தின்
ஒவ்வொரு தகவலையும் உருக்கமாகச் சொல்லிக் கொண்டிருக்கின்றன. அவைகளை
நானும் விலாவாரியாக விவரிக்க வேண்டியது அவசியமாகாது என்று எண்ணுகின்றேன்.

"ஒப்பாரி கோச்சி" கதையை, தீரா நதியில் பிரசுரம் செய்வதற்கு ஏற்பாடு செய்துள்ளேன்.

மு.சிவலிங்கம், சமுகத்தை ஊடுருவி அவதானிக்கும் ஒரு படைப்பாளியாகவே
எனக்குத் தென்படுகிறார்..

சிறப்பானதொரு சிறுகதைத் தொகுப்பினை இன்றைய தமிழ் சிறுகதை உலகத்துக்கு
வழங்கியிருக்கும் இவரை, மனமார பாராட்டுவதில் நான் மகிழ்ச்சி கொள்கின்றேன்.

13 - 8 - 2010
புதுவை - 8

x ——————————◆

மலை வாசம்
(நயவுரை)

இலக்கியம் படைப்பது இலகுவான செயலல்ல. இதன் காரணமாகவே இலக்கியம் படைக்கும் படைப்பாளிகள், சமூகத்தில் உன்னதம் பெறுகின்றனர். அந்த உன்னதம் பெறுபவர்களில் ஒருவராக இந்நூலாசிரியரும், அவரது படைப்புக்களால் உன்னதம் பெறுகின்றார்.

இலக்கியத்தின் பல் துறையில் பதம் பதித்து வெற்றி காண்பதென்பது மிகச் சிலருக்கே சாத்தியமானது. அத்தகைய ஒரு சிலரில் ஒருவராகவும், கவிதை, சிறுகதை, நாட்டார் இலக்கிய ஆய்வு போன்றவற்றில் தனது ஆற்றல் மிகு பதிவுகளால் இலக்கிய உலகில் தன்னை இவர் இனங்காட்டிக் கொண்டவருமாவார்..

நிறையவே கவிதை, சிறுகதைகளைப் படைத்துள்ள கலாபூஷணம் மு.சிவலிங்கம் அவர்களின் மூன்றாவது சிறுகதைத் தொகுதி இதுவாகும். பரிசு பெற்ற, பாராட்டுப் பெற்ற, பத்திரிகைகளில் வெளிவந்த, தேர்ந்தெடுக்கப்பட்ட பதினாறு சிறுகதைகளை ஒன்றாக்கி அவர், இன்று நமது கரங்களுக்கு "ஒப்பாரி கோச்சி" என்ற மகுடத்தில் தந்துள்ளார்.

ஒருமுறை தமிழகத்தில் கவிஞர் வாலியைச் சந்தித்தேன். நீண்ட நேர இலக்கியப் பரிமாற்றத்தின் பின்னர், அவர் ஓரிடத்தில் "தமது மண்ணைத், தமைச்சார்ந்த சமூகத்தைப் பற்றிப் பேசுகின்ற ஒரு சாகா இலக்கியத்தைப் படைக்காதவரை ஒரு படைப்பாளி தனது படைப்புக்களில் பூரணத்துவம் பெற்றவனாக மாட்டான்.." என்றார். அவர் கூற்றில் நாமிருவருமே உடன்பாடு கொண்டோம்.

இதனை நான் ஏன் இங்குக் குறிப்பிடுகின்றேன் எனில், கவிஞரின் கூற்றுக்குப் பொருந்துமாப்போல் இத்தொகுதியில் தொகுக்கப்பட்டுள்ள மு.சிவலிங்கத்தின் பெரும்பாலான கதைகள் தமது மண்ணைத், தமைச்சார்ந்த சமூகத்தைப் பற்றிப் பேசுகின்றவாறு படைக்கப்பட்டிருப்பதாலாகும். அதுவே இத்தொகுப்பின் சிறப்பமாகும்.

தான் பிறந்து, வளர்ந்து, வாழுகின்ற மண்ணின், மக்களின் வாழ்வியல்

அவலங்களை அனுபவ வெளிப்பாடாகக் கதைகளின் மூலம் சொல்லியிருக்கின்றார் எழுத்தாளர் மு.சிவலிங்கம் அவர்கள்.

"ஒப்பாரிக் கோச்சி" என்னும் இத் தொகுதியின் முதலாவது சிறுகதை, தமிழ் கதைஞர் வட்டம் (துகவம்) யாழ் இலக்கிய வட்டம் ஆகியவற்றினால் 2008 ம் ஆண்டின் சிறந்த சிறுகதைக்கான பரிசு பெற்றது. சிறிமா — சாஸ்திரி ஒப்பந்தத்தின் மூலம் தாம் பிறந்து, வளர்ந்த மண்ணை விட்டு, இந்தியாவில் தமது மூதாதையரின் வாழ்பிடம் தேடிச் செல்லும் ஓர் குடும்பத்தின் உண்மை வரலாறு. நெஞ்சைப் பிழிந்தெடுக்கும் யதார்த்தத்தின் வெளிப்பாடு. இத் தொகுப்பிலுள்ள கதைகளில் என்னை நெகிழவைத்த சிறுகதை இது.

எழுபதுகளில் என்று எண்ணம். எனது மருத்துவ நிலையத்தில் "சிறுவன்" என்ற பெயரில் ஒரு இளைஞன் மருந்தாளனாக இருந்தான். மேற்படி ஒப்பந்தத்தின் மூலம் அவனும் பிறந்த மண்ணைப் பிரிந்து போனவன். தமிழ் நாட்டின் கன்னியாகுமரி மாவட்டத்தில் பேச்சிப்பாளை என்ற குக்கிராமம் அவனது மூதாதையரின் பூர்வீகம்.

பிள்ளை போல் எங்களோடு வாழ்ந்தவன். நாடு கடக்க, அவன் என்னைவிட்டுப் பிரிந்தபோது, எமக்கிடையில் பிரிவாற்றாமையால் ஏற்பட்ட மன உணர்வுகளை மீட்டிப் பார்க்கவைத்து என்னைச் சிறிது நேரம் உறையவைத்த சிறுகதை அது. கதையின் ஆரம்பம் மு.சி யின் இயற்கை வர்ணனையோடு தொடங்குவது. மலை மண்ணின் அழகை அழகியதோர் கவிதைப் போல் சொல்லுகின்றார். "சுக்குரு" என்னும் தலைமைப் பாத்திரம் தானாக நின்று அனுபவித்தது போன்ற வர்ணனைகள்.

"வடதிசைக் காற்று" சிந்திக்க வைக்கும் சிறப்பான சிறுகதை. லண்டன் பூபாள ராகம் இலக்கிய மன்றம் 2008 ம் ஆண்டு தினக்குரல் பத்திரிக்கையுடன் சேர்ந்து நடத்திய உலக சிறுகதைப் போட்டியில் இரண்டாவது பரிசு பெற்ற சிறுகதை. இக்கதை, அநியாயமாக நிரபராதிகள் விசாரணைக் கைதிகளாகப் பல ஆண்டுகள் சிறைச்சாலைகளில் தடுத்து வைக்கப்படும் கொடுமையும், அங்கு அவர்கள் துன்புறுத்தப்படுவதும், அங்குள்ள இன வெறியர்களின் சொல்லம்புகளுக்கு ஆளாவதும், விடுவித்து வந்தும் சொந்த பந்தங்களுடன் சேர்ந்து வாழ முடியாதவாறு தொடரும் தொல்லைகளும், சிறப்பாகச் சித்திரிக்கப்பட்டுள்ளன.

வாசகனால் எதிர்பார்க்கப்பட மாட்டாத முடிவே இக்கதையின் உச்சமாகும். போராளிகள் பிறப்பதில்லை.. உருவாக்கப்படுகின்றார்கள் என்ற குறிப்போடு, இங்கு அதுபற்றி முன்கூட்டியே பேசாமல் இருப்பதே சாலப் பொருந்தும் என பேசாது விடுகின்றேன்.

"விட்டில் பூச்சிகள்" மலையகத்தின் தோட்டத்துப் பூக்கள் அரும்பிலேயே கருகிப்

போகும் அவலத்தைப் பேசுவது. பிஞ்சுப் பருவத்தில் பிள்ளைகளைப் பணத்திற்காக வீட்டு வேலைக்கு அனுப்புவதால் ஏற்படும் விபரீதங்களை விபரிக்கும் சிறுகதை. பிடிப்பினையூட்டுவது. இதுவும் சர்வதேச சிறுகதைப் போட்டியில் பரிசு பெற்றக் கதையாகும்.

"றுனு." மலையக மண்ணைப் புனித மண்ணாக்கிய இந்திய மக்களின் கடந்த காலத் துயர வாழ்க்கையின் மறுவாசிப்பு. உதிரத்தை வியர்வையாக்கியது மட்டுமன்றி, உயிர்களையும் போக்கி, உடல்களையும் உரமாக்கிய தியாகத்தைப் பேசுவது. தமது மூதாதையர்களின் சோக வாழ்க்கையை இன்றைய சமுகத்திற்கு நினைவூட்டுவதோடு, எதிர்கால சந்ததிகளுக்குமான ஆவணப்படுத்தல். காட்சிப்படுத்தும் உத்தியினாலும், கதாசிரியர் தனக்கு வாலாயமான எழுத்துவன்மையினாலும், வாசகனைக் கடந்த காலத்திற்கே இட்டுச் செல்கின்றார்.

"வைகறைப் பொழுது" என்ற கதை மூலம் குற்றவாளிகள் உருவாக்கமும் பெறுகின்றனர் என்பதை மாணிக்கம் என்னும் பாத்திரத்தினூடாக ஆசிரியர் புரியவைக்கின்றார். கதையின் முடிவு, மனிதநேயம் அற்றவர்களுக்கு இழப்பின் பாதிப்பால் ஏற்படுத்தப்படும் தண்டனையான தப்பான முடிவாக இருப்பினும், கதை, மனத்தில் ஒருவித தாக்கத்தை ஏற்படுத்தி பதியும்படி வடிவம் பெற்றுள்ளது.

"நமப் பார்வதி.. பதையே" படிப்பறிவு குன்றிய, வறுமைப்பட்ட தோட்டத்து மக்களிடம் நடத்தப்படும் தில்லு முல்லுகளை தோலுரித்துக் காட்டும் கதை.

"எங்க ஊர் தேர்தல்..!" நக்கலும் நையாண்டியும் கலந்த இன்றைய மலையகத்தின் அரசியல் வரலாறு. எப்படியெல்லாம் தலைமைத்துவங்கள், தொழிற் சங்கங்கள் என்ற பெயரால் பாட்டாளி மக்களை ஏய்ப்பம் விடுகின்றன என்பதையும், தமது படாடோபமான வாழ்வுக்கு அவர்களை இரையாக்குகிறார்கள் என்பதையும், வேட்டு வைப்பதுபோல் வார்த்தைகள் கோர்த்து விபரிப்பது. துணிகரமான ஒரு விமர்சனப் பார்வை. "யாவும் ஆசைகள்" எனக்குறியிட்டு, எழுத்தாளர் எழுதியுள்ள இந்தச் சிறுகதை எப்படித் தம் மக்களின் வாழ்வு முறை மாற்றமடைய வேண்டும் எனும் விழிப்புணர்வையும், கற்பனைத் தளத்தில் நின்று பேசுவது.

"பல்லுப் பெருமாள்" கிடைக்கும் வாய்ப்பைப் பிறர் வலிந்து பயன் கொள்ளத் தாம் தொடர்ந்தும் ஏவற் பணியாளர்களாகவே வாழ முயலும், தம்மவரின் கையாலா காத்தனத்தைக் கோடிட்டுக் காட்டுவது.

ஒரே மதம், ஒரே மொழி என்றபோதும், இந்திய வம்சாவளி என்பதால் "மலைநாட்டான்" என்று இன்றும் தம்மை ஒதுக்கும் ஒரு சமூகத்தின் இன்றைய கையறு நிலையில் அவர்களுக்காக இரங்கும் மனிதாபிமான உணர்வை வெளிப்படுத்தும் கதையே "நுவரெலியா முதல் சுன்னாகம் வரை".. இக் கதையும் அவுஸ்திரேலியா 'வானமுதம்' இலக்கிய மன்றம் நடத்திய சர்வதேச சிறுகதைப் போட்டியில் இரண்டாவது பரிசு பெற்றதோடு, தகவத்தின் பாராட்டும் பெற்றது.

கல்வியில் இன்றைய தலைமுறை கரிசனைக் காட்டுவது மலையகத்தில் இன்றைய குறிப்பிடத்தக்க முன்னேற்றமாகும். படித்த இளம் பெண்கள் விழித்துக்கொண்டார்கள். தமக்கான உரிமைகளை அச்சமின்றி கேட்டுப் பெறும் துணிவும், தம்மீதான அடக்குமுறைக்கு எதிரான தார்மீகப் போராட்டத்தில் ஒன்றித்துக் குரல் கொடுக்கவும் திடம் கொண்டு விட்டார்கள் என்பதையும் கூறும் கதை "மார்கழிப் பூக்கள்".

அனைத்துக் கதைகளையும் கோடிட்டுக் காட்டுவது அவசியமற்றது என்பதனால், சிலவற்றை மட்டுமே தொட்டுக்காட்ட முயன்றுள்ளேன். தமது மக்களின் விடிவையே முதன்மையாகக்கொண்டு, மலையகத்தையே பெரும்பாலும் கதைப்புலமாக ஏற்றுப் பல்வேறுபட்ட கருக்களை மையமாக வைத்துப், பொதுவான, தெளிவான மொழியில் கதைகள் பின்னப்பட்டுள்ளன.

நூலாசிரியர் ஒரு சிறந்த வாசகராகவும், கவிஞராவும் இருப்பதனால், சொற் பஞ்சமின்றிச் சுவைபட வார்த்தை கூட்டிக் கதைகளை நகர்த்தியுள்ளார். நூலைத் தொடர்ந்து படிக்கும் விருப்பம் கொள்ளத்தக்க வகையில் அனைத்துக் கதைகளும் தேர்ந்தெடுத்துக் கோர்க்கப்பட்டுள்ளன. இது, நிச்சயம் மலையகத்தின் ஒவ்வொரு இளந் தலைமுறையினரும், பலரும் படிக்கவேண்டிய நல்லதொரு சிறுகதைத் தொகுதியாகும். ஆசிரியருக்கு என் நல் வாழ்த்துக்கள்.

16 ஆகஸ்ட் 2010

A. ஜின்னாஹ் ஷரிபுத்தீன்
இல. 16, பாடசாலை ஒழுங்கை,
புகையிரத நிலைய வீதி,
தெஹிவளை.

வாழ்த்துரை

இலங்கையின் வடக்கிலும், கிழக்கிலும் பூர்வீகமாக வாழும் தமிழ் மக்களின் இன்றைய அரசியல், சமூகப் போராட்டங்கள், சர்வதேச சமூகம் அறிந்த ஓர் விவகாரமாகும். தமிழர்கள் வாழுமிடங்களெல்லாம் இந்த மக்களைப் பற்றி பேசாத, அறியாதவர்கள் எவரும் இல்லையெனலாம்.

ஆனால், இலங்கையின் மத்திய பகுதியில், பெருந்தோட்ட விவசாயத் தொழிற்துறையில் வாழுகின்ற தமிழ் மக்களின் அரசியல், சமூக பிரச்சினைகள் , அவர்களது பூர்வீகத் தொடர்பு கொண்ட இந்திய நாட்டுக்கே, அதுவும் தென்னிந்தியருக்கே இன்னும் தெரியாத விவகாரமாக இருந்து வருவது வேதனைக்குரிய விசயமாகும்.. இந்த நிலைமைக்கு, இந்த மக்களின் சமூகத் தலைமைகள் தகுதியற்றதாக இருப்பதே காரணமாகும்.

இந்த குறைப்பாட்டினை இந்த சமூகத்தில் உருவாகிய இலக்கிய சிந்தனையாளர்கள் ஓர் மட்டத்திற்கு உலகமறிய தகவல்களைப் பரப்பி வருகின்றார்கள். நான் சமீபத்தில் இலங்கை மலைநாட்டுக்கு வருகை தந்து, இந்த மக்களின் பல சமூகப் பிரிவினர்களையும் கண்டு கதைத்து அளவளாவியுள்ளேன். குறிப்பாக, இச் சமூகத்தின் இலக்கியவாதிகளின் படைப்புக்கள் யாவும் அவர்களின் சமுதாயச் சேதிகளை மிக ஆவேசத்தோடு பேசிக்கொண்டிருக்கின்றன. அந்த வகையில் எழுத்தாளர் மு.சிவலிங்கத்தின் படைப்புக்கள் மிகக் கவனத்தோடு ஆராயப்பட வேண்டியதாக இருக்கின்றன. சிறுகதைகளின் மூலம் இவ்வளவு சமுதாயத் தகவல்களைச் சொல்லிவிட முடியுமா.. என்பதை அறியும்போது, வியப்பாக இருக்கின்றது..!

சிவலிங்கம் அவர்கள் நாங்கள் ஏற்பாடு செய்திருந்த உலகத் தமிழர் பண்பாட்டு மாநாட்டில் கலந்து, பெருமதியான ஓர் உரையை வழங்கியிருந்தார். அவருடன் நான் அடிக்கடி தொலைபேசியில் தொடர்பு கொள்வதுண்டு. இவரது இந்த சிறுகதைத் தொகுப்பில் அயல் நாட்டுத் தமிழர்களாகிய நாங்கள் நிறையப் பெருந்தோட்ட தமிழ் மக்களினதும், யுத்தச் சூழலில் வாழும் தமிழ் மக்களினதும்.. ஏன்... சிங்கள சமூகத்தின் இளைய சமூகத்தினர் முகம் கொடுக்கும் பிரச்சினைகளையும் அறிய முடிகின்றது.

"ஒப்பாரி கோச்சி" என்னும் இந்த சிறுகதைத் தொகுப்பினை ஒரு சமூகத்தின் தகவல் திரட்டாக தமிழ் இலக்கிய உலகத்துக்கு வழங்கியிருக்கும் சிவலிங்கம், சிந்தனை மிகுந்த வாசகர்களால் பாராட்டப்பட வேண்டியவர். அவரை என் இதயபூர்வமாக வாழ்த்துவதில் மகிழ்ச்சியடைகின்றேன்.

அன்புடன், வீர மதுரகவி

தலைவர்
உலகத் தமிழ் பண்பாட்டு இயக்கம்
இல. 280, அண்ணாசாலை, புதுச்சேரிகிளை,
புதுச்சேரி.

20.08.2010

நூலாசிரியர் உரை.....

எச்சரிக்கை..! முதல் முதலிலேயே எச்சரிக்கை செய்து விடுகிறேன்..! இவை யாவும் கலை உத்தாரணத்திற்கென்று கங்கணம் கட்டிக் கொண்டு செய்த சேவை அல்ல. இவை யாவும் கதைகள்.. உலகை உய்விக்கும் நோக்கமோ.. கலைக்கு எரு விட்டுச் செழிக்கச் செய்யும் நோக்கமோ.. எனக்கோ.. என் கதைகளுக்கோ.. சற்றும் கிடையாது.. நான் கேட்பது.. காண்பது.. கனவு கண்டது..... காண விரும்பியது... காண விரும்பாதது.... ஆகிய சம்பவக் கோவைகள் தான் இவை...

நான் கதை எழுதுகிறவன்.. கதையிலே கல் உயிர் பெற்று, மனிதத்தன்மை அடைந்து விடும்..! மூட்டைப் பூச்சிகள் அபிவாதயே சொல்லும்..! அதற்கு நான் என்ன செய்யட்டும்..? கதையுலகத்தின் நியதி அது.... மனிதன் கல் மாதிரி இருக்கும் போது, கல்தான் சற்று மனிதன் மாதிரி இருந்துப் பார்க்கட்டுமே..!

பொதுவாக என்னுடைய கதைகள் உலகத்துக்கு உபதேசம் செய்து உய்விக்க ஏற்பாடு செய்யும் ஸ்தாபனம் அல்ல..! பிற்கால நல் வாழ்வுக்குச் சௌகரியம் பண்ணி வைக்கும் இன்ஷ்யூரன்ஸ் ஏற்பாடும் அல்ல..! எனக்குப் பிடிக்கிறவர்களையும், பிடிக்காதவர்களையும் கிண்டல் செய்து கொண்டிருக்கிறேன்.. சிலர் என்னோடு சேர்ந்து கொண்டு சிரிக்கிறார்கள்.. இன்னும் சிலர் கோபிக்கிறார்கள்.. நான் கவலைப்பட வில்லை.

வாழையடி வாழையாகப் பிறக்கும் வாசகர்களில் எவரோ ஒருவருக்கு நான் எழுதிக் கொண்டிருக்கிறேன்...."

அன்பு நிறைந்த வாசகர்களுக்கு.... இந்தக் கூற்று என்னுடையது அல்ல..! ஒரு சஸ்பென்ஸ்க்காக மேற்கோள் குறியை ஆரம்பத்தில் குறிக்காமல் முடிவில் மட்டும் குறித்துள்ளேன்.! சிறு கதை மன்னன் புதுமைப் பித்தன் அவர்கள் "காஞ்சனை" சிறு கதைத் தொகுப்பை 1943 ம் ஆண்டு கலைமகள் பிரசுரமாக வெளியிட்ட போது, அவரது ஆசிரியர் உரையில் இவ்வாறு (23.12. 1943) கூறியுள்ளார்..! இவரை விமரிசனம் செய்து வந்த சிலருக்கும்..... 'கலையின் ஜீவன் சேமமாக இருக்க வேண்டும்' என்று ஆசை கொண்ட கலா ரசிகர் ஒருவர், "புதுமைப் பித்தன் எப்பொழுது கதைகள் எழுதுவதை நிறுத்திக் கொள்ளப் போகிறார்..?" என்று கேட்டக் கேள்விக்கும்.... பதில் கூறுமுகமாகவே, இந்தக் கதைத் தொகுதியை வெளியிட்டிருக்கிறேன் என்றும் கூறுகின்றார்....

சிறுகதை மன்னன் 'சீரியஸ்ஸாகவோ', அல்லது கிண்டலுக்காகவோ கூறியிருந்தாலும், அவரது கொள்கையைப் போன்றே, இன்றும் எம் மத்தியில் பல படைப்பாளிகளை நாம் நிறையவே கண்டு வருகின்றோம்..

இவர்களோடு இன்னும் சில படைப்பாளிகளின் எழுத்து நிலைப்பாடுகளை நாம் அறிந்து கொள்வது அவசியமாகிறது.

"மனித விடுதலை... அது சார்ந்த மனித மகிழ்ச்சி.. இதுவே இலக்கியத்தின் இலட்சியமாகவிருக்க வேண்டும்... வலுவான சமூகச் செய்தி இல்லாத கதைகள்.. வெறுங் கதைகளே...!" என்று பொன்னீலன் அவர்கள் எடுத்துரைக்கின்றார்... "வாழ்க்கைப் பார்வை, சமூக அக்கறை, அரசியல் பிரக்ஞை, இம் மூன்று உணர்வுகளும் சேராதவை இலக்கியமாகாது...!" என்று, கி.ராஜநாராயணன் அவர்கள் சொல்கின்றார்..

"சிறு கதைகளின் அடி நீரோட்டம், சமூக நன்மையைக் கருதி, சமூக விமரிசனம் செய்வதாக அமைய வேண்டும்.." என்று உரத்துக் கூறுகின்றார் திரு.தோப்பில் முகமது மீரான்..

"விமர்சன யதார்த்தவாதம் (Critical realism) என்னும் படைப்பு முறையில், கதைகள் உருவாக வேண்டும்.. சமூக நீதிக்காகவும், சமூக முன்னேற்றத்துக்காகவும், கலை இலக்கியத்தை ஆயுதமாகப் பயன்படுத்த வேண்டும்..!" என்று விமர்சகர் திருநெல்வேலி தி.க.சிவசங்கரன் ஆதங்கத்துடன் சொல்கின்றார். இந்த நிலைப்பாட்டுச் சூழலில் எனது **ஒப்பாரிக் கோச்சி** சுமந்து வரும் கதைகள் அனைத்தும் இந்த இலட்சியங்களைக் கொண்டுள்ளனவா... என்பதை நீங்கள் தான் மதிப்பீடு செய்து கொள்ள வேண்டும்.

எனது கதைகள் யாவற்றையும் புனைக் கதைகள் என்று (Fiction) என்னால் சொல்ல முடியவில்லை. புனைக் கதைகள்... உண்மையில்லாதவை - பொய்யானவை... கற்பனையானவை... போலியானவை... என்றே புரிய வைக்கின்றது. இந் நிலைக்கு மாறுபட்டு, எனது கதைகள் உண்மையோடு, யதார்த்தத்தை (Non fiction) தாங்கி நிற்பதாக உணர்கின்றேன்.

எனது எழுத்துத் தளம் முற்றும் முழுதாக ஒரு பாட்டாளி வர்க்கச் சூழல் நிறைந்தது. பிறந்தது முதல் இன்று வரை எனது கதை மாந்தர்களுடனேயே, அவர்களது சுக துக்கங்களுடன் ஒன்றி வாழ்ந்து வருகின்ற பிரஜையாகவும் நான் இருந்து வருகின்றேன்.

'உழைக்கும் மக்களின் அரசியல்' என்று ஓர் வீரியம் கொண்ட சிந்தனை இருப்பதில் நான் உறுதி கொண்டுள்ளவன்.

மானிடத் துயரங்களைத் தரிசிக்க விரும்புகின்ற, அடிமட்ட மக்களின் வாழ்க்கையை அவதானிக்க விரும்புகின்ற வாசகர்களுக்கு, ஒரளவேனும் என்னுடைய கதைத் தகவல்கள் உதவி செய்யும் என்று நம்புகின்றேன்.

'மனிதனை நேசிக்கும் எழுத்துக்களின் ஒவ்வொரு வரியும், மனித நேயம் பாடும் கீதங்கள்' என்ற உண்மை வாக்கியத்தை ஆதரிக்கின்றேன்..

படைப்புக்குள் ஜனரஞ்சகக் கலை என்னும் அழகியலுக்காக ஜால வித்தைகள் காட்டி, இலக்கிய அட்டூழியங்கள் புரிந்து வரும் 'கதை சொல்லிகளின்' நெரிசல்களுக்கு மத்தியில், மனிதனை மனிதனுக்கே இனம் காட்டுவதற்கும், மனிதரை மனிதர் புரிந்து கொள்ளச் செய்வதற்கும்.... மனிதரை மனிதர் நெருங்கி வரச் செய்வதற்கும் எழுத வேண்டும் என்று ஆசை கொள்வதற்கு நான் ஆசைப்படுகின்றவன்..!

உலக இலக்கியங்கள் எல்லாமே, இந்த மேலான இலட்சியங்களை முன் வைத்தே சிருஷ்டிக்கப் படுகின்றன..

உழைக்கும் மக்களின் வாழ்க்கையை எழுதிக் கொண்டிருக்கும் ஒரு படைப்பாளனுக்கு, அந்த மக்களின் அடிப்படைத் தேவை பற்றியும், அடிப்படை உரிமை பற்றியுமே பேச வேண்டுமென்ற உணர்வு முந்தி நிற்கின்றது.. அந்த ஆதங்கமே அவனது பேசும் குரலாக இருக்கின்றது...

இந்தப் பார்வையினால், அந்த மக்களின் உள்ளுலகம் பற்றி எழுதுவதற்கு மறதி ஏற்படுகின்றது. என்னிலும் அந்த ஆசைக் கனவுகள் பல இருக்கின்றன. இந்த மக்களின் அந்தரங்க எண்ணங்கள் அவர்களின்.... காதல்.... காமம்.. சுவாரஷ்யம்.. குறும்பு.... குதூகலம்.. எனும் மகிழ்ச்சிக்குரிய மறு பக்கங்களை ஊடுருவி எழுத அக்கறைப் படாத எனது இலக்கியம் , சில ஏடுகளை இழந்து விட்டதாக உணர்கின்றேன்..! அந்த ஏடுகள் இனி எழுதும் படைப்புக்கள் மூலம் நிறைக்கப்படும் என நம்புகின்றேன்.

எனது கதைகள் ஒரு கவிஞனின் பார்வையிலும், முதிர்ச்சி பெற்ற ஒரு கதாசிரியனின் பார்வையிலும், ஓர் அறிவு ஜீவியின் ஆய்வுப்பார்வையிலும் அவதானிக்கப்பட்டுள்ளன..

அவ்வகையில், இச் சிறு கதைத் தொகுப்புக்கு அணிந்துரைகள் வழங்கியிருக்கும் கரிசல் இலக்கிய மேதையும் எனது மதிப்புக்குரியவருமான எழுத்துச் சிற்பி பெருந்தகை கி.ராஜநாராயணன் அவர்களுக்கும், ஆசிரியர் கல்லூரி விரிவுரையாளரும், இலக்கியவாதியுமான திரு.ஆ.செல்வேந்திரன் அவர்களுக்கும், நயவுரை நல்கியிருக்கும் பல காப்பியங்கள் தந்த கவிஞர் டாக்டர் ஜின்னாஹ் ஷரிபுத்தீன் அவர்களுக்கும், வாழ்த்துரை வழங்கியிருக்கும் உலகத்தமிழ் பண்பாட்டியக்கம் புதுச்சேரி கிளைத்தலைவர் வீர மதுரகவி அவர்களுக்கும், இந்நூலை வெளியிட்டுள்ள நாவலப்பிட்டி தமிழ்ச்சங்க உறுப்பினர்களுக்கும், எனது கதைமாந்தர்களை உயிர் ஓவியங்களாகச் சித்தரித்துக்காட்டிய ஓவியக்கலைஞர் தவம் அவர்களுக்கும், வழமைப் போன்று கணினி பதிப்பு வேலைகளில் துணை நின்ற எனது மனைவி தமயந்தி சியாமளா, மகன் சங்கீத் சுதானந்த் ஆகியோருக்கும், கணினி வடிவமைப்புச் செய்த செல்வி எஸ். ரஞ்சனிக்கும், இந் நூலை அழகுற வடிவமைத்து அச்சுப் பதிவு செய்து உதவிய எஸ். அனுர்ஜன் அவர்களுக்கும் எனது மனமுவந்த நன்றிகள் உரித்தாக வேண்டும்.

அன்புடன்.

மு. சிவலிங்கம்

56, ரொசிட்டா வீடமைப்புத் திட்டம்,

கொட்டகலை.

தொ.பே.- தொ.நகல் - 051 2223012, 077 5757202

மின்னஞ்சல் - <u>moonaseena@yahoo.com</u>

26.08.2010

ஒப்பாரிக் கோச்சி 01

இன்னும் அந்த உச்சி மலை கற் பாறையின் மேல் உட்கார்ந்துக் கொண்டு, பள்ளத்தாக்கை.. பணிந்த நிலப் பரப்பை.. நோக்கி கண் கொட்டாமல் பார்வையைச் செலுத்திக் கொண்டிருந்தான் "சுக்குரு" என்ற சுப்பிரமணி.. உலகத்தின் பாதிப் பிரதேசத்தை தன் கண்கள் பார்த்து விட்டப் பரவசத்தில் ஆழ்ந்திருந்தான்.. அதி உயரத்திலிருந்து காணும் காட்சியை 'பறவைப் பார்வை' என்பார்கள்.

இனி ஒரு காலத்தில்.... இந்த மலையில்.. இப்படி வந்து உட்கார்ந்து... இவ்வளவு அழகு கொட்டும் பூமியைப் பார்க்க முடியுமா..? அவன் கண்கள் தூரத்துப் பார்வையிலிருந்து அருகில் இருக்கும் மலைத் தொடர்கள் வரை நோட்டமிடுகின்றன.. அவனுக்கு ஒரு மலையின் உருவத்தைப் பார்த்ததும் வெட்கமும், சிரிப்பும் வந்தது..! "ஒரு பெண் மல்லாக்கப் படுத்துக் கிடக்கின்றது போல.. தலை.. முகம்.. கழுத்து.. மார்பு.. வயிறு. தொடை.. முழங்கால்..

அப்படியே மனித உருவம்..!!! இன்னொரு மலையில், "ஒரு சுனக் கிழவன் நடந்து போவது போன்றக் காட்சி...!" இவ்வாறு ஒரு பாமர ரசிகனின் பார்வையில் பட்ட அந்த எழில் கொஞ்சும் மலை நாட்டை ஒரு கவிஞன் பார்த்திருந்தால்..... அவன் இயற்கையை எப்படியெல்லாம் பாடியிருப்பான்..!

வெள்ளை பஞ்சு மேகங்கள் மனிதர்களை, மிருகங்களை, பறவைகளை பல உருவங்களாக ஜாலம் காட்டி, கலைந்து ஓடுகின்றன.. உயர்ந்த காடு.. ஏகாந்தமான சூழல்.. பறவைகள், வண்டுகள், பூச்சிகளின் குரலோசைகள்... காற்றினால் உரசித் தழுவிக்கொள்கின்ற மரங்களின் இன்ப முணகல்கள்.. குளிர் வாடையாய், தென்றலாய் அவனைத் தழுவுகின்ற பாசக் காற்று இன்னும் எத்தனை மாதங்களுக்கு உறவாடும்..? அவனுக்கு இலங்கை மண்ணை விட்டு இந்தியாவுக்குப் போகவே விருப்பமில்லை.. பெற்றோர்கள் செய்த முட்டாள் தனத்தால் பழியை இவன் அனுபவிப்பதா..? கடலை நேரில் பார்த்திராத அவனுக்கு கப்பல் பயணம் நெருங்கிக்கொண்டிருக்கிறது.. வழி காட்டத் தவறிய தலைமைகளினால் வாழ்க்கையைத் தொலைத்து விட்டு இன்னும் தேடிக்கொண்டிருப்பவர்களில் அவனும் ஒரு திசை தெரியாதவன்.

சுக்குரு நடு விரலை மடித்து 'உள்ளாங் கையில்' நிழலைப் பார்த்தான். மணி... நடுப்பகல் தாண்டி ஒரு மணி இருக்கும்.. "உறும நேரம்" என்று வாய்க்குள்ளே சொல்லிச் சிரித்துக் கொண்டான்... சுக்குரு கற் பாறையிலிருந்து எழும்பி... கல்லிடுக்கில் பளிங்கு போல் வடியும் காட்டு நீரில் முகத்தைக் கழுவிவிட்டு... இரண்டு வாய் தண்ணீரை அள்ளிக் குடித்து.. ஏப்பம் விட்டான்... காட்டுத் தண்ணீரைக் குடித்தால், வயிறு நிறைந்து, பசியாறியது போல் தெம்பு வரும். காட்டுத் தண்ணீர் ஊற்றிலும் நண்டுகள் இருக்கும்.. நண்டுகள் நினைவு வரவே சுக்குரு மீண்டும் சிரித்தான்.

ஊற்று நீரில் வசிக்கும் நண்டுகள், களி மண்ணைத் தோண்டி அழகான வலைகள் செய்திருக்கும். வண்ணான் பீலியில் நண்டுகளைப் பிடித்து, அதன் வயிற்றைத் திறந்து பார்ப்பான் சுக்குரு. ஒரு நாள் ஒரு நண்டின் வயிற்றுக்குள்ளே நிறைய குஞ்சுகள் இருந்தன.. நண்பர்களைச் சத்தமிட்டு அழைத்து குஞ்சுகளைக் காட்டி பத்திரமாக வண்ணான் காணுக்குள் 'புள்ளத்தாச்சி' நண்டை விட்டு விட்ட விளையாட்டு நினைவுகளை மீட்டிப் பார்த்ததும், மனதுக்குள் ஆனந்தம் ஆர்ப்பரித்தது.. சும்மாடு துணியில் முகத்தைத் துடைத்துக் கொண்டு.. விறகுக் கட்டை சுமப்பதற்கு தொப்பியை மாட்டினான். ஆரம்ப காலத்தில் தொழிலாளர்கள் தலைப் பாகைக் கட்டுவார்கள்.. இது நாகரீகக் காலம்.. இப்போது விதம் விதமான தொப்பி மாட்டிக் கொள்கிறார்கள். மழைக்கும், வெய்யிலுக்கும் தொப்பிதான் துணை..!

"இனிமே.. நமக்கு என்னாத்துக்கு இவ்வளவு வெறகு..?" 7 ம் நம்பர் தேயிலை மலையை இன்றைக்கு கவ்வாத்து வெட்டுவார்கள். ஐந்து வருடங்களுக்கு ஒரு முறை தேயிலைச் செடிகளை கவ்வாத்து செய்ய வேண்டும்... இல்லா விட்டால் அது மரமாக வளர்ந்து விடும்..! தேயிலை பிறப்பிலேயே, மர இனத்தைச் சேர்ந்த ஒரு தாவரமாகும்.. அதை வெள்ளைக்காரன் கவ்வாத்து செய்து, மர இனத்தைச் செடி இனமாக மூன்றடி,

நான்கடி உயரத்துக்குள்ளேயே வளர விடாமல் வைத்துக் கொண்டான்.. புதிய பரம்பரைத் தொழிலாளருக்கு, தேயிலை மரமா..? செடியா..? என்று கூடத் தெரியாது...! தேயிலை, கொய்யா மரத்தைப் போல, தோடம் மரத்தைப் போல உயர்ந்து வளர்ந்து, கிளைகள் பரப்பி, வானத்தை நோக்கி வளரும் மரங்களாகும்.. அதன் வளர்ச்சியின் தடையில்தான் இன்று தேயிலைப் பொருளாதாரம் கொடி கட்டிப் பறக்கின்றது..

சுக்குரு.. விரகுக் கட்டைத் தூக்கிக் கொண்டு பள்ளத்தை நோக்கி நடந்தான். கவ்வாத்து மலையில் அவன்தான் கடைசி ஆள். சக தொழிலாளர்களெல்லாம், ஒவ்வொரு விரகுக் கட்டுகளோடு பள்ளத்தைக் கடந்து.. மலை அடிவாரத்துக்குச் சென்று.. கருத்தை ரோட்டில் இறங்கி நடப்பது தெரிகிறது.

சுக்குரு என்ற சுப்பிரமணியை "நானூத்திப் பத்து" என்றால்தான் பெயர் விளங்கும்..! மேக மலை தோட்டத்தில் பத்து.. பதினைந்து பேர் சுப்பிரமணி என்ற பெயரில் இருக்கின்றார்கள். எல்லோருக்கும் பட்டப் பெயர்கள் உண்டு. பல்லு சுப்பிரமணி.. கட்ட சுப்பிரமணி... நெட்ட சுப்பிரமணி.. செரங்கு சுப்பிரமணி.. கொரங்கு சுப்பிரமணி.. என்ற அடையாளப் பெயர்கள் இல்லாவிட்டால், ஆட்களைக் கண்டு பிடித்துக்கொள்ள முடியாது.. சுக்குரு சுப்பிரமணிக்கு ஈ.பி.எப். நம்பர்.... சேம லாப நிதி இலக்கம் 410 என்பதால், எல்லோரும் இலேசாக "நானூத்தி பத்து" என்றே கூப்பிடுவார்கள்...!

களைப்போடு விரகுக் கட்டை சுமந்து வந்து, அடுத்த வீட்டு செல்லம்மா வீட்டு வாசலில் போட்டான்.. "செல்லம்மாக்கா..! இனிமே எனக்கு என்னாத்துக்கு வெறகு..? இருக்கிற வெறகு போதும்.. அது முடியிறதுக்குள்ள, நாங்க இந்தியாவுக்கு பயணப்பட்டுருவோம்...!" என்றான்.

"அப்புடியெல்லாம் சொல்லாத சாமி..! நீ மகா தைரியசாலி..! சொந்த ஊர்ல போயி புள்ளக் குட்டிகளோட மவராசனா இருப்ப..! சந்தியா நம்ம ஊருதானே சாமி..? திரும்பவும் சொந்த ஊருக்கு போறதப் பத்தி சந்தோசப்பட்டுக்கணும் ராசா..! இந்தா தேத்தண்ணி..! ஆட்டுப் பாலு தேத்தண்ணி..!" என்று செல்லம்மா அத்தை சுப்பிரமணிக்கு "தேத்தண்ணி" யைக் கொடுத்து ஆறுதல் கூறினாள். அவளுக்கு இந்த வருசத்துக்கே போதுமான தேயிலை விறகை சுப்பிரமணி கொண்டு வந்து போட்டிருந்தான். தேயிலை விறகு காய்ந்து விட்டால், அதுவும் கட்டை விறகாக இருந்தால் விளக்கு மாதிரி புகை இல்லாமல் எரியும்.. பத்து விறக குச்சிகளில் சோறு, கறி சமைத்து விடலாம். கன கனக்கும் அடுப்பங்கரையில் சுகமாக குளிர் காயலாம்.. கவ்வாத்துக் காலங்களில் விறகுக்குப் பஞ்சம் கிடையாது.. எல்லோரும் வெந்நீர் குளியல் செய்வார்கள்..

எந்தக் காலமும் அடுத்த வீட்டு செல்லம்மா.. சுப்பிரமணியின் பிள்ளைகளிடம் உயிராய் இருப்பாள். குழந்தையிலிருந்து பெரிய குமரிகளாய் வளரும் வரை அவளும் ஒரு தாயாக இருந்தாள். சுப்பிரமணியின் பிள்ளைகள் "அம்மாயி.. அம்மாயி.." என்று ஆயிரந் தடவை கூப்பிடுவார்கள். ஒவ்வொரு நாளும் என்ன கறி குழம்பு வைத்தாலும், கிண்ணம் நிறைய ஊற்றிக் கொண்டு அடுத்த வீட்டுக் கதவைத் தட்டிக் கொடுப்பாள். "அம்மாயிக்கு தொந்தரவு" என்று பிள்ளைகள் சொன்னாலும், "நாங்க ரெண்டு பேருதானே இருக்கோம்.. சுக்குரு புள்ளக் குட்டிக்காரன் இல்லையா..?" என்று பாசத்தைப் பொழிவாள்.. சுக்குருவின் பிள்ளைகளும் கறி மாற்றம் செய்து கொள்வார்கள்.. நாட்டுக் கோழி இறைச்சி கறி வைத்தால், எலும்பில்லாத இறைச்சிகளை கிண்ணம் நிறைய போட்டு, அம்மாயிக்கு கொண்டு போய் கொடுப்பார்கள். செல்லம்மாவின் வழக்கப்படியே இறைச்சி கறி கொண்டு போகும்போது கையில் ஆணியும், அடுப்புக் கரித்துண்டும் கூடவே கொண்டு போவார்கள். மாமிசக் குழம்பில் ஆசைபடும் பேய் பிசாசுகள் பக்கத்தில் வராது என்று தோட்டத்தில் ஐதீகம் உண்டு...!

செல்லம்மா குடும்பம் கொஞ்சம் விபரம் தெரிந்த குடும்பம். புருசன்காரன் மருதை படிப்பறிவு உள்ளவன். அவன் நேரங் காலத்தோடே இலங்கைக்கே பிரஜா உரிமைக்கு விண்ணப்பம் செய்து விட்டவன். நாடு பிரிட்டிஷ்காரனிடமிருந்து, சுதந்திரம் அடைந்ததும், சிங்கள அரசியல்வாதிகளின் ஆட்சி அமைந்ததும், இந்தியத் தொழிலாளர்களின் குடியுரிமையைப் பறித்ததுதான் முதல் அரசியல் நடவடிக்கையாக இருந்தது.. இந்தியத் தமிழரின் குடியுரிமையைப் பறித்த அரசியல்வாதிகள், மீண்டும் இலங்கை பிரஜையாவதற்கு விருப்பமானவர்கள் குறிப்பிட்டக் காலத்துக்குள் விண்ணப்பம் செய்யலாம் என்று சட்டமும் போட்டார்கள். தொழிலாளரின் தலைவர்கள் என்று சொல்லப்பட்டவர்கள், ஒழுங்காக... தெளிவாக.. வழி காட்ட வில்லை. "விண்ணப்பம் செய்ய வேண்டாம்.. போராடுவோம்.." என்றார்கள். நடு வழியில் கையை விரித்து விட்டார்கள்..! கடைசி நேரத்தில் "அப்ளிகேசன் போடுங்கோ..!" என்று அபயக் குரல் எழுப்பினார்கள்.

இலங்கையில் சிறிமா ஆட்சி வந்தது. இந்தியாவில் லால் பகதூர் சாஸ்திரி ஆட்சி வந்தது.. இரண்டு நாட்டுப் பிரதம மந்திரிகளும் இந்தியத் தமிழர்களை பங்கு வைக்கும் ஒரு பண்டமாற்று ஒப்பந்தத்தை போல் ஒப்பந்தம் எழுதி, மக்களை பங்கு வைத்துக் கொண்டனர். வழி தெரியாமலும்.. அனுபவித்தத் துயரத்தாலும்.. "தாய், தகப்பன் பொறந்த தாய் நாட்டுக்கே போயி சேருவோம்.." என்ற ஆக்ரோஷத்தால், இந்தியக் குடியுரிமைக்கு மனு போட்டவர்களில் சுப்பிரமணியத்தின் தகப்பன் சிவசாமியும் ஒரு ஆளாகும்.. இந்தியாவுக்கு விண்ணப்பம் செய்துவிட்டப் பிறகுதான் "மடையன் மாதிரி

தவறு செஞ்சிப்புட்டேன் ராக்கம்மா..!" என்று மனைவியின் கைகளைப் பிடித்துக்கொண்டு பிள்ளைகளுக்குத் தெரியாமல் அழுதார்..

சுப்பிரமணி இந்தியாவுக்குப் போவதற்கான ஏற்பாடுகளைச் செய்து கொண்டே இருக்கிறான்.. முன் பின் அறியாத ஒரு ஊருக்கு 'தாய் நாடு' என்ற பெயரை மட்டுமே கேள்வி பட்டு.. அங்கே.. மூன்று குமரிப் பிள்ளைகளையும், ஒரு மகனையும், லயக்காம்பிரா, பிரட்டுக் களம், அம்மன் கோயில், தேயிலைக் காடு என்ற இந்த நான்கு இடங்களைத் தவிர வேறு எதுவுமே தெரியாத மனைவியையும், வயசாகி, நடை தள்ளந்து போன பெற்றோர்களையும் இழுத்துக் கொண்டு. இன்னொரு நாட்டில் போய் எப்படி புதிய வாழ்க்கையை ஆரம்பிப்பது..? அவனுக்கு முன் போய் சேர்ந்தவர்களெல்லாம் "இங்கே வராதே..! அந்த நாட்டிலேயே செத்துப் போனாலும் நல்லது..!" என்று அழுதழுது எழுதியக் கடிதத்தின் மேல் கொட்டியக் கண்ணீரை, மை கசிவின் மூலம் சுக்குருவினால் அறிய முடிந்தது. அவன் தனது திக்குத் தெரியாதப் பயணத்தை நினைத்து மனம் கலங்கினான். எதற்கும் அஞ்சாத நெஞ்சம் படைத்தவனின் முறுக்கேறிய அவனது உடல் தளர்ந்து, மெலிந்து போய்க் கொண்டிருந்தது.

*****

"தாயகம் திரும்புவோர்" (Repatriates) என்ற ஒரு புதிய அரசியல் நாமத்தோடு, இந்தியா சென்றவர்களின் ஓலங்கள் இந்து மகா சமுத்திரத்தின் பேரலைகளின் இரைச்சலை விட ஓங்காரமாக ஒலித்துக் கொண்டிருந்தன. பலரது வாய்ப் பேச்சுதான் பர பரப்பை தோட்டங்களில் உண்டு பண்ணியது. "ஏன்டா ஈந்தியாவுக்கு எழுதினோம்..?" என்ற ஏக்க பெருமூச்சு.. நூறு விதமான மக்களின் நெஞ்சறைகளிலிருந்து வெளிக் கிழம்பிக் கொண்டிருந்தன..

சுப்பிரமணியின் தகப்பனாரின் சொந்தக் கிராமம்.. திருச்சி மாவட்டம், வாலி கண்டபுரம், முருக்கன்குடி என்று நன்றாகத் தெரிந்து வைத்திருந்தான். அவனது தகப்பன் சிவசாமி சம்பளம் போட்டதும்.. "தண்ணி" போட்டு விட்டு, இஸ்தோப்பிலிருக்கும் கோழி கொடாப்பில் ஏறி அமர்ந்துக் கொண்டு, அந்த காலத்து கூத்துப் பாடல்களைப் பாடுவார். சிறியவனான சுப்பிரமணியைக் கூப்பிட்டு "கொப்பியும், பென்சிலும் எடுத்துக்கிட்டு வா மவனே..!" என்று அன்பாகக் கூப்பிடுவார். சுப்பிரமணி அருகில் வந்ததும், "நான் செத்துப் போயிட்டா... சிலோன்ல யாரும் இருக்காதீங்க..! என் சித்தப்பன் மவன், பெரியப்பன் மவன் எல்லோரும் நஞ்சை, புஞ்சையோட, காணி, பூமியோட செறப்பா வாழுராங்க.. அட்ரஸ்ஸ எழுதிக்கோ.. பத்திரமா ரேங்கு பெட்டியில வச்சுக்கோ..!" என்று அவர் அன்று கூறிய வார்த்தைகளை எண்ணிப் பார்த்தான்.

"நாலு, அஞ்சி பரம்பரைக்குப் பொறக இனிமே..... அந்த நாட்டுக்குப் போயி, சித்தப்பன், பெரியப்பன் மகன்மார்கள கண்டு, கதைச்சி என்னா புரயோசனம்..?" சுப்பிரமணியின் தலை சுற்றியது. இந்தியப் பயணத்தின் மேல் வைத்த நம்பிக்கை அவனுக்கு குறையத் தொடங்கியது.

சிறிமா, சாஸ்திரி ஒப்பந்தத்தின் மூலம் 1964 லிலிருந்து, இந்தியா திரும்பிய உறவினர்கள், நண்பர்கள் அடிக்கடி, கண்ணீரில் நனைந்தக் கடிதங்களையே அனுப்பிக் கொண்டிருந்தார்கள். "என் இரு கண்களிலும் கிடைக்கப் பெற்ற சுக்குருவுக்கு தங்கவேலு எழுதும் கடதாசி.. நாங்கள் இப்பவும் கடவுள் கிருபையால் ஷேமமாக இருக்கோம்.. தம்பி இந்தியாவுக்கு வர்ற ஆசைய வுட்டுப்புடு..! நாங்க ஏமாந்துட்டோம். குடும்ப கார்டு எல்லாம் பொய்யி. புனர் வாழ்வும் பொய்யி. இங்க இருக்கிறவனெல்லாம் மனுசங்களே கெடையாது.. திருட்டு, ஏமாத்து, பொய்தான் வாழ்க்க... வாக்குவாதம் செஞ்சா.. வெட்டு, கொத்து, கொல.. எல்லாருமே கொடூரமானவங்க.

இலங்கையில சிங்கள சனங்க எவ்வளவு தங்கமானவங்க... பண்பு, பாசம் உள்ளவங்கன்னு இந்தியா வந்தபொறகுதான் புரியுது... கையில் மடியில் கொண்டு வந்த பணமெல்லாம் மண்டவம் கேம்போடு முடிஞ்சி போச்சி.. இப்போ இந்தியா கவுருமென்டு குடுக்கிற ரேசன் சாமான்களை வாங்கித்தான் வயிறு கழுவுறோம். அது தர்மமோ, பிச்சையோ தெரியல்ல.. யாவாரக் கடன், விவசாயக் கடன், எல்லாம் வாங்கினாலும், எங்களால ஒன்னும் செய்ய முடியாது.. பெருமாளு, கோவிந்தசாமி, தங்கராசு மூனு பேரும் வட நாட்டுப் பக்கம் போயி காடு வெட்டி, கொஞ்ச காலம் இருந்து.. சொகமில்லாம செத்துப் போனாங்கன்னு.. பாப்பாத்தி காயிதம் போட்டிருந்திச்சு... அவங்கெல்லாம் என்னா கெதி என்று தெரியாது. நாங்க இன்னும் மண்டவம் கேம்புலதான் இருக்கோம்.

இந்தியாவுக்கு யாரும் வந்தா.. ஒரு மீன் டின், ஒரு சிகரட் பக்கெட், பத்து பீடிகட்டு, வாச சவுக்காரம் ஒன்னு வாங்கி அனுப்பு. எப்பவும் இலங்கை நெனப்புதான். நாங்க தவறு செஞ்சிட்டோம். கேப்பார் பேச்ச கேட்டு.. இந்தியாவுக்கு எழுதியது விதியாப் போச்சி.. கடவுள் உங்களையெல்லாம் நல்லா வச்சிருப்பார். நீங்கள் இங்கே வரும் யோசனையை விட்டு விடுங்கள். வணக்கம்.. அன்புள்ள தங்கவேல் குடும்பத்தினர்." இந்தக் கடிதத்தோடு, தாயகம் திரும்பிய ஒரு இலங்கை வாலிபனின் வேதனை மிக்க கவிதை வரிகளையும் தங்கவேல் அனுப்பியிருந்தார்.

"இலங்கையாம் இந்த நாடு.... என்
இரு கரம் சமைத்த வீடு.....

வாழவே வந்த நாடு... என்
வளத்தினை தின்ற நாடு.."

சுப்பிரமணி கடிதத்தை வாசித்து, மனைவி, பிள்ளைகளுக்குத் தெரியாமல் பெட்டி அட்டாலுக்கடியில் ஒளித்து வைத்து விட்டான். அவன் மனம் இன்னும் தளர்ந்தது.

*****

சிறிமா, சாஸ்திரி ஒப்பந்தத்தின் மூலம் "தாயகம் திரும்புவோர்" என்ற பெயர் இலங்கையிலும், அக்கரையில் "சிலோன் அகதி" என்றும்... சீர் கெட்ட புனர் வாழ்வுத் திட்டத்தில் தொழிலை அமைத்துக்கொள்ள முடியாமல் இடம் மாறியவர்கள்.. "விட்டோடிகள்" என்றும் பட்டப் பெயர் பெற்றார்கள். விவசாயக் கடன், வியாபாரக் கடன் வாங்கித் தருவதாக முன் நின்றவர்கள், பணத்தை வாங்கிக்கொண்டு மறைந்தார்கள். ஒவ்வொரு அசைவிலும் ஏமாற்று, களவு, கொள்ளை, கொடூரம், நிர்க்கதி என்ற நிலைமைகளை சுப்பிரமணி அறிந்தான்.

அவன் தைரியத்தை இழுக்க வில்லை. "பாக்கியம்..! நாளைக்கு வேலைக்குப் போகாத..! வீட்டுல இரு.. புள்ளைக ஸ்கூலுக்குப் போனதும் நீயும் நானும் ஒக்காந்து இந்தியா பயணம் பத்தி பேசணும்..!" என்றான்.

ஏற்கனவே இந்தியாவுக்கு கொண்டுபோக சாமான் பெட்டி ஒன்று 'அடித்து' வைத்து மேல் விலாசமும் எழுதி வைத்திருந்தான்.... "சிவசாமி சுப்பிரமணியம் – மண்டபம் கேம்பு.."

*****

மேகமலை தோட்டம், டயகாமம் காட்டுத் தொங்கலில் இருக்கின்றது.. தலவாக்கொல்லையிலிருந்து டயகாமம் பஸ் பிடித்து.. சந்திரகாமம் போய், இன்னும் ஆறு, ஏழு கிலோ மீட்டர் தூரம் கருப்பந்தைலக் காட்டில் நடக்க வேண்டும். இந்தக் காலத்திலும் கோச்சி தெரியாத தொழிலாளர்கள் அங்கே இருக்கிறார்கள் என்றால் யார் ஏற்றுக்கொள்வார்கள்..?

பாக்கியம், சுப்பிரமணி சொல்வதற்கெல்லாம் மறுத்துப் பேசாமல், சம்மதம் தெரிவித்துக் கொண்டிருந்தாள். அந்த பேதைக்கு உலகம், வாழ்க்கை, உயிர், மரணம் எல்லாமே அவன்தான். "பெரிய பாப்பாவுக்கும், சின்ன உங்காளுக்கும், நண்டுக் குட்டிக்கும் மூனு பவுன்ல செயினு.. ரெண்டு பேருக்கும் தோடு.. தம்பிப் பயலுக்கு கால் பவுன்ல மோதரம்.. ஓனக்கும் ஒரு செயினு.. எனக்கும் ஒரு மோதரம்... அப்புறம் உடுப்பு, துணி மணி.. கொஞ்சம் சமையல் பாத்திரம் புதுசா வாங்கிக்கணும்.. எல்லாம்

கெடைக்கப் போற கடைசி சீட்டுப் பணத்தில வாங்கிக்கலாம்.. சீட்டு எப்ப கெடைக்கும்..?" என்று கேட்டான் சுப்பிரமணி.

"இன்னும் கடைசி சீட்டுக்கு ரெண்டு மாசம் இருக்கு.. சீட்டு சல்லி ஐயாயிரத்துல சமாளிச்சுக்கலாம்." என்றாள் பாக்கியம்.

"அப்புறம் ஈப்பியெப் பணம்.. சர்வீஸ் பணம் கெடைச்சா… செலவுக் கட கடன், கை மாத்துக் கடன், தீவாளி அட்வான்ஸ் எல்லாம் குடுத்து மீதி காசு இருக்கும். பத்திரமா அந்தப் பணத்தோடதான் மண்டவம் கேம்பு போயி, வேல வெட்டி கெடைக்கிற வரைக்கும், கை செலவுக்கு வச்சிக்கணும்...! யாருக்கும் பத்து சதங்கூட கடன் வைக்காம இந்த நாட்டவுட்டுப் போகணும்....!" என்று பெருமூச்சு விட்டான் சுப்பிரமணி.

*****

இது வைகாசி மாதம்.. மழை ஆரம்பமாகும் காலம்.

தேயிலைக்கு "ஓரம் போடுற" காலமுமாகும்.

சுப்பிரமணி அவனது பாடசாலை நண்பனான சுந்தரத்துடன், ஞாபகத்துக்காக ஒரு புகைப் படம் பிடித்துக் கொள்ள ஆசை பட்டான். இருவரும் தோட்டத்துப் பாடசாலையில் ஐந்தாம் வகுப்பை முடித்துக் கொண்டு, நகரப் பாடசாலையில் ஓ.எல். வரை படித்து, ஒருவன் நான்கு பாடங்களும், மற்றவன் மூன்று பாடங்களும் சித்தியடைந்து, தேயிலைக் காட்டுக்கே தொழிலுக்கு வந்து விட்ட துரதிஷ்டசாலிகள்..!

"சுந்தரம்..! ஓரம் போட்டு முடிச்சதும் ரெண்டு பேரும் டவுனுக்கு போயி ஒரு போட்டோ புடிச்சுக்குவோம்! இனிமே எந்தக் காலம் நீயும் நானும் இப்படி இருக்கப் போறோம்..?" என்று சுப்பிரமணி சொன்னான். அவனது கைகளை இறுகப் பிடித்துக் கொண்ட சுந்தரம்.. "டேய்.. நீ போனப் பொறகு ஒன்னைய பாக்குறதுக்கு கட்டாயம் வருவேன். கவலப் படாத...! போட்டோ செலவு நாந்தான் குடுப்பேன்.." என்றான். இருவரும் உர மூட்டைகளைப் பிரித்து, தேயிலை நிறைக்குள் இறங்கினார்கள்.. பகல் 11 மணிக்கெல்லாம் 7 ம் நம்பர் மலையில் உரம் போடும் வேலை முடிந்தது.

தேயிலைச் செடிகளுக்கு சீமை உரம் (செயற்கை உரம்) போடும் வேலையின்போது தொழிலாளர்கள் உடல் முழுக்க சாம்பல் பூசியது போல், முகத்தில் அரிதாரம் பூசிய கோமாளிகள் போலவும் இருப்பார்கள். சீமை உரம் தாவரங்களுக்கான ஊட்டச்சத்து நிறைந்த ரசாயன கலவையாகும். இவை கண், மூக்கு, சுவாசத்துக்கு ஊறு விளைவிக்கும். உரம் போடும் வேலை முடிந்ததும் தொழிலாளர்கள், குளிக்காமல் வீடு

செல்ல மாட்டார்கள். உரம் போடுவதற்கு பாதுகாப்பு உடைகள் உண்டு. ஆனால் நிர்வாகம் கொடுக்க மாட்டாது. அவர்களும் கேட்கமாட்டார்கள்.

வேலை முடிய காட்டுப் பீலியில் குளிப்பதற்கு இருவரும் தோட்டத்து ஆப்பீஸ் ரோட்டு வழியாக இறங்கினார்கள். தோட்டத்து சுடு காட்டில் கொய்யா மரம், பீஸ் மரம், மா மரம் எல்லாம் புதை குழிகளில் வளர்ந்திருக்கும். சிலருடைய கல்லறைகளில் இந்திய கிராமங்களின் ஊர், பேர் எழுதப்பட்டிருக்கும். சுடு காட்டுக் காய்களைத் தின்றால் தலை வழி வராது என்ற ஒரு ஐதீகம் தோட்டங்களில் இருந்தது. சுப்பிரமணி என்றுமே இல்லாத சந்தோசத்தில், இன்று சுடு காட்டு கொய்யா மரத்தில் ஏறி 'வரட்டு' காய்கள் இரண்டு பறித்துக் கொண்டு இறங்கினான்.

சுப்பிரமணிக்கு டவுன் பக்கம் போவதற்கு கொஞ்சம் அச்சம் மனதில் உறுத்திக் கொண்டேயிருந்தது.... அசோக சக்கரம் பொறித்த இந்திய சிவப்பு பாஸ்போட் வாங்கி.. சென்ற மாதத்தோடு இலங்கையில் வசிக்கும் விசா காலம் முடிவடைந்திருந்தது....

தோட்டங்கள் தோறும் பொலிஸ் வண்டி நடமாடியது... இந்திய குடியுரிமைக்கு விண்ணப்பம் செய்தவர்களுக்கு பாஸ் போட் வழங்கப்பட்டது. இந்த மண்ணில் பிறந்தவனுக்கு, இன்னொரு நாட்டு விசா குத்தப்பட்டு இங்கே வசிக்க வேண்டிய கால வரையரை வழங்கப்பட்டது. இந்தியாவுக்குப் பயணமாகும் கால வரையரை முடிந்தவர்களின் குடும்பத் தலைவனைப் பிடித்து பலவந்தமாக வண்டியில் ஏற்றி, கொழும்பு கொம்பனித் தெரு சிறைச் சாலையில் அடைத்து வைத்துக் கொண்டு, சம்பந்தப்பட்ட தொழிலாளியின் குடும்ப உறவினர்களுக்குத் தோட்ட நிர்வாகம் கொடுக்க வேண்டிய கொடுப்பனவுகளைத் துரிதப் படுத்துவார்கள். இந்த நடவடிக்கைகளுக்கு குடியேற்ற, வெளியேற்றத் திணைக்களமும், பொலிஸ் திணைக்களமும் இணைந்து செயல்படும்.

இன்று காலை எட்டு மணிக்கெல்லாம் மேகமலை தோட்ட காரியாலயத்துக்கு பொலிஸ்காரர்கள் ஐந்து பேர் வந்து காத்திருந்தார்கள். பொலிஸ் வண்டி தோட்டத்துக்கு வெளியே, அரை கிலோ மீட்டர் தொலைவில் மறைந்திருந்தது.

குளிப்பதற்கு போய்க் கொண்டிருந்த இருவரில், சுப்பிரமணியத்தை ஆப்பீஸிலிருந்தபடி பெரிய கிளாக்கர் அடையாளம் காட்டினார். சிவில் உடையில் வந்திருந்த இரண்டு பொலிஸ்காரர்கள் ஓடிப் போய் சுப்பிரமணியையப் பிடித்துக் கொண்டார்கள். திருடனைப் பிடித்ததுபோல் இழுத்துக் கொண்டு பொலிஸ் வண்டியில் ஏற்றிக்கொண்டு பறந்தார்கள்..! சுக்குரு தேயிலைக்கு உரம் போட்டவன். அந்த உரம் படிந்த கோலத்தோடு பொலிஸ் வண்டியில் ஏற்றப்பட்டான்..!

◈━━━━━━━━━━━━━━

"சேர்..! சேர்..! நான் எங்க வேணுமுன்னாலும் வர்றேன்.. இப்போ ஊட்டுக்குப் போகனும்.. குடும்பத்த சந்திக்கனும்.. மொதல்லாவது நான் குளிக்கனும்..!"

"கட்ட வஹப்பன் ஓய்..! இந்தியாவே கிஹி்ன் நாப்பான்.."

"வாய் மூடு ஓய்..! இந்தியாவுல போய் குளி..!" என்றான் ஒரு பொலிஸ்காரன்.

சுக்குருவுக்கு சிங்களம் நன்றாகப் பேச முடியும்.. அவனும் சிங்களத்தில் பதில் சொன்னான்..

"தமுசே மனுச ஜாத்தித..? தமுசெட்ட மனுஸ்ஸகம் தியெனவாத..?

"அடோ உம்பட்ட சிங்ஹுள கத்தா கரண்ட புளுவந்த..! உம்ப அப்பிட்ட தமுசே கியனவானேத.... தெமளா..!"

உரையாடல் காரசாரமாகியது.. மூன்று போலீஸ்காரன்கள் ஓடுகின்ற ஜீப்புக்குள் சுக்குருவை கொடூரமாகத் தாக்கினார்கள்.. வாயில் வடிந்த இரத்தத்தைத் துடைத்துக்கொண்ட சுக்குரு, ஒரு போலீஸ்காரனின் குரல்வளையையயாவது கடித்துக் குதறுவோமா என்று திமிறியவன், திடீரென குடும்பத்தை நினைத்து மௌனமாகினான்...

ஜீப் வண்டி போலீஸ் ஸ்டேசனை நோக்கி ஓடியது.

சுந்தரம் பதை பதைத்தவனாய் பாக்கியத்திடம் தகவலைச் சொல்வதற்கு ஓடினான்.

தோட்டத்து கிளாக்கர் பொலிஸ் அதிகாரியின் கட்டளைப்படி சுப்பிரமணி, அவன் மனைவி பாக்கியத்தின் கொடுப்பனவுகளை அவசர அவசரமாகத் தயார் செய்துக் கொண்டிருந்தார். இன உணர்வு, சமூக உணர்வு, அரசியலில் பொது அறிவு எதுவுமே அற்ற ஜடமாகவே தோட்டத்து உத்தியோகத்தர்கள் நிர்வாகத்தின் விசுவாசிகளாக மட்டுமே இருப்பார்கள்.

பாக்கியத்துக்கும். சுப்பிரமணியத்துக்கும் தோட்ட நிர்வாகம் சேமித்து வைத்திருந்த ஊழியர் சேமலாப நிதியுடன் ஏனைய லீவ் போனஸ், சேவைக் காலப் பணம் என்று இருவருக்கும் மொத்தமாக முப்பதாயிரம் கணக்கு எழுதி, அதில் தோட்டத்துக் கடன் பணத்தையும் கழித்துக் கொண்டு, இருபத்தையாயிரம் ரூபாவை பாக்கியத்தின் கையில் கொடுத்தான் தோட்ட நிர்வாகி. பாக்கியம்.. கொடுத்த பணத்தைக் கணக்கு பார்ப்பதற்கோ, அதை வாங்கிக்கொள்ளும் நிலையிலோ இல்லை... கட்டியத் துணியோடு நாட்டை விட்டுப் போனாலும் பரவாயில்லை.. கணவனுக்கு ஆபத்து நடந்து விடக் கூடாதென்று மழை மழையாய் கண்ணீரைப் பொழிந்தாள்.

நண்பனின் மனைவி பாக்கியத்துக்கு, சுந்தரம் பயண ஏற்பாடுகளைச் செய்ய உதவினான்.

சுக்குருவின் குடும்பத்தினருக்கு தோட்டத்து உறவினர்கள், நண்பர்கள் வேட்டி, சேலை, பிள்ளைகளுக்கு உடுப்பு துணிமணிகள் எடுத்துக் கொடுத்தார்கள். வசதியற்றவர்கள் 2 ரூபாய், 1 ரூபாய், என்று தங்களால் முடிந்ததைக் கொடுத்தார்கள். அநேகமானோர் கோழி அடித்து, விருந்து கொடுத்தார்கள். செல்லம்மாக்கா.. சுக்குரு குடும்பத்துக்கு உடுப்பு, துணிகளோடு.. அவனது கடைசி மகளுக்கு தான் அணிந்திருந்த ஒரு பவுண் தங்கச் சங்கிலியை கழற்றிக் கொடுத்தாள். பிள்ளைகள் எவ்வளவோ மறுத்தும், செல்லம்மா திரும்பி வாங்கிக் கொள்ளாமல் கோபப்பட்டாள். இந்தியா பயணம் ஆரம்பமாகிய நாள் முதல் தோட்டத்து லொறியில் ஏறும் வரை சுக்குரு வீட்டில் அடுப்பு எரிக்க எவருமே விடவில்லை..! பாக்கியம் தனது உடைமைகளான ஆட்டுக் கல், திருகைக் கல், உரல், உலக்கை, கோழிகள், கோழிக் கொடாப்பு என்று எல்லாவற்றையும் தங்களோடுநெருக்கமாக இருந்தவர்களுக்கு அன்பு பரிசாகக் கொடுத்தாள். அந்த பரிசில் மனித பாசமும், ஆத்மாவும் நிறைந்திருந்தன..

*****

சுந்தரம் பாக்கியத்தைக் கூட்டிக் கொண்டு அக்கரபத்தனை, மாவட்ட யூனியன் காரியாலயத்துக்குச் சென்றான். 20 , 30 வருசங்களாக சந்தா கட்டி.... எதிர் கட்சிகாரர்களிடம் வெட்டு குத்துப்பட்டு, யூனியனை வளர்த்து.. அந்த தோட்டத்தில் முதல் கொடி கம்பம் நாட்டியவன் சுக்குரு.. சங்கத்துக்கு மாதா மாதம் 70 ம் ஆண்டுகளிலேயே ஆயிரம்.. இரண்டாயிரம் என்று யூனியன் சந்தா சேகரித்து அனுப்பியவன்.. இன்று இந்தியாவுக்கு இவ்வளவு கேவலமாக..... கடைசி காலத்தில் பலவந்தமாக, கைதியாகப் பிடிக்கப்பட்டு, அனுப்பி வைக்கப்படுகிறான்..... இந்த அநியாயத்துக்கு நடவடிக்கை எடுக்காத யூனியன், இந்த குடும்பத்துக்கு சிறு தொகை பண உதவியாவது செய்யுமா என்று யூனியன் தலைவரிடம் எதிர்பார்த்தான் சுந்தரம்.

"இதெல்லாம் புது வழம சுந்தரம்..! அஞ்சு லட்சம் பேரு இந்தியாவுக்கு போகப் போறாய்ங்க.. அவ்வளவு பேருக்கும் யூனியன் பிரியாவிட சந்தோசம் குடுக்க முடியுமா..? நல்ல கதையா இருக்குது ஓங் கத..!" என்று பெரிய தலைவர் சொன்னார். பிரதிநிதியும் தலைவர் பேச்சி நூத்துக்கு நூறு சரி என்று தலையை ஆட்டினார்.

"இருங்கள..! தேர்தல் வரட்டும் செய்யிறேன் வேல..! அப்ப வருவீங்கள..! எங்க வூல நாயி செத்தாலும் வருவீங்க.. கோழி செத்தாலும் வருவீங்க..!" என்று மேசையில் இருந்த டெலிபோனை தூக்கி நிலத்தில் அடித்து, யூனியன் கதவை ஓங்கி சாத்திவிட்டு.. பாக்கியத்தைக் கூட்டிக் கொண்டு தோட்டத்துக்குத் திரும்பினான் சுந்தரம்.....

11

பெரிய தலைவர் பிரதிநிதியிடம் குசு குசுத்தார். "வரப் போற தேர்தல்ல இந்த நாய்ப்பயல் தோட்டத்த கொழப்பிப் போடுவான்....! இருவது ரூவா காசு தாறேன்.. குடுத்து தொலைச்சிட்டு வா..!" என்றார். பிரதிநிதி காசை வாங்கிக்கொண்டு ஊட்டுவெள்ளி தோட்டத்து பாலம்வரை சென்று "காசை குடுத்திட்டேன். சந்தோசமா வாங்கிக்கிட்டான் சுந்தரம்.." என்று தலைவருக்கே டிமிக்கி கொடுத்தான். "தலைவன் அண்டப் புழுகன் என்றால், பிரதிநிதி ஆகாசப் புழுகன்..!" என்று தொழிலாளர்கள் சொல்வதில் எவ்வளவு உண்மை இருக்கிறது..!

கடைசியோ கடைசி என்று பார்வதியும் சுந்தரமும் தோட்டத்து ஆப்பிசுக்குச் சென்று இரண்டு கிலோ உயர்ந்த ரகத் தேயிலை கேட்டார்கள். தோட்ட நிர்வாகியும், பெரிய கிளாக்கரும் கொடுக்க மறுத்தனர். "பணத்தைக் கொடுத்தாலும் 'பி.ஓ.பி.' தர முடியாது.. 'டஸ்ட்' தான் தரலாம்... என்று தொர சொல்லுறாரு சுந்தரம்..!" என்று பெரிய கிளாக்கர் மூக்குக் கண்ணாடியை உயர்த்தி சொன்னார். காலம் முழுவதும் சமூகத் துரோகிகளாகவே தோட்ட உத்தியோகத்தர்கள் செயல் படுகின்றார்கள்..!

"இருங்கடா வேச மகன்களா.. ஒங்களுக்கெல்லாம் நல்ல வேல செய்றோம்..!" என்று சுந்தரம் மனதில் கருவிக்கொண்டு தேயிலைத் தூளை வாங்கினான்..

பாக்கியத்துக்கு தோட்டத்து ஜனங்கள் விபூதி வைத்து, பிள்ளைகளை ஆசீர்வதித்து, கட்டிப்பிடித்து அழுது, புலம்பினார்கள். புள்ளக் காம்பரா சந்தியில் தோட்டத்து லொறி வந்து நின்றது.. பாக்கியம் குடும்பத்தை வழியனுப்புவதற்காக அந்த தோட்டத்தில் எவரும் வேலைக்கு போக வில்லை. இளம் வயதில் அந்த தோட்டத்தில் பேரழகியாக இருந்த சரஸ்வதி பாட்டி மங்களான கண் பார்வையுடன் கூன் விழுந்த முதுகோடு பாக்கியத்தின் வீட்டுக்கு வந்து கொண்டிருந்தாள்.. அவள் இன்று யாருமற்ற அனாதையாக ஒரு அரைக் காம்பிராவில் தங்கியிருக்கிறாள்.. தன் சேலை முடிச்சியிலிருந்த சில்லறைகளை எடுத்து "இந்தாடி கண்ணு..! நாலு பணம்... புள்ளைகளுக்கு முட்டாயி வாங்கிக் குடு.." என்று பாக்கியத்தைக் கட்டிப்பிடித்துக்கொண்டு அழுதாள்.

பாக்கியம் சரஸ்வதி பாட்டியை வீட்டுக்குள் அழைத்துச் சென்று, தனக்கு கிடைத்த பரிசுகளில் சேலை ஒன்றையும் பாவாடை ஒன்றையும் உடுத்திவிட்டு, இன்னொரு சேலையையும் கொடுத்தாள். "எனக்கு கோடி சேலை குடுத்திட்டியா சாமி.." என்று ஒப்பாரி வைத்து அழுத சரஸ்வதி பாட்டியை அணைத்தபடி வெளியே கூட்டி வந்தாள் பாக்கியம். பிள்ளைக் காம்பரா சந்தியில் தோட்டத்து சனங்கள் குழுமியிருந்தார்கள். சுக்குருவின் சின்ன மகன் தனது பாட்டனின் பாரம்பரிய சொத்தான ரேங்கு பெட்டியைத் தலையில் சுமந்து கொண்டு சென்றான். சொந்தக்காரர்கள், நெருங்கிப் பழகியவர்கள்

யாவரும் ரெயில்வே ஸ்டேஷன் வரை வந்தார்கள். மண்டபம் கேம்ப் வரையிலான பிரயாண டிக்கட்டுகளையும், ரயில் நிலையம் வரை வாகன வசதியையும் தோட்ட நிர்வாகம் பொறுப்பேற்றிருந்தது. இந்தச் சலுகைகள் சிறிமா.... சாஸ்திரி ஒப்பந்தத்தில் உள்ளன....

ரயில்வே நிலையத்தில் பாக்கியம் குடும்பத்தைப் போல பல தோட்டத் தொழிலாளர்கள் வந்து நிறைந்திருந்தார்கள்.

தலைமன்னார் கோச்சி பதுளையில் காலை 6 மணிக்கு புறப்படும். இந்தக் கோச்சியை "ஒப்பாரி கோச்சி" என்று பட்டப் பெயர் சூட்டியிருந்தார்கள்....! தலை மன்னார் கோச்சி, தலவாக்கொல்லை ஸ்டேஷனுக்கு வந்ததும், எல்லோரும் குய்யோ.. முறையோ... என்று ஓலமிட்டுக் கதறினார்கள். மரண வீட்டு ஒப்பாரி வைத்து அழுதார்கள். கோச்சி வண்டிக்குள் ஏறியவர்கள், கரங்களை நீட்டி கீழே நிற்பவர்களைப் பிடித்துக்கொண்டு அலறும் அந்த துயரக் காட்சி உயிரையும், ஆத்மாவையும் பிடுங்கியது... ஒப்பாரி சத்தத்தோடு கோச்சி புறப்பட்டது. கோச்சி ஓடத் தொடங்கியதும், பல இளைஞர்கள், தங்கள் உறவுகளைப் பிரிய முடியாமல், கைகளை அசைத்துக்கொண்டு, சிறிது தூரம் கோச்சியின் அருகிலேயே ஓடினார்கள்.. சட்டத்தின் முன்னால் மனிதத் தவிப்புகள் எப்படி எப்படியெல்லாம் சித்திரவதை செய்யப்படுகின்றன.. என்பதை அந்த காட்சி கண் முன்னே காட்டியது..

அந்த ரயில் வண்டியை "இந்தியா கோச்சி" "ஒப்பாரி கோச்சி" என்று பெயர் வைத்துக் கொண்டார்களே தவிர அது...

"சாஸ்திரி கோச்சி..." "சிறிமா கோச்சி..." என்று சொல்லும் அளவுக்கு, கடைசிவரை அவர்களுக்கு அரசியல் தெரியாமலேயே போய் விட்டது......

*****

— தலைமன்னார் இறங்குதுறை.

தேயிலைக்கு உரம் போட்ட நிலையில், கை கால் கூட கழுவாமல், வியர்த்த, பசளை பற்றிய உடலோடு, மனிதாபிமானமின்றி இழுத்து வரப்பட்டு, உள்ளூர் பொலிஸ் நிலையத்தில் கை கால் கழுவிக் கொண்டு, வேலைக்காட்டு உடையோடு, கொழும்பு, கொம்பனித் தெரு, சிறையில் இருந்த சுப்பிரமணி, சுந்தரம் கொண்டு வந்து கொடுத்த மாற்றுடையை உடுத்தியிருந்தான்.

சுப்பிரமணியை கப்பல் ஏற்றுவதற்கு பொலிஸ் அதிகாரிகள் தலை மன்னார் இறங்கு துறைக்கு அழைத்து வந்திருந்தனர்.

மனைவி பாக்கியம், மகள்மார் மூவரும், மகனும், சுப்பிரமணியின் பெற்றோர்களும் திகிலடைந்த நிலையில் தலை மன்னாருக்கு வந்திருந்தனர். குடும்பத்திடம் சுப்பிரமணியை ஒப்படைத்து விட்டு, அடுத்த வேட்டைக்கு பொலிஸ் அதிகாரிகள் கொழும்புக்குத் திரும்பினார்கள்.

நாட்டைச் சுரண்டும் வியாபாரிகளும், ஏனைய தீயச் சக்திகளும் இந்த நாட்டில் கௌரவ பிரஜாவுரிமை பெற்றுக் கொண்டு, நிலைத்து வாழுகின்ற போது.. காட்டை அழித்து.. நாட்டை உருவாக்கிய பாட்டாளிக் கூட்டம் நாடு கடத்தப் படுகின்றது.. சட்டம் ஒரு சிலந்திக் கூடு.. அதில் வலிமைப் பெற்ற வண்டுகள் துளைத்துக் கொண்டு பறந்தோடுகின்றன... எளியப் பூச்சிகளே சிக்கிக் கொள்கின்றன...

சுந்தரமும் சுக்குருவும் கட்டிப்பிடித்துக்கொண்டு குமுறிக் குமுறி அழுதார்கள். தலை மன்னார் இறங்குதுறையில் எங்கு பார்த்தாலும் ஒரே ஓலங்கள்.. ஒப்பாரி சத்தங்கள் துயரச் சூழ்நிலையை உருவாக்கிக்கொண்டிருந்தது.... அதிகாரிகளின் அதட்டலும்.. வழி நடத்தலும் ஆரம்பமாகின.....

வாழ்க்கையைத் தேடி இந்த நாட்டுக்கு வந்த மக்கள்.. இருநூறு வருசங்களை வீணடித்து விட்டு.. மீண்டும் வாழ்க்கையைத் தேடிக்கொண்டு அந்த நாட்டுக்கு.... கப்பலை நோக்கி.. கடல் பாலத்தின் மேல் நடந்தார்கள்..

அவர்களது மூதாதையர்கள் இதே திசையில், இதே கடல் பாதையில் தோணிகளிலும், வள்ளங்களிலும் வந்த வரலாறு... அந்த வழிப் பயணத்தில் பலரை கடல் விழுங்கியக் கதைகள்..... தப்பிக் கரையேறிய வம்சத்தினரின் இன்றைய எச்சங்களாகிய இவர்கள், இன்று "அரச மரியாதையுடன்" கப்பலேறி, மீண்டும் அக்கரைக்கு திரும்பிப் போகும் கசந்த வரலாறு காவியமாகிக்கொண்டிருந்தது....!

ராமானுஜம் கப்பல் ஊளையிட்டுக்கொண்டு அசைவதை சிலையாக நின்று பார்த்துக்கொண்டிருந்தான் சுந்தரம்.....!

✳✳✳✳✳

(யாவும் நடந்தவை..!)

வீரகேசரி ஜூலை 2008

(இலங்கை தமிழ் கதைஞர்வட்டம் 2008ம் வருசத்துக்கான சிறந்த சிறுகதை என தெரிவு செய்து பாராட்டுப்பத்திரம் வழங்கியது. யாழ்ப்பாணம் கனக செந்திநாதன் கதா விருது பாராட்டுப் பத்திரம் யாழ் இலக்கிய வடடத்தினரால் வழங்கப்பட்டது.)

நாசமாய்ப் போக! 02

மக்கள் இலக்கியப் படைப்பாளர் அமரர் யோ பெனடிக்ட் பாலன் அவர்களுக்கு, மலையக மக்களின் சார்பாக அஞ்சலி செய்து, நினைவுறுத்தி இந்தச் சிறு கதையை எனது தொகுப்பில் ஒரு முத்தாய்ப்புக் கதையாக வெளியிடுவதில் பெருமையடைகின்றேன். எழுத்தாளர் யோ பெனடிக்ட் பாலன் மலையக மக்களின் எழுச்சிக்காக பல பெறுமதிமிக்கச் சிறுகதைகளை சமுதாயக் கவனத்துக்காகப் படைத்து எமது நன்றிக்கு என்றென்றும் பாத்திரமாகின்றார்.. எம்மைப் பற்றிய அவரது "சொந்தக்காரன்" என்ற நெடுங்கதை மூலம் சமூகவாதிகள் அனைவரினதும் சொந்தக்காரனாக மாறிவிட்டப் பெருமையை இந்த மக்கள் எழுத்தாளன் சம்பாதித்துக் கொண்டுள்ளார்...

கொழும்பிலிருந்து காலை 5 மணி பஸ் எடுத்து ஹொரனைக்கு வந்து, அங்கிருந்து மத்துகம பஸ்ஸில் ஏறி மகா கம சந்தியில் வந்து இறங்கினேன். அச் சந்தியிலிருந்து ஒரு குறுக்கு வீதி குடா கங்கை தோட்டத் திறகுச் செல்கின்றது. வந்த களைப்பு தீர அச் சந்தி மூலையில் உள்ள தேநீர் கடையில் ஒரு தேநீர் குடித்து விட்டு, கடையிலிருந்து இறங்கினேன்.

"சேர்..! எங்க இந்தப் பக்கம்..?"

நிமிர்ந்து பார்த்தேன்.. புலத் சிங்களவில் கண்ணாடிக் கடை வைத்திருக்கின்ற யசீர்.

"குடா கங்கை தோட்டப் பாடசாலையைப் பார்க்கப் போக வேணும்.."

"சேர் இந்த ரோட்டில் பஸ் இல்லையே..? நடந்தா போகப் போறீங்க..?"

"ஓம்.. வேறென்ன செய்றது..?"

"சேர் ஏழு கிலோ மீட்டர் நடக்கோணும்.."

"நான் மெள்ள மெள்ள நடந்து போயிடுவேன்.. வரட்டா..?"

"சரி சேர்...."

நான் அந்த குறுக்கு வீதியில் நடக்கத் தொடங்கினேன். அந்த வீதி மண்ணரித்து.. மீதியான குறுனிக் கற்கள் நிறைந்திருந்தன.

நான் நடக்கையில் அக்கற்கள் என் செருப்பைச் சறுக்கி உருட்டி விளையாடின..

காலை எட்டு மணிதான் இருக்கும். ஆள் நடமாட்டமே இல்லை. றப்பர் மரங்கள் நிரை நிரையாக ஊமைக் கோலம் கொண்டிருந்தன.

மூன்று கிலோ மீட்டர் தூரம் நடந்திருப்பேன். களைத்துப் போனேன். வீதியோரத்தில் கிடந்த பெரிய கல்லொன்றில் குந்தியிருந்தேன். கழுத்து வழியாக வேர்வை கசிந்துக் கொண்டிருந்தது.

இன்னும் நாலு கிலோ மீட்டர் நடக்க வேண்டும். அங்கிருந்து பார்க்கும் போது, இடது பக்கத்தில் தேயிலைத் தோட்டங்களைக் கண்டேன்.

இன்று யாரும் கொழுந்து பறிக்க வில்லை போலும். தொழிலாளரைக் காண வில்லை.

எனக்கு எதிராக ரப்பர் பால் எடுக்கும் தொழிலாளி வாளியொன்றைக் காவிக் கொண்டு வந்தான்.

"நீங்க இந்தத் தோட்டமா..?"

"ஆமா.."

"ஸ்கூலுக்கு எப்படிப் போறது..?"

"இப்படியே நீளத்துக்குப் போங்க.. ஐயா ஸ்கூல் இன்ஸ்பெக்டரா..?"

"ஆமா.."

"அங்கே ஒரு ஆசிரியர்தான் இருக்கிறாங்க.. அங்க என்ன படிப்பு நடக்குது போங்க..!"

அவன் என்னைக் கடந்துப் போய்க் கொண்டிருந்தான். நான் நடக்க ஆரம்பித்தேன். செருப்பு சறுக்கி, இந்த ஐம்பத்தெட்டு வயதில் குப்புற விழுந்து கண்ணாடியையும் உடைத்து காயம் ஏற்படக் கூடாது என கவனமாக கால்களை வைத்து நடந்தேன்.

அவ் வீதி மேடும், பள்ளமுமாக வளைந்து, முறிந்து, நீண்டு சென்றது. நான் ஒரு மணித்தியாலத்தில் பக்ரிக்கு முன்னால் போய் நின்று பாடசாலையைத் தேடினேன், நெஞ்சைத் தடவிக் கொண்டு,

"சேர்.."

அவ்வொலி வந்த திக்கை நோக்கினேன். சிவாஜி படிகளில் ஏறிப் பாய்ந்து வந்தார். பக்ரிக்குச் சற்றுத் தள்ளி பள்ளத்து வெளியில் பாடசாலை அமைந்திருந்தது. அதன் அதிபர் அவரே.. மெலிந்த உருவம்.. புன்முறுவல் குறையாத முகம் என அருகில் வந்த அவர்....

"எப்படி சேர் வந்தீங்க.. நடந்தா..?" என்று கேட்டார்.

"ஓம்.."

"ஐயையோ.. இவ்வளவு தூரத்தையுமா..?"

"ஓம்.. வேறென்ன செய்யிறது..?"

"வாங்க சேர்.. பள்ளிக்கூடத்துக்குப் போவம்.."

அவர் முன்னே நடக்க நான் பின்னே நடந்தேன்..

"படிகளில் கவனமாகக் கால் வைத்து வாங்க..!"

"நீர் நடவும்.. நான் வருவன்.. பயப்பட வேண்டாம்.."

சிவாஜி... அதிபரின் அலவலக அறைக்குள் அழைத்துச் சென்று கதிரையை இழுத்துப் போட்டு "உட்காருங்க சேர்.. நல்லாக் களைத்திருப்பீங்க..!" என்றார்.

நான் கை லேஞ்சியால் முகத்தையும், கழுத்தையும் இறுகத் துடைத்து விட்டேன்.

"சேர்.. என்ன குடிக்கப் போறீங்க..?"

"எனக்கு வேறு ஒண்டும் வேண்டாம்.. தண்ணி தாரும்.." மூலையில் கூஜாவில் வைத்திருந்த தண்ணீரை ஒரு பெரிய கிளாசில் ஊற்றித் தந்தார்.

குளிர்ந்த நீர் இதமாக இருந்தது..முழுவதையும் குடித்து முடித்தேன்.

"சிவாஜி வாங்க ஒரு முறை பாடசாலையைச் சுற்றிப் பார்த்து விட்டு வருவம்.."

"சரி சேர்.. வாங்க.."

முதலில் பக்கத்திலுள்ள ஆசிரியர் விடுதியைக் காட்டினார்.

"இங்கே யார் தங்கியிருக்கிறது..?"

"யாருமில்லை சேர்.."

"நீர் தங்களாமே..?"

"நான் லயத்தில அம்மா, அப்பாவோடை இருக்கிறன்.. இதிலை நான் தங்கினா சேர், என் வூட்டு ஆயிரத்து ஐநூறு ரூபா எலவன்சில ஒருதொகை வெட்டிப் புடுவாங்க சேர் மாசம் மாசம்.."

"ஓம்.. ஓம்.. அதுவும் சரிதான்.."

அவர் மறு திசையில் திரும்பி நடந்து இரு கட்டிடங்களைக் காட்டினார். அவற்றிலே மாணவர்கள் இருந்தார்கள். "இந்தச் சிறிய கட்டிடங்கள்தான் சேர் பாடசாலை.. மல சல கூடங்கள் அந்தப் பக்கம் இருக்கு சேர் வாங்க பாப்பம்.."

"சேர்.. இந்தப் பாடசாலை நாலு வருடங்களாக மூடிக் கிடந்தது.. ஆசிரியரும் இல்லை.. கட்டிடமும் இடிந்து விழுந்து கிடந்தது.."

"அப்படியா..?"

"இதெல்லாம் சீடா திட்டத்தின் கீழ் கட்டப்பட்ட கட்டிடங்களும், தளபாடங்களும். அவர்களே தந்தார்கள்.."

"இந்தத் தோட்டத் துரை இப் பாடசாலைக்கு ஆதரவாக இருக்கிறாரா..?"

"அவன் மோசமானவன் சேர்..! தோட்டக் காட்டானுக்கு என்ன படிப்பு..? இவங்க படிச்சா நாங்க தோட்டம் நடத்த முடியாதென்னு சொல்லி இந்த நிலத்தைக் கொடுக்கப் பல பிரச்சினைப் படுத்தினான் சேர்..!"

"பிறகு..?"

"சீடா அதிகாரிங்க தோட்டச் சொந்தக்காரங்களோடை பேசித்தான் இந் நிலத்தைப் பெற்றாங்க.."

மெதுவாய் நடந்தும், நின்றும் பேசிக் கொண்டு இருவரும் அலுவலக வாசலுக்கு வந்து விட்டோம்.

பிள்ளைகள் வகுப்பறையிலிருந்து வெளியேறி ஒளிந்தொளிந்து நின்று என்னைப் பார்த்துக் கொண்டு நிற்பதைக் கண்டேன்..

"சிவாஜி ..நான் வகுப்புக்களைப் பார்த்துவிட்டு வரட்டா..?"

"பாருங்க சேர்..அப்பதான் நான் தனி மனிதனாய் படுகிற கஸ்டம் உங்களுக்கு விளங்கும்.."

நான் சிரித்துக் கொண்டு "வாரும் போவம்.." என்றேன்.

சிவாஜி என்னை ஆண்டு ஒன்று முதல் மூன்று வரையுள்ள முதற் கட்டிடத்துக்குள் அழைத்துச் சென்றார். பிள்ளைகள் எல்லோரும் எழுந்து நின்று வணக்கம் கூறினர். 'குட்மோர்னிங்' சொல்ல வில்லை..!

நான் ஒவ்வொரு ஆண்டிலும் கணிதம், வாசிப்பு, எழுத்து ஆகியவற்றை மதிப்பீடு செய்தேன்.

இரண்டாம் கட்டிடத்துக்குச் சென்று வகுப்புகளில் அதே பாடங்களை மதிப்பீடு செய்தேன்.

ஒருவனே ஐந்து வகுப்புக்களையும் கட்டி மேய்க்கணுமே..!

சிவாஜியின் கற்பித்தல் எனக்குத் திருப்தியாக இருந்தது.

"சிவாஜி அலுவலகத்துக்குப் போவமா..?"

"சரி சேர்.. வாங்க..! பிள்ளைகள் அமைதியா இருந்து படியுங்க..!"

நாம் இருவரும் அங்கு போய், சிவாஜி அதிபர் கதிரையில் இருக்க, நான் மேசைக்கு அடுத்த பக்கம் ஒரு கதிரையில் அமர்ந்தேன். மேசையில் கிளாசிலிருந்த தண்ணீரைக் குடித்தேன்.

"புள்ளைகளுடைய படிப்பு எப்படி இருக்கு சேர்..?"

எனக்குத் திருப்தியா இருக்கு.. ஐந்து வகுப்புக்களுக்கு ஒரு ஆசிரியரிடை கற்பித்தல்தானே.. நீர் கடமை உணர்ச்சியோடை வேலை செய்திருக்கிறீர் எண்டு தெரியுது.."

"இல்ல சேர்.. எனக்குத் திருப்தியே இல்ல.. ஆரம்பக் கல்வி அடிப்படைகளையே என்னாலை குடுக்க முடியாம இருக்கென்று எனக்குத் தெரியுது. புள்ளைகள் பாவங்கள்.."

"பிள்ளைகள் தொகை எவ்வளவு..?"

நூற்றி எண்பத்தாறு சேர்.. ஆனால் தினமும் வாறது நூற்றிப் பத்துப் போலத்தான் இருக்கும். ஏல்லாப் புள்ளைகளும் வருவாங்க. ஆனா இன்னைக்கு வந்த புள்ளை நாளைக்கு வராது.. இன்னைக்கு வராத புள்ள நாளைக்கு வரும் சேர்.."

"அப்படியென்டா படிப்பிக்கிறது சிரமம்தானே..?"

"ஆமாம்.. சேர்.. இதனால் அரைவாசிக்கு மேற்பட்ட புள்ளைகளிட கல்வி நிலை படு மோசம் சேர்.. ஆசிரியர்கள் இல்லாம என்ன மண்ணாங்கட்டி படிப்ப சேர்..? புள்ளைகளை நான் குறை சொல்ல மாட்டன். என் முகத்தை மட்டும் பார்த்துப்.. பார்த்து புள்ளைக சலிச்சுப் போனாங்க..!"

நான் சிவாஜியைப் பார்த்துப் புன்முறுவல் செய்தேன்.

"உண்மைதான் சிவாஜி உண்மைதான்..!"

"சேர்.. கடந்த ஏழு வருசமா நான்தான் ஆசிரியர்.. நான்தான் அதிபர்.. அதிபர் கூட்டமென்றா.. பாடசாலை மூடணும்.. பாடசாலை விபரம் சமர்ப்பிக்கிறதெண்ணா பாடசாலை மூடணும்.. சம்பளப் பேசீட் கொடுக்கப் போக பாடசாலை மூடணும்.. சம்பளம் எடுக்கப் போக பாடசாலை மூடணும்.. எனக்கு சொகமில்லையென்ணா பாடசாலை மூடணும்.. எப்படி சேர் ஒழுங்கான படிப்பு நடக்கும்..? எப்படி சேர் புள்ளைகள் ஆர்வத்தோடை பாடசாலைக்கு வருவாங்க..?

இவங்களோட கத்திக் கத்தி எனக்கு வயிற்று வலி வந்துட்டுது.. பொய் இல்ல சேர் உண்மை..!"

"டொக்டரிடம் காட்டி மருந்தெடுத்துக் குடிக்கலையா சிவாஜி..?

"அதுக்கும் பாடசாலை மூடணுமே சேர்..?"

"நீர் இன்னும் கலியாணம் செய்யவில்லைதானே..?"

"ஆமா சேர்.."

"எத்தனை வயசு..?"

"முப்பத்தி மூனு கடந்திடுச்சி.."

"உந்த வயசில நான் மூண்டு பிள்ளைகளுக்குத் தகப்பன்.."

"அதற்கு நான் என்ன செய்வன்..? என் தலைவிதி இப்படி.." இருவரும் சிரித்தோம். அர்த்தமுள்ள சிரிப்பு..!

"அந்த எண்ணமே இல்லையா..?"

"எப்படி சேர் அந்த எண்ணம் வரும்..? இந்த 1500 ரூபா எலவன்சில நானே சீவிக்க முடியல்.. கலியாணம் முடிச்சா பொம்புளடை தேவைகளைப் பார்க்கணும். இந்தப் புள்ளகளிடை படிப்பை சரியாக கவனிக்க முடியுமா..?

சேர் இந்தப் புள்ளைக என்னையத்தான் நம்பியிருக்குதுக.. அதனால சேர் அந்த எண்ணமே எனக்கு இல்ல..!"

நான் சிவாஜியின் முகத்தைப் பாாத்தேன்.. அவர் புன்முறுவலோடு இருந்தார்.

மாணவர்கள் சத்தம் போடுவதும், ஒரு மாணவன் வாசிப்பதை மற்றவர்கள் உாக்க குரலில் கத்துவதும் கேட்டுக் கொண்டிருந்தன.

"சேர் நீங்க ஆசிரியர்களை நியமியுங்க.. நான் என் எண்ணத்தை மாத்திக்கிறன்.."

நான் வாயை மூடிக் கொண்டு கன்னங்களை விரித்தேன். அதுவும் ஒரு சிரிப்புத்தான்.

"சிவாஜி.. இது ஒரு துர்ப்பாக்கிய நிலைதான். ஆனால் உமது பாடசாலைக்கு மட்டும் இப் பிரச்சினை இல்லை. ஹொராரணை, மத்துகம, கல்வி வலயங்களில் உள்ள பெரும்பாலான பாடசாலைகளில் இதே கதிதான். ஹொராரணை வலயத்தில் உமக்குத் தெரிய வேணும். கலஹேன, புறோசெஸ்ரர், போத், கீ கியன கந்த, மில்லாவ, றைகம வத்த மேற்பிரிவு, கீழ்ப்பிரிவு, டிக்கேன நீயு செட்டில் போன்ற பெரும்பாலான பாடசாலைகளில் இதே நிலைமைதான். ஒரே ஒரு பாடசாலையில்.. ஒரே ஒரு ஆசிரியர். ஒரே ஒரு ஊரிலே ஒரே ஒரு இராசா மாதிரி..!"

நான் கூறியதைக் கேட்டு சிவாஜி சிரித்தார்.

"நான் தற்செயலாக மண்டையைப் போட்டா, இந்த பாடசாலையை மூடத்தான் வேணும்.. இந்த அரை குறைப் படிப்புக்கூட புள்ளைங்களுக்கு இல்லாமப் போயிடும் சேர்.. ஏன் சேர் தோட்டப் பாடசாலைகளுக்கு ஆசிரியர்கள் நியமிக்கவே மாட்டாங்களா..?"

சிவாஜி தமது கேள்விக்கு என் பதிலை ஆவலுடன் எதிர்பார்த்து என் முகத்தைப் பார்த்துக் கொண்டிருந்தார். எனக்கு மனதுக்குள் குமைச்சல்.

"இது என்னைக் கேட்கிற கேள்வி இல்லை ராசா..! சனநாயக அரசாங்கத்தைக் கேக்கோணும்.! உங்க தலைவர்களைக் கேக்கோணும்..!. நான் கூலிக்கு வேலை செய்யும் ஓர் அரசாங்க சேவகன்."

"நீங்க ஒரு கல்வி அதிகாரியாக இருப்பதால் கேட்கலாந்தானே சேர்..?"

நான் உதட்டைப் பிதுக்கிப் பற்கள் தெரியாமல் சிரித்தேன்.

"என்ன அதிகாரி மண்ணாங்கட்டி..! வீரத்தைக் காட்ட இடமில்லாத வீரன்..! நாங்க எய்யிற மொட்டை அம்பு மதிலுக்கு அப்பால் போகாது. சிவாஜி எங்கள் சொல் சபைக்கேறாது..!"

"அப்ப சேர் எங்க புள்ளைங்களடை கதி இதே கதிதானா..?"

"உமக்கு என்னத்தைச் சொல்றது..? நான் 1964 ல பதுளையில கந்தகெதர என்ற இடத்தில ஒரு பாடசாலையில் படிப்பித்தேன். என்னோடு சுப்பிரமணியம் என்ற ஒருவர் படிப்பித்தார். இரண்டு பேரும் பத்து வகுப்புக்களுக்கு படிப்பித்தோம் ஆறு வருசங்களாக.."

"அப்படியா சேர்..?"

"சிவாஜி.... முப்பத்து மூன்று வருசங்களுக்கு பின்னரும் தோட்டப் பாடசாலைகளில் அதே நிலையைத்தான் நான் காண்கிறேன். இதன் அர்த்தம் என்ன..? தோட்டப் பிள்ளைகளின் படிப்பைப் பற்றி கடவுளும் கவலைப்பட வில்லை போலும்..!"

"ஆமா சேர்.."

"அது சரி சிவாஜி.. இந்தப் பாடசாலையில் ஆண்டு ஐந்து படிச்ச பிள்ளைகள் மேலும் படிக்க எங்கே போவார்கள்..?"

புளத் சிங்களவுக்குப் போகணும் சேர்.. இங்கிருந்து ஆத்தைக் கடந்து ஏழு மைல் நடந்து போகணும். மழை காலத்துல போகவே முடியாது. மூணு.. நாலு பிள்ளைகள்தான் போகும்.. மற்றதுகள் ஆத்தில மீன் பிடிச்சுக் கொண்டு, அலைஞ்சிட்டு

தோட்டத்தில பேர் பதிஞ்சு றப்பர் பால் எடுப்பவனாகவோ... மலையில் கொழுந்து பறிக்குந் தொழிலாளிகளாகவோ மாறிடுவாங்க சேர்.."

நான் தலை குனிந்து மௌனமாக இருந்தேன்.

"பதினொரு ஆண்டுகள் உள்ள அந்தப் பாடசாலையிலும் என்ன சேர் 24 ஆசிரியர்கள் தேவை.. 10 ஆசிரியர்கள் இருக்கிறாங்க.. கணிதம், விஞ்ஞானம், சமயம் படிப்பிக்க ஆசிரியர்கள் இல்லை. இந்த முறை ஜி.சி.ஈ.யில ஒருத்தரும் சித்தியடைய வில்லை சேர். உங்களுக்குத்தான் தெரியுமே அந்தப் பாடசாலை நிலைமை.."

நான் இதற்கு என்ன பதில் சொல்லுவது..?

"சிவாஜி.. இரண்டு மணியாகுது.. பிள்ளைகளை வீட்டுக்கு அனுப்பிவிட்டு வாங்க.. நானும் போகணும்."

"சரி சேர்.. இருங்க வாறன்.."

சிவாஜி எழுந்து போனார். நான் களைப்பினால் தலை நிமிர்த்தி கண்களை மூடிக்கொண்டிருந்தேன்.

"சேர்.."

"ஆ.... சிவாஜி வந்திட்டீரா..?"

"சேர்.. பிஸ்கட் சாப்பிடுங்க. ஸ்பிரைட் குடியுங்க.."

"எங்க வாங்குனீங்க..?"

"லயத்துக் கடையில சேர்.."

நான் மூன்று பிஸ்கட்டுகளை சாப்பிட்டு ஸ்பிரைட்டையும் குடித்து ஏப்பம் விட்டேன்.

"சேர் கல்வி பெறுவது அடிப்படை உரிமைதானே..? தோட்டத்துப் புள்ளைகளைப் பொறுத்த வரையில அது இல்லைப் போல."

"உண்மைதான்.. உண்மைதான்.. அடிப்படை உரிமையாக இல்லை.. அடிமைப்படுத்தும் உரிமையாகத்தான் விளங்குது.. உங்க தோட்டத் துரை சொன்னதுதான் எனக்கு ஞாபகம் வருகுது."

"சரியாச் சொன்னீங்க சேர்."

"சிவாஜி.. சகல சக்திகளும் அந்த மனப்பாங்கொடைதான் இயங்குவதாகத் தெரிகிறது. நீர் மனந்தளராமல் உம்மால் ஆனதைச் செய்யும்..! நேரமாகுது.. நான் போயிட்டு வாறன்.."

நான் எழுந்து வெளியில் வந்தேன். சிவாஜியும் என்னுடன் வந்தார். படிகளில் ஏறி வீதிக்கு வந்தோம்.

"சேருக்கு களைப்பாயிருக்குமே.. நடக்க முடியுமா..?"

நான் வீதியில் சற்று தூரம் நடந்து நின்று திரும்பிப் பார்த்தேன்.

"என்ன சேர்..?"

"நீர் கலியாணம் முடியும்.."

நான் நடக்கத் தொடங்கினேன்.

சிவாஜி என்னைப் பார்த்துக் கொண்டு சிரித்தபடி நின்றார்..

வீரகேசரி ஆகஸ்ட் 1997

✳✳✳✳✳

வடதிசை காற்று

பதினாறு வருசங்களுக்குப் பிறகு அந்தக் கைதியை விடுதலை செய்தார்கள். பத்தொன்பது வயதில் கைதுசெய்யப்பட்டு இன்று முப்பத்தைந்து வயதில் வெளியே வருகிறான்.

அவன் நிரபராதி என்று கூட நீதிமன்றம் சொல்லவில்லை. பயங்கரவாதத் தடுப்புச்சட்டத்தின் வழக்குமன்றம் இவன் மேல் சுமத்தப்பட்ட குற்றங்களுக்குத் தகுந்த ஆதாரங்கள் இல்லை என்ற உண்மையை பதினாறு வருசங்களுக்குப் பிறகே கண்டுப்பிடித்தது!

பதினாறு ஆண்டுகளில் ஒவ்வொரு இருட்டறைக் கட்டிடத்துக்குள் அவன் மாறி மாறி அடைக்கப் பட்டிருந்தான். "அந்த கொலையைச் செய்தது யார்? அந்த கட்டிடத்துக்கு வெடி வைத்தது யார்? அந்தப் பாலத்தைத் தகர்த்தியது யார்? அந்த வங்கிக் கொள்ளைப் பணத்தை என்ன செய்தாய்? உனது கூட்டத்து பெயர்களை யெல்லாம் சொல்லு... இன்னும் வேறு என்ன திட்டங்கள்

இருக்கின்றன? உயிரின் மேல் ஆசையிருந்தால் எல்லா உண்மைகளையும் சொல்லு..."

இந்தக் கேள்விகளுக் கெல்லாம் பதில் தெரியாத அந்த அப்பாவி இளைஞனை எப்படியெல்லாம் சித்திரவதை செய்தார்கள்! அவனது சகாக்களில் உடல் ஊனமாகி... மனமும் ஊனமாகி பைத்தியம் பிடித்து இறந்தவர் சிலர்... இன்னும் அதே நிலைமையில் வாழ்பவர் பலர்.

பதினாறு வருசங்கள் ஒரு மனிதனின் வாழ்க்கையைத் தனிமைப்படுத்தி உடல், மனரீதியில் துன்புறுத்தி அவனது ஆசாபாசங்களை... உணர்வு உணர்ச்சிகளை ஒடுக்கி, மிஞ்சிய காலத்தில் ஒரு புதிய வாழ்க்கையை ஆரம்பிக்க முடியாதவாறு அவனை ஊனமாக்கி, சமுகத்துக்குள் அனுப்பி வைக்கும் ஒரு நாட்டின் சட்டம் செய்யும் குற்றத்துக்கு எந்த நீதிமன்றம் விசாரணை செய்யும்? எந்த நீதிமன்றம் தண்டனை வழங்கும்?

*****

"ராஜகுமாரன்..!" ஒரு சிறைக்காவலன் சத்தமிட்டு அழைத்தான். ஏனைய சிறைக்காவலர்கள் கிண்டலாகச் சிரித்தார்கள். "தமுசே ராஜகுமாரயாத? கொய் தேசயே ராஜகுமாரயா? ஈழாம்த?" நீ எந்த நாட்டு ராஜகுமாரன்? ஈழநாட்டு ராஜகுமாரனா? என்று பல்லிளித்தார்கள். ராஜகுமாரனும் மனதுக்குள் அவர்கள் சொன்னதை ஏற்றுக்கொண்டான். எனக்கு ஏன் அப்பா இப்படி பெயர் வைத்தார்? ஜோசியர் நட்சத்திரம் பார்த்து "ரா" வில் பெயர் தொடங்க வேண்டுமாம். ராஜ்குமார் என்று சரி பெயர் வைத்திருக்கலாம்.

அந்தச் சிறைக்காவலர்கள் கூட்டத்தில் ஒருவனுக்கு மட்டும் கொஞ்சம் இதயம் இருந்தது. அவனும் மனித இனத்தைச் சேர்ந்தவனாகையால் அந்த இயல்பு கொஞ்சம் இருந்தது. ராஜகுமாரனை தலைமைச் சிறைக்காவல் அதிகாரியிடம் அழைத்துச் சென்றான். இடைவழியில், "கமட்ட கிஹிலா பரிசமே இண்ட... ஜொப் எக்க் ஓயாகென ஹொாந்தட்ட ஜீவத் வென்ன" ஊருக்குப் போய் கவனமாக இருங்க... ஒரு தொழிலைத் தேடிக்கொண்டு நல்ல முறையா வாழப்பாருங்க என்று ராஜகுமாரன் முதுகைத் தட்டினான்.

இன்று ராஜகுமாரன் வீட்டுக்குப் போகும் நாள்.

சிறைக்கூடத்திலிருந்து வெளி உலகத்தை கண்கள் அகலவிரித்து பதினாறு ஆண்டுகளுக்குப் பிறக தொலைத் தூரம் வரை பார்வையைச் செலுத்தி பார்க்கும் நாள் வந்துவிட்டது.

ராஜகுமாரன் தனது உடைமைகளை அந்த பொலித்தீன் பைக்குள் அடைத்து வைத்திருந்தான். சீப்பு, பற்பசை, பிரஷ், இரண்டு சாரம் ஒரு கிழிந்த டவள், குடும்பத்திலிருந்து வந்திருந்த கடிதக்கட்டுக்கள், சிறையில் ஞாபகத்துக்காக வைத்திருந்த சின்ன வயதில் அம்மா, அப்பா, தங்கச்சியோடு பிடித்த ஒரு சிறிய குடும்பப் படம்....

அவனது பதிவேட்டில் அந்த காவல் நிலைய தலைமை அதிகாரி ராஜகுமாரனை கையொப்பமிட்டுப் போகச் சொன்னார். ஐந்து நிமிடம் வரை போதனை செய்தார். ஆமி பொலிஸ் படைகளின் சந்தேகத்துக்கு ஆளாகாமல் புதிய வாழ்க்கையை ஆரம்பிக்கும்படி புத்திமதி கூறி அனுப்பினார்.

ராஜகுமாரனுக்கு மனம் கொதித்தது. ஒரு தமிழ் இளைஞனின் தலைவிதியையும், அவனது ஆயுளையும் ஒரு ஆமிக்காரனும் ஒரு பொலிஸ்காரனுமே நிர்ணயிக்கின்றார்கள்.

அவர்கள் நினைத்தால் கொன்று போடலாம். ஆயுள் காலம் வரை சிறையில் அடைக்கலாம். தட்டிக் கேட்பதற்கு தேசிய பாதுகாப்போ, சமூகப்பாதுகாப்போ கிடையாது...

"நீதிமன்றத்துக்கு யாரும் வந்து அலைய வேணாம்.... என்னய கூட்டிக்கிட்டுப் போக நீங்க மட்டும் வந்தாப் போதும்" என்று அவனைப் பார்க்க வந்திருந்த மச்சான் வாசுவிடம் கேட்டுக்கொண்டான்.

அவனுக்கு இப்போது இருக்கின்ற சொந்த பந்தமெல்லாம் தன்னோடு கூடப்பிறந்த தங்கச்சி மீனாவும் அவளைக் கல்யாணம் முடித்த மச்சான் வாசுவுமே மிஞ்சி உள்ளார்கள்.

"ராஜ்குமார்! இந்தா புது செருப்பு.... பழச வீசு.... அவனை அழைத்துச் செல்ல பதுளையிலிருந்து வாசு மச்சான் வந்திருந்தான். அவன் புது செருப்பு கொண்டு வந்திருந்தான். புது செருப்பை மாட்டிக்கொண்டு தன்னோடு நீண்ட காலம் 'துணையாய்' இருந்த அந்தப் பழைய இறப்பர் சிலிப்பரை வீச மனம் வராமல் கடதாசியில் சுற்றி பொலித்தீன் பைக்குள் வைத்துக்கொண்டான். அவனது பதினாறு ஆண்டு கால தனிமையில் அந்த ஜப் பொருள் அவனுக்கு ஒட்டிய உறவாகவிருந்தது..!

இருவரும் பஸ் நிலையத்துக் கடையில் பிளேன்ட்டி குடித்துவிட்டு கோட்டைப் புகையிரத நிலையத்துக்கு செல்லும் பஸ் வண்டியில் ஏறினார்கள்.

கூட்டுக்குள்ளேயே அடைப்பட்டுக் குறுகிப்போய் இருந்த உடலை, மனதை சுத்தமான காற்று .... பரந்து விரிந்த நிலப்பரப்பு அவனை இன்ப உலகிற்கு

அழைத்துச்சென்றது. "மச்சான்! நான் ரொம்ப சந்தோசமா இருக்கேன்...! வீட்டுக்குப் போனதும் தோட்டத்து ரோட்டுல மைல் கணக்கா ஓடிக்குதித்து ஆடனும் போல இருக்கு !" அவனது மனித மனம் குதூகலித்தது.

அவர்கள் இருவரும் அந்த சைவக்கடையில் இடியப்பம் சாப்பிட்டார்கள். கையில் இருந்த சில்லரையில் தங்கச்சிக்கு காராபூந்தி, தொதல், குழந்தைக்கு ஜ/ஐ/ப்ஸ் யாவும் வாங்கி ஆசையோடு மச்சான் கையில் கொடுத்தான்.

கோட்டை புகையிரத நிலையத்தில் முதலாம் மேடையில் பதுளை 'உடரட்ட மெனிக்கே' நின்றது... இப்போது "ஸ்ரீபாத சீசன்" இல்லை. மரியாதையான கூட்டங்கள் உட்கார்ந்திருந்தன. இருவருக்கும் ஜன்னல் ஆசனம் கிடைத்தது. ரயில் பயணத்தில் ஜன்னல் ஓரம் மனோரம்மியமானது.

ராஜகுமாரனுக்கு பழைய நினைவுகள் வந்தன. பதினாறு வருசங்களுக்கு முன்பு பொலிஸ் பிடிப்பதற்கு முதல் வாரத்தில் கொழும்புக்கு வந்து இதே நேரம்.. இதே வண்டியில்... அன்றைக்கும் ஜன்னல் ஆசனத்தில் உட்கார்ந்து உடரட்ட மெனிக்கேவில் பதுளைக்கு பயணம் செய்தான்.

"கண்ணு மண்ணு தெரியாம ஆமிக்காரனும் பொலிஸ்காரனும் தோட்டத்து தமிழ் எளந்தாரிகளையெல்லாம் 'புலி புலி' ன்னு புடிச்சிக்கிட்டு போராணுங்க.... நம்ம தம்பிக்கு இதுக்குமேல படிப்பு வாணாம்... அவன கொழும்புக்கு அந்த நகைக்கட வேலைக்கு அனுப்பி வைச்சிருவோம்" என்று அவனது அப்பாவும் அம்மாவும் அவசர அவசரமாக கூடிப்பேசி அவனை செட்டித் தெருவில் ஒரு நகைக்கடையில் வேலைக்கு அனுப்பிவைத்தார்கள். வேலை கிடைத்துவிட்டது. உடுப்பு துணிகளை எடுத்து வர வீட்டுக்குச் சென்றான்.

பல்கலைக்கழகத்திற்கு ஒரு பீ இரண்டு சீ போதாதென்று இரண்டாவது முறை பரீட்சைக்கு தயார் செய்து கொண்டிருந்தபோதுதான் அந்த விருப்பமில்லாத வேலை கிடைத்தது. "வேலைக்குப் போக முடியாது. ஏ.எல் டெஸ்ட்டு எழுதிவிட்டு வேலைக்கு போறேன் பா...." என்று அப்பாவிடம் கெஞ்சினான். "டெஸ்ட்டுக்கு இன்னும் ஒரு மாசந்தானே... கடையிலே சொல்லி வையுங்க.....!" என்று அம்மாவும் ஆதரவு காட்ட அப்பா ஒத்துக்கொண்டார். அடுத்தவாரம் தான் அந்த ஆபத்து நடந்தது....

பதுளை நகரில் டியுஷன் வகுப்பை முடித்துக்கொண்டு வரும்போது..... இரவு நேரம் எட்டு மணி..... கடைசி பஸ்ஸும் போய்விட்டது.... வேகமாக நடந்தான். மழைத்தூரலில் கொப்பி நனையாமல் இருக்க சட்டைக்குள் செருகிக்கொண்டு பொத்தானைப் பூட்டிக்கொண்டு வேகமாக நடந்தான்.

பதுளை நகரிலிருந்து ஸ்பிரிங்வெலி தோட்டத்துக்கு உயர்ந்த மலைப்பாதையில் நடக்கவேண்டும். மலை உச்சியில் தோட்டம் இருக்கின்றது. தோட்டத்தின் ஓரம்

வானத்தை முட்டிக்கொண்டிருக்கும் பல உச்சி மலைகள் அழகாகவும், பயங்கரமாகவும் காட்சி தரும். தமிழனுக்கு அங்கே மட்டும் தேயிலைச்செடியை நாட்ட முடியவில்லை..! வெள்ளைக்காரன் முயற்சி பண்ணியிருப்பான்... முடியாமல் போயிருக்கும்.....!

ராஜகுமாரன் வீட்டுக்குச் சென்றதும் அம்மா அவனைக் கட்டிப்பிடித்துக் கொண்டு அழுதாள். பொலிசும், ஆமி ஜீப்பும் இரண்டு முறை அவனை தேடிவந்துவிட்டுச் சென்றதாகச் சொன்னாள். "சாமி! இப்பவே இந்த சாமத்திலேயே பணிய டிவிஷனுக்கு ஓடிப்போயி ஒளிஞ்சிக்கப்பா..! என்று கெஞ்சினாள்.

"வேணாம் பாப்பாத்தி! புள்ளைய ஒளியவச்சா சந்தேகப்படுவானுங்க... பேசாம வீட்டுல இருக்கட்டும். நம்ம புள்ள என்னா குத்தம் செஞ்சான்... பயந்து ஒளியிறதுக்கு...? என்று அப்பாவும் சொன்னார்.

*****

மறுநாள் விடிந்தது.

வாரத்தில் ஆறு நாட்களும் 'மாவு ரொட்டி'! ஞாயிற்றுக்கிழமை மாத்திரம் அரிசித்தோசை... அரிசிப் பிட்டு... இட்டலி கிடைக்கும். இந்த ஞாயிற்றுக்கிழமை அம்மா இட்டலி அவித்து... சட்னி.... பருப்பு சாம்பார் வைத்திருந்தார்.

காட்டுப்பீலியில் குளித்துவிட்டு வந்தவன் "அம்மா! பத்துமணியாயிருச்சி.... பசி வயித்த கிள்ளுது" என்று வீட்டுக்குள் நுழைந்தான். அம்மா சாப்பாட்டை எடுத்துவைத்தாள். "இன்னிக்கு இட்லி பஞ்சு மாதிரியிருக்கு! சில நேரம் கல்லு மாதிரியிருக்கும்" என்று மனதுக்குள் பேசிக்கொண்டிருந்தவன் மூன்று இட்டலியை எடுத்துவைத்துக் கொண்டு சாம்பாரை ஊற்றினான். வேட்டை நாய்கள் ஓடி வருவதைப்போல வீட்டுக்குள் பொலிஸ்காரர்கள் ஐந்தாறு பேர் நுழைந்தார்கள். வீட்டுக்கு மேல் ரோட்டில் ஆமி ஜீப் நிற்கின்றது. வெறும் மேலோடு இருந்த ராஜகுமாரனை 'ஓய் கமிசய தாகன்னவா... ஓய் சட்டையை போடு!" என்று ஆத்திரத்துடன் ராஜகுமாரனை ஒருவன் இழுத்தான். ஒருவன் அவனை முதுகில் குத்தினான். நடக்க மறுத்த ராஜகுமாரனை ஒரு போலீஸ் உதைத்தான். மாறி மாறி போலீஸ்காரர்கள் அந்த அப்பாவியை அடித்து உதைக்கும்போது... ஆவேசம் கொண்டு அழுத அம்மா... மாரடைப்பால் மயங்கிவிழ.... அவன் திமிர..... அவள் மரணமடைந்துவிட்டாளோ என்பதைக்கூட தெரிந்துகொள்ள விடாமல் ஜீப்புக்குள் தள்ளி கடத்திச்சென்றார்கள்.

தள்ளாத வயதையும் பார்க்காமல் அப்பா நொண்டி.... நொண்டி.... ஜீப் வண்டியின் பின்னால் ஓடி வந்து... அவன் பார்த்திருக்க அந்தப் பாதையில் விழுந்தக்

காட்சி..... ஒரு மாதம் சென்ற பிறகுதான் அம்மா அன்றைக்கு அந்த இடத்திலேயே இறந்து போன செய்தி அவனுக்குத் தெரிய வந்தது.

அப்பா பூசா சிறைக்கு வந்து என் கைகளைப்பிடித்து கண்களில் ஒற்றிக்கொள்ள முயற்சித்தார். முடியவில்லை. எங்கள் இருவருக்குமிடையில் நீண்ட மேசை, தடையாகப் போடப்பட்டிருந்தது. அவர் குழந்தையைப் போல கேவிக்கேவி அழுதார். அவனும் அப்பாவைக் கட்டிப்பிடித்துக் கதற ஆவேசம் கொண்டான். முடியவில்லை, சட்டம் அதற்கும் தடை செய்து கொண்டிருந்தது. ஒவ்வொரு மாதமும் அப்பாவும் வாசு மச்சானும் வந்து போனார்கள். அப்பா இப்படி... ஐந்து வருசங்கள் வந்து போனார்.

ஒரு மாதம் மச்சான் மாத்திரம் வந்தார். மாமாவுக்கு ஒரு மாசமா உடம்பு சரியில்லை என்று இழுத்தார். அடுத்த மாதம் வந்து அதே மேசைக்கு அந்தப்பக்கம் நின்று கைகளை எட்டி என் விரல்களைப் பிடித்துக்கொண்டு "மாமா செத்து, கருமாதியும் முடிச்சிட்டோம்" என்று கதறினார். நான் வாய்விட்டுக் கதறியழ ஜெயில் கார்ட் மேசையை ஓங்கி அடித்தான். அழுகையை நிறுத்திக்கொண்டு ஆறுதலாக விபரங்களைக் கேட்டுக்கொண்டிருக்கும் போதே 'வெலாவ ஹரி!' என்று என்னை உள்ளே அனுப்பி மச்சானை வெளியே போகும்படி ஒரு கார்ட் சத்தமிட்டான்.

தங்கச்சி கட்டிக்கொடுத்த புளிச்சோறும் வடைப் பார்சலும்.... ஜெயில் காட் கிண்டிக் கிளறி... கைக்குண்டு.... தற்கொலை மருந்து எல்லாவற்றையும் அந்த உணவுக்குள்ளே தேடி விட்டு என்னிடம் கொடுத்தான்.

*****

உடரட் மெனிக்கே... நாவலப்பிட்டி வந்துவிட்டக் குளிரை உணர்த்தியது... மனம் குதூகலித்தது... மலைநாட்டுக்குள் வண்டி நுழைந்துவிட்ட உணர்வு... வீட்டுச் சூழலை நெருங்கிவிட்ட மண்வாசனை... அவன், அப்பா அம்மா புதைக்கப்பட்டிருக்கும் சுடுகாட்டுக்குச் சென்று குளிமேட்டைத்தேடி அங்கே... கொஞ்ச நேரம் அவர்களுக்கிடையே படுத்துத் தூங்க வேண்டும். மச்சான் கவனமாக இருந்ததால் அப்பா, அம்மா புதைக் குழிகளில் அடுத்த பிணங்களைப் புதைக்கவிடாமல் மாமரம், கொய்யா மரங்களை வளர்த்து விட்டிருந்தார்..!

வண்டி அட்டன் வந்துவிட்டது... கொழும்புக்கும் பதுளைக்கும் இடையில் அட்டன் சிங்கமலை சுரங்கமே நீளமான சுரங்கமாகும். அடுத்து கொட்டகலை தலவாக்கலை... தலவாக்கலையிலிருந்து பதுளை வரை ஒரே ஏற்றம்... நானு ஒயா வந்துவிட்டது. அம்பேவலை, பட்டிப்பொலை, ஓஹரிய வரையில் ஒரே குளிராக இருக்கும்...

ராஜகுமரன் வாசுவின் மடியில் படுத்துக்கொண்டான். அவன் தலையை வருடினான் வாசு... தலை முழுவதும் தழும்பு... சொட்டை சொட்டையாக முடி... பிடரியில் தழும்பு... ஒரு

காது அறுந்து ஊனமாக இருந்தது... அப்படியே சட்டைக்குள் கையை விட்டு முதுகைத் தடவினான். திட்டுத் திட்டாகத் தழும்பு... சித்திரவதையின் அடையாளங்கள்... இனவாதிகள் இன்னொரு இனத்தை எவ்வளவு கொடூரமாக வதைக்கின்றார்கள். ராஜகுமாரன் எந்தவித தீவிரவாத செயல்களிலும் ஈடுபடவில்லையே... தமிழர் எல்லோருமே சிங்களவர் கண்களுக்கு தீவிரவாதிகள்... பயங்கரவாதிகள்...

இந்த நிலை நீடித்தால் என்றைக்கு சமாதானம் வரும்...? என்றைக்கு சகவாழ்வு பிறக்கும்...? ஏக்கத்தோடு வாசு... ராஜகுமாரனை குழந்தை போல் அனைத்துக்கொண்டான்.

ஒரு இனம் இன்னொரு இனத்தை ஒடுக்கினால் அது இனவாதம்... அந்த ஒடுக்குமுறைக்கு எதிராகக் கிளர்ந்து எழுந்தால் அது தேசியவாதம்.... பாவம் வாசு..! ஆழமான அரசியல் அர்த்தங்களை அவனால் புரிந்து கொள்ள முடியாது.

அம்பேவல ஸ்டேஷன் வந்தது...

பொழுது புலர்ந்து பனிமூட்டங்களுக்கிடையில் கருத்தக் காட்டு மரங்கள் தெரிந்தன... ஆங்காங்கே அசோக மரத்துப் பூக்கள் இரத்தச் சிவப்பாக அழகைக் கொட்டிக் கொண்டிருந்தன...

ராஜகுமாரனை எழுப்பினான் வாசு...

"ஒன்பது ஒன்பதரைக்கு பதுளைக்கு போயிடலாம்..."

பதினாறு வருசங்களுக்கு பிறகு... மறுபிறவி எடுத்தவனாக அவன் சொந்த மண்ணில்... இல்லை... இல்லை... பிறந்த மண்ணில் காலடி வைக்கப்போகிறான்...

ஒஹியா ஸ்டேசனை கடந்த பிறகு பதுளை செல்லும் வரை எத்தனை எத்தனை குட்டிச் சுரங்கங்கள்...? ரயில் பாதைகள் அமைத்தவர்கள் எல்லோரும் இந்தியத் தமிழ் தொழிலாளிகள்... பிரிட்டிஷ்காரர்கள் அவர்களை தென்னாட்டிலிருந்து அழைத்து வந்து... நாடு முழுக்க ரயில் பாதைகள் அமைத்த வரலாற்றை அழித்து விட முடியாது... எத்தனை தமிழ் உயிர்கள் இந்தச் சுரங்கப் பாதைகளின் நிர்மாணத்துக்காக காவு கொடுக்கப்பட்டன..?

*****

பதுளை....

சந்திக் கடையில் பிளேன் டீ குடித்துவிட்டு வேன் அயர் பண்ணிக்கொண்டு வீட்டுக்குப் புறப்பட்டார்கள். ஸ்பிரிங்வெலி தோட்டத்துக்குப் போகும்பாதை உயர்ந்த மலைப்பாதை... தோட்டம் வந்து விட்டது... அப்பா ஆமி ஜீப்பின் பின்னால் ஓடிய

பாதையைக் கடந்து... லயத்து ஓரம் வேன் நின்றது... அம்மா விழுந்த இடம்... இறந்த இடம்... தங்கச்சி ஓடி வந்து அண்ணனைக் கட்டிப் பிடித்து ஒப்பாரி வைத்து அழுதாள்... அவளைத் தேற்றி... தூரத்து உறவு அத்தை வாஞ்சையோடு ராஜகுமாரை அழைத்துக் கொண்டு வீட்டுக்குச் சென்றாள்.

ஊர் கூடி விட்டது... கேள்வி மேல் கேள்வி... அனுதாபம்... சந்தோசம்... எல்லாம் ஒன்று கலந்தன... கூட்டம் கலைந்தது... ராஜகுமாரனுக்கு குளிப்பதற்கு தங்கச்சி வெந்நீர் வைத்திருந்தாள். 'பெரல் தண்ணி' கொதித்துக்கொண்டிருந்தது. சிறைச்சாலை தீட்டு... நோய் நொடியெல்லாம் தொலையணும்... அண்ணனுக்கு மஞ்சள் பூசி குளியாட்டினாள் தங்கை.

ராஜகுமாரனுக்காகவே ஒதுக்கி வைத்திருந்த நாட்டுக்கோழியை வாசு 'துப்புரவு' செய்து குண்டான் சட்டியில் மூடி வைத்திருந்தான்.

அன்று இரவு...

அந்த சின்னஞ்சிறு குடும்பம் கூடிக் கதைத்தது. தங்கச்சி மீனா... மச்சான் வாசு... ராஜ்குமார்.... சாப்பிட்டுக்கொண்டே கதைத்தார்கள்...

"அண்ணனுக்கு பொண்ணு பாத்து வச்சிருக்கேன்...! அருமையான புள்ள... அப்பா, அம்மா, அண்ணன், தம்பி எல்லாரும் இருக்காங்க... அண்ணன் வேல தேடி வெளிய போகணும்னு அவசியம் இல்ல... கடலு மாதிரி தோட்டம் இருக்கு மரக்கறி போட்டுக்கிட்டு மாடு ரெண்டையும் கவனிச்சிக்கிட்டா போதும்... இன்னும் கொஞ்சம் நாளைக்கு மட்டும் நானும் மச்சானும் கூலி வேல செய்வோம்... அப்புறம் சுதந்திரமா... வறும இல்லாம செல்வாக்கா வாழலாம்..." தங்கச்சி பொரிந்து தள்ளினாள்.

" ஆமா... ராஜ்குமாரு...! நீ வந்தது எனக்கு தொணையா போச்சு...! இனிமே நமக்கு நல்ல காலம்... நீ குடும்பமாகணும்... தமிழனா... தனி ஆம்பளையா... இருந்தாத்தான் ஆபத்து வரும். இனி ஒரு நாயும் நம்மளை எட்டிப் பாக்காது!" என்றான் வாசு.

எஞ்சிய சில காலங்களை தங்கச்சி குடும்பத்தோடு வாழ்ந்து விடவும்... பழைய நண்பர்களோடு மீண்டும் சேர்ந்து வாழவும் ஆசைப்பட்டான். கலியாணம்......, தாம்பத்திய வாழ்க்கை...! அவனுக்கு சிரிப்பாக விருந்தது. உடல் முழுவதும் ஊனமாக்கப்பட்ட நிலையில் உயிருக்கு உத்தரவாதம் இல்லாத நிலையில் எவளோ ஒரு பெண்ணை விதவையாக்கி விட அவன் விரும்பவில்லை..

"சித்திரத்தில் வரைந்த தமிழனையும் நம்பாதே!" என்ற ஒரு சிங்களப் பழமொழி இருக்கின்றது.

"ஒருபக்கம் கடலும் மறு பக்கம் தமிழனும் இருக்கும்போது நான் எப்படி நீட்டி நிமிர்ந்து படுப்பேன்...?" என்றானாம் துட்டகைமுனு ராஜா. இந்த குரூரத்தன்மை ஆழமாக சிங்களவர் மத்தியில் வேரூன்றி வளரும்போது... கண்ணில் தெரிகின்ற தமிழர்கள் எல்லாரும் எதிரிகளாக... நாட்டைப் பிடிப்பவர்களாக... ஒரு பீதி பயந்து பயந்து எட்டிப் பார்த்துக்கொண்டேயிருக்கின்றது. வடக்கையும் கிழக்கையும் அங்குள்ள தமிழன் பிடிக்க..... இங்கே.... மலை நாட்டை இவன்கள் பிடிக்க ......நாடு நாலாய் பிரிந்து...... சிங்களவன் கடலுக்குள் வீழ்வதா......? இதுவே இன்றைய இனவாதிகளின் அரசியல் பயமுறுத்தல்.... இந்த பயமுறுத்தலின் அடித்தளத்திலிருந்தபடியேதான் தமிழர்கள் வேட்டையாடப்படுகின்றனர்.

ராஜகுமாரன் என்ற ராஜ்குமார் விடுதலையாகி வந்து....... இன்றோடு பத்து நாட்கள்.....

அவன் எங்கே போகிறான்...? யாருடன் பேசுகிறான்....? அவனது நடவடிக்கைகள் எப்படி இருக்கிறது...? என்பதை நோட்டமிட்டுக்கொண்டு சி.ஐ.டி அவனைச் சுற்றிச் சுற்றி வரத் தொடங்கியது. அவனை தோட்டத்தில் சும்மா வைத்திருப்பது ஆபத்து என்பதை வாசு உணர்ந்தான்.

ராஜ்குமாரை பதுளை நகரில் தனக்குத் தெரிந்த ஒரு தேநீர் கடையில் வேலையில் அமர்த்தினான். ராஜ்குமார் டீ கடை மேசையும் சமையல் அறையுமாக ஒரு மாதத்தை ஓட்டினான்.

ஒரு நாள் தேநீர்க்கடை முதலாளியை பொலிஸ் அழைத்தது..... "16 வருசம் சிறையிலிருந்து வந்த புலியை வேலைக்கு வைத்திருக்கிறாய்! நீயும் வெடி வைக்கப்போகிறாய்..... நாடு பிரிக்கப் போகிறாய், என்று உள்ளே தள்ளி போடுவோம்...! புலியை விரட்டி விடு" என்றது.

ராஜகுமாரன் மீண்டும் வீட்டுக்கு வந்து அண்டினான். அவனது நண்பர்களை சந்திக்கச் சென்றான். அவர்கள் அவனைக் கண்டுப் பயந்தார்கள். அவனைக் கண்டு ஒதுங்கினார்கள்.

அவன் பதினாறு வருசங்கள் கட்டிடங்களுக்குள் சிறையிருந்தான்... இப்போது வீட்டுக்குள்ளேயே சிறை....வெளியில் நடமாட வெட்கம்.....தயக்கம்....அவனைப் பயங்கரவாதி என்று பட்டமளித்து....அவனை வாழ விடாமல்.... அந்த ஊர் பொலிஸ் துரத்திக் கொண்டேயிருந்தது.... அடிக்கடி வாசுவை பொலிஸ் ஸ்டேசனுக்கு அழைத்து, "ராஜ்குமாரை என்ன நோக்கத்தில் வீட்டில் வைத்திருக்கிறாய்..., இங்கேயுள்ள இளைஞர்களுக்கு பயிற்சி கொடுக்கவா...?" என்று கேட்டது.

எஞ்சிய காலத்தையும் சிறையிலேயே கழித்திருக்கலாம். நிரபராதியாக விடுதலையாகி வந்தும் சமூகத்தோடு வாழ முடியாத நிலைமையை எண்ணி கலங்கினான் ராஜகுமாரன்.

அவனால் மச்சானுக்கும் தங்கச்சிக்கும் ஆபத்து வரலாம்.

ஒரு நாள் இரவு மேட்டு லயத்து பழனிவேல் மாமன் வந்து இப்படிச் சொன்னார். "தம்பி வாசுதேவா... ராஜகுமார... இனிமே கூட்டாளிமார்க வீட்டுக்கு அனுப்பாத... ராஜ்குமார் தோட்டத்துக்கு வந்தது... அவங்களுக்கெல்லாம் பெரிய ஆபத்தாம்.... அவுங்களையும் பயங்கரவாதின்னு பொலிஸ் வந்து புடிச்சாலும் புடிக்கலாமாம்... இவன் தோட்டத்த விட்டு எங்கயாவது போறதுதான் நல்லதுன்னு எல்லா நாய்ப் பயல்களும் பேசிக்கிட்டு இருக்கானுங்க... தம்பிய கொழும்பு பக்கம் ஏதாவது ஒரு வேலையில சேத்து விடுறதுதான் எனக்கு நல்லதா படுது..."

"நண்பர்கள், உறவினர்கள் எல்லோருக்கும் நான் ஒரு பயங்கரவாதி... யாருடனும் சகவாசம் செய்யமுடியாத நிலை...."

வாசு சங்கத் தலைவரைத் தேடிப் போனான். அவரைப் பிடிக்க முடியவில்லை. இந்த மாதம் முழுவதும் பார்லிமென்ட்... அவசர காலச் சட்டத்துக்கு ஆதரவாக வாக்களிக்க வேண்டும் என்பதற்காக "கொழும்பை விட்டு எவரும் 'அவுட்ஸ்டேஷன்' போகக் கூடாது" என்று ஆளுங்கட்சியினர் கட்டளையிட்டுள்ளார்களாம். அவசர காலச்சட்டம்... பயங்கரவாதச் சட்டம்... இந்த இரண்டு சட்டப் புத்தகங்களே தமிழர்களை ரணமாக்கிக் கொண்டிருக்கின்றன.

வாசு வீட்டுக்கு ஓடிவந்து, ராஜ்குமாரிடம் பேசிவிட்டு, தலைவரை சந்திப்பதற்கு தோட்டக் கமிட்டி தலைவரையும் கூட்டிக்கொண்டு கொழும்புக்குப் போனான். "இங்கப் பாரு வாசுதேவா! நாடு இருக்கிற நெலமையில ... இன்னைக்கு சிங்கள கச்சிகள எதுத்துக்கிட்டு வாழ முடியாது...

போராட்டம்.... கீராட்டம்னா புடிச்சு உள்ளுக்குப் போட்டுடுருவானுங்க... அது ஆளுங்கச்சியாக இருந்தாலும் சரி எதிர்க்கச்சியாக இருந்தாலும் சரி... இன்னைக்கு தமிழன்னா பயங்கரவாதிதான்..... ஓன் மச்சானுக்கு கொழும்புல எங்கயாவது ஒரு கடையில வேல போட்டுத் தாரேன்... அவன தோட்டத்துல நிப்பாட்டாத... கொழும்புக்கு அனுப்பு!" என்று அவசர அவசரமாக பேசிவிட்டு காரில் ஏறினார் தலைவர்.

அழிந்து கொண்டிருக்கின்ற ஒரு சமூகத்தின் தலைமைகளெல்லாம் மந்திரி பதவிகளுக்கு ஆசைப்பட்டு அரச பாதங்களில் வீழ்ந்து கிடக்கின்றன. மலையகத் தலைமைகள் எல்லாம் ஒரு மந்திரி பதவியோடு மரணமாகி விடுகின்றன...

வாசு தோட்டக் கமிட்டி தலைவரோடு இரவு வண்டியில் பதுளைக்குத் திரும்பினான்..

- பதுளை வந்து விட்டது.

ராஜகுமாரனிடம் விசயத்தைச் சொன்னான்... ராஜகுமாரன் வியப்படையவில்லை. இங்கே சமூக அரசியல்வாதிகள் எவரும் கிடையாது... தேர்தலில் குதித்து எம்.பி. ஆவதும் மந்திரியாவதுமே தலைவர்கள் என்போரின் அடிப்படை நோக்கமாகிவிட்டன.

அந்தத் தொழிற்சங்கத்துக்கு பரம்பரைப் பரம்பரையாக அவனது பெற்றோர் சந்தாப் பணம் கட்டி வந்தார்கள். தேர்தல் காலங்களிலெல்லாம் அடி, உதை, வெட்டு, குத்து பட்டு ஒட்டு வாங்கிக் கொடுத்தார்கள். சங்கத்தலைவரை மந்திரியாக்கினார்கள்.. அன்று ஒட்டாண்டியாக பெட்டிக்கடையில் பீடி வாங்க வழியில்லாமல் கிடந்தவன்... இன்று மாடமாளிகை.. கூட கோபுரத்தில்... கார் வண்டி... மெய்க்காப்பாளர்... சகிதம் வாழ்க்கை நடத்துகின்றான்.

இவர்களால் சமூகத்துக்கு என்ன பாதுகாப்பு...? எங்களைப் போன்ற இளைஞர்களின் எதிர்காலம் எல்லாம் என்ன ஆவது...! தேசிய பாதுகாப்பு கிடைக்கா விட்டாலும், சமூகப் பாதுகாப்புக் கூட தனது இனத்தின் தலைமைகள் மூலம் கிடைக்காதபோது... அவன் நிலை தடுமாறினான்.

சமூக அரசியலில்... தூர நோக்கு இல்லாதவர்கள்... தேர்தலில் மட்டும் ஜெயிக்கின்ற கெட்டிக்காரர்கள்... இவர்களிடம் சமூகம் ஒப்படைக்கப்படுகின்றது. மக்களை வழிநடத்திச் செல்வதற்கு தலைமைகள் இல்லாத போது "நாங்கள் தான் இந்த சமூகத்தின் அரசியல் கொம்பன் என்றும் தொழிற்சங்க மேதாவி" என்றும் தம்பட்டம் அடித்துக்கொண்டு சமூகத்தை எதிரிகளிடம் தொடர்ந்து காட்டிக் கொடுத்துக் கொண்டு இருக்கும் போது... இவர்களை நம்பி எப்படி சமூகத்துக்குள் வாழ்வது...?

களுத்துறை, பூசா சிறைச்சாலையில் வாடியிருந்த போது "விசாரணை செய்... அல்லது விடுதலை செய்..." என்ற கோஷத்தை முன்வைத்து எத்தனை முறை உண்ணாவிரதம் இருந்தோம்..? எத்தனை முறை கூரையில் ஏறி நின்றோம்...? எத்தனை முறை இரத்த வாந்தி எடுத்தோம்...? எந்த அரசியல்வாதி எங்கள் போராட்டத்தை வென்று கொடுத்தான்...? நீராகாரம் கொடுத்து ... கஞ்சியைக் கொடுத்து... எங்களுக்கு வாக்குறுதி கொடுத்து ஏமாற்றினார்கள். அவர்கள் வெளியில் சென்று மக்கள் மத்தியில் எங்களுக்காக ஒரு போராட்டத்தைக்கூட நடத்த முன்வரவில்லையே..?

"ராஜ்குமார இந்த முற பொலிசுல புடிச்சிக்கொடுக்க மாட்டோம்... இங்கேயே தட்டிப்போடனும்.... இவன் அடிபட்ட பாம்பு... இவன் இங்க வரவும்... தோட்டத்தமிழன்களின் வால் நீளுது... எல்லா நாய்களும் நிமிர்ந்து நிக்கிறான்கள்...." என்று இனவாதிகள் பேசிக் கொள்வதுடன் திட்டம் தீட்டி வருவதாகவும் வாசு அறிந்து வந்தான்.

"மச்சான் ராஜ்குமாரு! அந்தத் தலைவரு சொன்னமாதிரி கொழும்புக்கு ஒரு கடைக்கு போறியாப்பா...?" என்று ஏக்கத்தோடு வாசு கேட்டான். "அண்ணே! தோட்டத்துல இருந்தா ஒங்களுக்கு உசுருக்கு மோசம் வரும்... நீங்க கொழும்புக்கு போய்ட்டா யாரு எவருன்னு தெரியாம இருக்கும்.... நாங்க வந்து அடிக்கடி பாத்துக்கிறோம்... நீங்க உசிரோட இருந்தா போதும் அண்ணே!" தங்கச்சி மீனா கண் கலங்கினாள்.

அந்த இரவு முழுவதும் ராஜகுமாரன் தங்கையின் தொட்டில் குழந்தையை மடியில் வைத்துக்கொண்டேயிருந்தான். தங்கச்சி பரம்பரை பரவனும்... மச்சான் தைரியசாலி.... நல்லா இருப்பார்... அவன் மௌனமாக அந்த இரவைக் கழித்தான்.

ஒரு சின்ன கடதாசி எழுதி தங்கச்சியின் புடவைப் பெட்டியில் வைத்தான்...

"மச்சான் அவர்களுக்கு – நண்பன் ஒருவன் மூலம் கொழும்பில் ஒரு வேலை தேடிக்கொண்டேன். வசதி படும்போது வீட்டுக்கு வருவேன். தங்கச்சியிடம் சொல்லுங்கள். மருமகளுக்கு என் முத்தங்கள்...."

*****

பதுளையிலிருந்து புறப்பட்ட உடரட்ட மெனிக்கே, பொல்காவலை சந்தியில் வந்து நின்றது...

ராஜகுமாரன் இறங்கி வவுனியா வரைக்கும் செல்லும் வண்டியை எதிர்பார்த்துக் கொண்டிருந்தான்.

தனித்து ஆர்வத்தோடு நிற்கும் அவனது முகத்தை.... அந்த வட திசை காற்று வாஞ்சையோடு வருடியது...!

✖✖✖✖✖

தினக்குரல் ஜீலை 2005

(லண்டன் பூபாள ராகங்கள் 2005ம் ஆண்டு விழாக் குழுவும் தினக்குரல் பத்திரிகையும் இணைந்து நடாத்திய 2வது உலகளாவிய சிறுகதைப் போட்டியில் இரண்டாம் பரிசினைப்பெற்றது.)

விட்டில் பூச்சிகள்... 04

வானம் கிழிந்து, ஒழுகிய மழை ஓய்ந்து நின்றது. வெய்யில் வெளிச்சத்தால் ஊர் சிரித்துக் கொண்டிருக்கிறது. செல் போனை நிறுத்திய புரோக்கர் பெருமாள் மனமகிழ்ந்துப் போனான். பக்கென்று பக்கத்துத் தேயிலைச் செடிக்குள் உட்கார்ந்து நுரை பெருக சிறுநீரைக் கழித்தவன் அசிங்கமாக உதறிக் கொண்டு எழும்பினான். நேற்று முழுவதும் மண்டிய சாராயம், பியர் வெளியே போயின.

அவனுக்கு இன்றைக்கு நல்ல ஓடர் கிடைத்தது...! பதினைந்து வயதுக்கும் இருபது வயதுக்கும் இடைப்பட்ட அழகானப் பணிப்பெண் உடனடியாகத் தேவையாம்..! புரோக்கருக்கு உருப்படிக்கு தகுந்த மாதிரி கமிஷன் கிடைக்கும். பிள்ளையின் சொந்தக்காரருக்கு முன்பணம் மூவாயிரத்திலிருந்து "ரேன்ஜ்" அதிகரிக்கும்.

'செல்போன் கோல்' வந்ததும் பெருமாள், 'விருந்தாடி' ராமன் மகளைத்தான் நினைத்தான்... "விருந்தாடி ராமன்! அவன் ஒரு பொன்னையன்...! அவன் பொம்பளைதான் பத்திரக்காளி...! நெருப்பு மாதிரி.....அவகிட்ட எந்த பருப்பும் வேகாது....!அவ வேல விட்டு வர்றதுக்குள்ள கதைய முடிக்க வேண்டியதுதான்...." என்றவன் வேகமாக வீட்டை நோக்கி ஓடினான்.

விருந்தாடி ராமனுக்கு பட்டப் பெயர் எப்படி வந்தது...? அவன் படு சோம்பேறி.. வேலைக்கே போக மாட்டான்.. கிழமையில் நான்கு நாட்கள் சொந்தக்காரர் வீடுகளுக்கு 'விசிட்' அடித்து நல்ல கறி புளியோடு சாப்பிட்டு விட்டு வந்து விடுவான்...! இதைப் போலவேதான் புரோக்கர் பெருமாளுக்கும் பட்டப் பெயர் கிடைத்தது. தோட்டத்தில் சிறுவர் முதல் 'வயசுக்கு வர வேண்டியதுகள்', குமரிகள், 'நாற்பதுகள்,' 'ஐம்பதுகள்' என்று கொழும்பு செல்வந்தர்களுக்கு வீட்டுப் பணியாட்களாக 'ஆள்கட்டிக்' கொண்டு போய், புரோக்கர் கமிஷன் வாங்கி வயிறு கழுவ தொடங்கியதால் கிடைத்த பட்டம் அது.

*****

ராத்திரி பாவித்த ஜின் அரைவாசி அப்படியே போத்தலில் இருந்தது. புரோக்கர் பெருமாள் போத்தலை பொலித்தின் உறையில் சுற்றிக்கொண்டு விருந்தாடி ராமன் வீட்டுக்கு வேகமாகத் திரும்பி ஓடினான். பகல்.. பன்னிரண்டு மணி. சாப்பாட்டுக்கு ராமனின் சம்சாரம் பார்வதி வீட்டுக்கு வந்தாலும் வருவாள்.....

ராமனின் வீட்டுக்குள் நுழைந்து, பலவாக்கட்டையில் உட்கார்ந்த பெருமாள், அவன் முன்னால் ஜின் போத்தலை வைத்தான்....

தெய்வத்தைக் கண்டவனாய் ராமன் சிரித்து மகிழ்ந்தான். "என்னா ஓய் விஷேசம்?" என்றான். "ஒன்னுமில்ல.... நல்ல சங்கதிதான்...... கிளாசை எடு! என்றான் பெருமாள். இருவரும் 'முதல் இழுப்பை' முடித்தனர். 'விருந்தாடி' கையில் இரண்டாயிரத்தை நான்கு ஐந்நூறு புதிய தாள்களாக நீட்டினான் பெருமாள்... "நல்ல வீடு..... தங்கமான தொரை..... பத்து கம்பனிகளுக்கு சொந்தகாரரு.... அவருக்கு மூத்த பேபி மொன்டிசொரியில படிக்குது..... சின்ன பேபி வீட்டுல இருக்குது..... பேபியோட வெளயாடிக்கிட்டு, மத்தநேரம் படிப்ப கவனிச்சிக்கிட்டு, செல்ல புள்ளயா இருக்கலாம்.....சாப்பாடு.. எந்த நாளும் எறைச்சி, மீனு, கோழிதான்..! நோணாவும் தங்கமான மகராசி........ மகள இப்பவே பத்தே முக்கால் கோச்சிக்கு அனுப்பு.... மீதி மூவாயிரம் ரூவாய புள்ளய விட்டுட்டு நாளைக்கு மறுநாளு கொண்டாந்து தாரேன்....! அப்புறம் மாசா மாசம் மூவாயிரம் தந்தி மனியோடர்ல வரும். இல்லாட்டி நீயோ நானோ போயி வாங்கிக்கிட்டு வரலாம். அட்டனுக்கும் கொழும்புக்கும் நாலு மணி நேர பயணம்தானே....!"என்றான்.

"புள்ள ஸ்கூலுக்கு போயிருக்கு.... டியூசன் முடிஞ்சி நாலு மணியாகும் வர்றதுக்கு..." இழுத்தான் ராமன்..... "பைத்தியக்காரன் மாதிரி பேசாத ஓய்....! ஸ்கூலுக்கு போயி அம்மா வேலக்காட்டுல விழுந்து வருத்தமுன்னு சொல்லி கூட்டிக்கிட்டு வாடா.." என்றான் பெருமாள். இரண்டாயிரத்தை 'சேப்பில்' வைத்துக்கொண்ட ராமன் ஸ்கூலுக்கு ஓடினான்.

ராமன் கூறியதைக் கேட்ட பாடசாலை அதிபர், பதறியடித்துக்கொண்டு போய், வகுப்பாசிரியரிடம் விபரத்தைக்கூறி, மாணவி ஈஸ்வரியை அனுப்பி வைத்தார்.

ஈஸ்வரியின் வகுப்பு மாணவிகள் அனைவரும் வெளியில் வந்து அவளுக்கு ஆறுதல் சொல்லியனுப்பிவைத்தனர். கைகால் ஓடாது, மனக்குழப்பத்துடனும் அதிர்ச்சியுடனும் ஈஸ்வரி தகப்பனை பின்தொடர்ந்தாள்.

"அம்மாவுக்கு என்னப்பா...? உயிருக்கு ஆபத்து இல்லையே.....?" ஈஸ்வரி பதை பதைத்துக்கொண்டு போனாள்.

"அம்மாவுக்கு ஒன்னுமில்லம்மா.... அம்மா வேலக் காட்டுல இருக்கா. நாந்தான் பொய் சொல்லி ஒன்னய கூட்டிக் கிட்டு வந்தேன். நீ இப்போ பெருமாள் மாமா கூட கொழும்புக்கு போகனும்....... ஒனக்கு கொழும்புல ஸ்கூல் ஒழுங்கு பன்னியிருக்கேன்........நீ ஆசப்படுவியே கொம்பீட்டர் படிப்பு....... நீ போற எடத்தில நல்லா படிக்கலாம்.."என்று தயங்கித் தயங்கி கதை அளந்தான்.

ஈஸ்வரி மேலும் அதிர்ச்சி அடைந்தாள். "ஐயோ கடவுளே கொழும்புக்கு போக மாட்டேன்ப்பா...." என்று அழத் தொடங்கினாள்.

"புரோக்கர் பெருமாள் புள்ள புடிக்குற ஆள். வீட்டு வேலைக்கு என்னய கூட்டிக்கிட்டு போக பாக்குறாரு. நமக்கு என்னப்பா கஷ்டம்? நான் ஏன் வீட்டு வேலைக்கு போகனும்..? போகவே முடியாது. அதுவும் அம்மாவ கேக்காம போக மாட்டேன்...அம்மா இல்லாத நேரம் போகக் கூடாதப்பா" என்று அழுதாள்.

"அம்மாவும் நானும் நாளைக்கு வருவோம்... நீ இப்ப பொறப்படு.. கொழும்பு கோச்சி பத்தே முக்காலுக்கு வந்திரும்...நாம ஸ்டேஷனுக்கு நடக்கனு மில்லையா....".என்று ஆதரவாகக் கதைத்து அவளை சம்மதிக்க வைத்தான்.

ஈஸ்வரி மௌனமாகினாள். பாடப் புத்தகங்களையும், பென்ஸில் பெட்டி, ஏனைய பாடசாலை உபகரணங்கள் அத்தனையும் எடுத்து ஸ்கூல் பேக்கில் வைத்துக் கொண்டாள். பேக்கை மாட்டிக் கொண்டவள் "போறவழியில அம்மாவ வேல செய்யற எடத்தில சரி பாத்துட்டு சொல்லிட்டு போவோம்பா..."அவள் கண்களில் கண்ணீர் பீட்டு வழிந்தது. "ரொம்ப அடம் பிடிக்காத ஈஸ்வரி... நாளைக்கி காலையில நானும் அம்மாவும் வர்ரோம்.. .இப்ப கெளம்பு..." என்று கடுமையாக ராமன் அதட்டினான். இரண்டு ஒநாய்களுக்கு இடையில் அகப்பட்டுக்கொண்ட ஆட்டுக்குட்டியாய் பெருமாளுக்கும் ராமனுக்கும் இடையில் ஈஸ்வரி மௌனமாக நகர்ந்தாள். அவள் கால்கள் பின்னின. தம்பி தங்கச்சியைக் கூட அவளால் பார்க்க முடியவில்லை.. சொல்லிக் கொள்ள முடியவில்லை.

ஒரு கடத்தலைப் போலவே ஈஸ்வரியை ரயில்வே ஸ்டேஷனுக்கு புரோக்கர் பெருமாளும், விருந்தாடி ராமனும் அழைத்து வந்து விட்டனர்.

*****

வண்டி அட்டனைக் கடந்து வட்டவலையை நெருங்கி ஓடிக்கொண்டிருக்கிறது....

புரோக்கர் பெருமாள் வாயை அசிங்கமாகத் திறந்தபடி தூங்கினான். அழுக்கான பற்கள் அங்கொன்றும் இங்கொன்றுமாக... அதனுள்ளே கடுகு.. சீரகம்.. வெந்தயம்.. ஒட்டிய கோப்பரடிவ் கடையை வாய்க்குள்ளே வைத்திருக்கிறான்..! இந்த நாறிப் போன வாய் எவ்வளவு பொய் பேசியிருக்கும்? ...எவ்வளவு அநியாயங்களுக்கு வழிகாட்டியிருக்கும்... அவன் ஆடி ஆடி தூங்கிக் கொண்டிருந்தான்.

————மாலை ஐந்து மணி.

உடரட்ட மெனிக்கே கொழும்பு கோட்டையில் வந்து நின்றது. பெருமாள் ஈஸ்வரியையும், இன்னொரு சிறுவனையும் கவனமாக இறக்கினான். கோட்டை ஸ்டேஷனுக்குள் ஏஜன்டு பெருமாளை அந்த உயர்ந்த மனிதன் கண்டு விட்டான். நடை உடை அலங்காரம் ஒரு கோடீஸ்வரனாக.... தங்க நிறத்தில் கைக் கடிகாரம் ஒரு கையிலே வாகன சாவி....மறு கையிலே தொங்கும் பிரஸ்லட்...அதே கையில் புகையும் சிகரட்...!

"பெருமாள் கொஹொாமத கமன...?"

"ஹரி ஹொாந்தய் மாத்தியா...." இருவரும் மன மகிழ்ச்சியுடன் பேசிக் கொண்டனர்.

எல்லோரும் வெளியில் நின்ற மாத்தியாவின் வாகனத்தில் ஏறினார்கள்..

நாகரீக உலகத்தில், சிறுவர்களின் உலகம், பிரச்சினைக்குரிய உலகமாக சீரழிந்து வருகின்றது. இன்று சர்வதேசப் பிரச்சினையாகவும் அது விஸ்வரூபம் எடுத்துள்ளது. குழந்தைத் தொழிலுக்கான அடிப்படை காரணங்கள்.... மலிவான கூலி.... யந்திரத்தனமான உழைப்பு, பாமரத்தன்மை, பணிந்த சுபாவம், பாலியல் பாவனை, இப்படி நிர்க்கதியான அந்தப் பிள்ளைப் பராயங்களை, சுதந்திரமாக ஒடுக்கி, ஆக்கிரமிப்பு செய்து கொள்ளும் வாய்ப்புகள் ....

வாகனத்தில் ஈஸ்வரியின் தம்பியைப் போலவே அந்தச் சிறுவன் இருந்தான். கலைச்செல்வன் அழகான பெயர், அம்மா வைத்த பெயராம். அவன் அவளோடு நெருங்கிப் பேசினான். "அக்கா ஓங்களை யாரு வேலைக்கு அனுப்பி வச்சா? ஓங்க அப்பா தானே? எங்க அப்பா தான் என்ன அனுப்பி வச்சாரு, அம்மாவுக்கு விருப்பமே இல்ல. அம்மாவ அடிச்சுப் போட்டுட்டு தான் இந்த தாத்தாவோட அனுப்பி வச்சாரு. எங்க அக்கா போறோம்.? என்னா வேல செய்யப் போறோம்? நா நல்லா கிரிக்கட் வெளையாடுவேன், சிலோன் டீமுக்குத்தான் நான் சப்போட்.!. அவன் அழகான பற்களும், ஈரும் தெரிய சிரித்தான். நான் நல்லா போல் பண்ணுவேன்!. முரளிதரன், சமிந்தவாஸ் எனக்கு நல்லா புடிக்கும்!. ஓங்களுக்கு யார புடிக்கும்?" இப்படி இனிமையாக

அவன் பேசினான். அந்த அப்பாவி சிறுவனை ஈஸ்வரி அணைத்துக் கொண்டாள். அவன் கார் சட்டை சேப்புக்குள் இறுக்கமாக முட்டிக்கொண்டு இருந்தது ஒரு கிரிக்கட் பந்து!. வீட்டிலிருந்து கொண்டு வந்திருக்கிறான். "வேலைக்கு போற வீட்டுல வெளையாட முடியுமா தம்பி..?" என்று ஈஸ்வரி ஏக்கமாகக் கேட்டாள். "அது தான் அக்கா யோசனையாய் இருக்கு.." என்றான் அவனும்.

அந்த வாகனத்தில் இரண்டு மூன்று சிங்கள சீமான்கள் உட்கார்ந்திருந்தார்கள். அவர்கள் ரோமானிய அடிமைகளை விலை பேசும் பிரபுக்களைப் போல் வீற்றிருந்தார்கள். ஒரு காலத்தில் நீக்ரோக்களை அமெரிக்கர்கள் அடிமை வேலைக்கு அழைத்துச் சென்ற ஒரு துயர வரலாறு இன்றைய நவீன உலகத்திலும் இங்கே அழியாமல் வளர்ந்து வருகின்றது. புரோக்கர் பெருமாள் வாகனத்தில் மகிழ்ச்சியாக உட்கார்ந்திருந்தான்.

*****

அந்த மாளிகை வீட்டு முன்னால் வாகனம் வந்து நின்றது...

பேபி மாத்தியா வீட்டில் நுழைந்தவுடனே பெருமாளை முதுகில் தட்டி இழுத்துக்கொண்டு உள்ளே போனான். 'வீட்டில் நோனா இல்லை. பிள்ளைகளோடு கதிர்காமம் போயிருக்காளாம்.' மேசையில் உட்கார்ந்த உடனேயே பேபி மாத்தியா. பெரிய கிளாஸ் இரண்டுக்குள் ஐஸ் கட்டிகளை உடைத்துப்போட்டு விஸ்கியை ஊற்றினான்... பெருமாள் மடமட வென செம்புத் தண்ணியை குடிப்பது போல் குடித்தான்!. "இது விஸ்கி..... கொஞ்சம் கொஞ்சமாதான் குடிக்கவேனும்" என்றான் மாத்தியா.

அந்த வீட்டு ஆச்சி பழைய வேலைக்காரி. ஈஸ்வரி தங்க வேண்டிய ஒரு அறையைக் காட்டினாள். அந்த அறையில் ஒரு கட்டில் மெட்ரஸ் இருந்தது. பக்கத்தில் பழைய டயர்கள் அடுக்கி வைக்கப்பட்டிருந்தன. உடைந்து போன இரண்டு மோட்டார் சைக்கிள்கள், உடைந்த மேசை நாற்காலிகள், குஷன் செட்டுகள் கண்ட படி அடுக்கிவைக்கப் பட்டிருந்தன. அது ஒரு தட்டு முட்டு சாமான் போடும் ஸ்டோர் அறை. ஈஸ்வரி தனது ஸ்கூல் பேக்கை, உடுப்புகளை வைக்க வேண்டிய இத்தை நோட்டமிட்டாள். அவள் அந்த அறையில் தனது ஸ்கூல் உடுப்பைக் கழற்றி மாற்றுடை உடுத்தும்போது கண்ணீர் மழையெனக் கொட்டியது.

எங்கே பிறந்து.. எங்கே வளர்ந்து.. எங்கே விளையாடி.. எங்கே படித்து.. எங்கே வந்து இப்படி ஏவல் புரிவது..? எதையும் ஆழமாக யோசிக்கமுடியாத வயது. இப்படியொரு துயர் நிறைந்த திருப்பம் அவளைப் பயமுறுத்தியது. அவள் 'தகப்பன்' என்ற அந்த உறவு மனிதனை நினைத்துப் பயந்தாள். விலங்குகள் கூட பாச உணர்வுகளைப் புரிந்து

கொள்கின்றன. கேடு வருவதை அறிந்து, தங்களை பாதுகாத்துக் கொள்கின்றன. ராமனைப் போன்ற மனித ஜென்மங்களுக்கு ஒரு வயது வந்த பெண்ணை.... கண்காணாத இடத்துக்கு... யாரோ ஒருவனுக்கு ஏவல் புரிய... அனுப்பி வைப்பதற்கு எப்படி மனம் இடம் கொடுக்கின்றது...?

அவள் அந்த கட்டிலில் அமர்ந்தாள். மனம் பாடசாலைக்கு ஓடியது. வகுப்பறை நண்பிகளின் கலகலப்பான பேச்சொலி கேட்டது. ஸ்கூல் பெல் சத்தம்..... மாணவர்களின் தடபட சப்பாத்து ஓசைகள்.... முரட்டுச்சத்தங்கள்...... சிரிப்பொலி..... எல்லோரும் கிரவுன்டுக்கு விளையாட ஓடுகின்றார்கள்.... இது முதலாந்தவணை, ஸ்போர்ட்ஸ் மீட் மட்டும் நடக்கும். படிப்பு இருக்காது. ஒரே குறும்பு நிறைந்த மகிழ்ச்சி நாட்கள். ஈஸ்வரி ஓட்டப்போட்டியில் கெட்டிக்காரி.... இப்படி பளிச்செ பாடசாலை நினைவுகள் மனதுக்குள் வந்து வந்து அவளை குழப்புகின்றன. மனதை அலட்டும் நினைவுகளை துரத்திவிட்டு, ஆச்சியிடம் போய் குளிக்கும் இடத்தைக் கேட்டாள்.

ஈஸ்வரி குளித்துவிட்டு, உடை மாற்றிக்கொண்டு ஆச்சியுடன் சமையலறையில் உட்கார்ந்தாள்.

அவள் குழம்பிப்போயிருந்தாள். அவள் படிக்க வந்திருக்கிறாளா? வீட்டு வேலைக்காரியாக வந்திருக்கிறாளா? என்பதில் சந்தேகம் உண்டாகியது.

ஆச்சி பாண் வெட்டினாள்.உரலில் இடித்து செய்த தேங்காய் சம்பலோடு, இரவு சாப்பாடு பரிமாறப்பட்டது. குசினியிலேயே ஆச்சியும், ஈஸ்வரியும் சாப்பிட்டார்கள்.

ஆச்சி மெதுவாக பயந்து பயந்து குசுகுசுவென்று ஈஸ்வரியிடம் என்னவெல்லாமோ சொன்னாள். ஈஸ்வரியின் தலையைத் தடவி, கன்னங்களைத் தடவி, கையைத் தடவினாள். ஈஸ்வரிக்கு சிங்களம் புரியவில்லை. ஏதோ ஆச்சி ஆதரவாக பேசுகிறாள் என்பதை மட்டும் விளங்கிக்கொண்டாள்.

இரவு...

புரோக்கர் பெருமாள் குசினிக்குள் எட்டிப்பார்த்தான். "பாப்பா....! தாத்தா படுத்துக்கப் போறேன். நீ படுத்துக்கம்மா... ஆச்சி மங் யனவா.." என்று போய்விட்டான். ஆச்சி ஈஸ்வரியை அந்த ஸ்டோர் ரூமுக்கு அனுப்பிவிட்டு படுக்கச்சென்றாள்.

தட்டு முட்டு சாமான்கள் நிறைந்த அந்த அறையில் இரசாயன நெடி வீசியது... எலிகள் சத்தமிட்டபடி குறுக்கே மறுக்கே ஓடிக்கொண்டிருக்கின்றன... சிறுத்தைப் போன்று பெரிய கரும்பூனை அடுக்கி வைக்கப்பட்டிருந்த அந்த டயரின் மேல் உட்கார்ந்திருந்தது. ஈஸ்வரி அந்த ரூமில் படுக்க விரும்பாமல் ஆச்சியுடன் படுத்துக் கொள்வதற்கு கதவைத்

தட்டினாள். ஆச்சி அவளை சமாதானப் படுத்தி திரும்பவும் அதே அறைக்குள் கொண்டுவந்து விட்டு, பூனையை விரட்டினாள்.: 'வேலைக்காரர்கள் நெருங்கிப் பழகக்கூடாது. நண்பர்களாக மாறக்கூடாது. ஒட்டி உறவாடாமல் பணி செய்ய வேண்டும்.'என்று அந்த வீட்டு எஜமானியம்மாள் ஒரு சட்டம் போட்டிருந்தாள்

ஈஸ்வரி மனதைத் திடப்படுத்திக்கொண்டு படுத்துக்கொண்டாள். சிறிது நேரத்தில் கதவை மெதுவாக யாரோ தட்டுவது போலிருந்தது. பயத்துடன் நடுங்கிக்கொண்டு கதவைத்திறந்தாள். ஆச்சி வந்து கையை நீட்டி எதோ கூறி லைட்டை அணைத்து விட்டுச் சென்றாள். வீட்டில் லைட் போட்டுக் கொண்டு தூங்கக் கூடாது என்ற கண்டிப்பும் உண்டு. ஈஸ்வரி கைகளைப் பொத்திக்கொண்டு குமுறி அழுதாள். வெளியில் வீதி விளக்கு வெளிச்சத்தைக் கொடுத்துக் கொண்டிருந்தது. அந்த வெளிச்சம் கொஞ்சம் நிம்மதியைத் தந்தது. கொசுக்கள் அவளை பல கோணத்தில் தாக்கிக்கொண்டிருந்தன. கண்ணயர்வதும் விழிப்பதுமாக இருந்தாள். அந்த நிசப்தமான இரவு உலகத்தை பன்சளையிலிருந்து வந்த 'பன' இரைச்சல் கலைத்தன....

— விடிந்து விட்டது.

ஈஸ்வரி எழும்பி ஆச்சியைத் தேடிச்சென்றாள். ஆச்சி சமையலறையில் கோப்பி தயாரித்துக் கொண்டிருந்தாள். புரோக்கர் பெருமாள் பயணத்தோடு வந்து நின்றான். ஈஸ்வரியின் அம்மா, அப்பாவை கூட்டி வருவதற்காக ரெயில்வே ஸ்டேஷனுக்கு போய் வருவதாக சொல்லிவிட்டுச் சென்றான். அவள் மனம் குளிர்ந்தது.

காலை.... பகல்... அந்தி... இரவும் வந்து விட்டது.

புரோக்கர் பெருமாள் தனக்கு வித்தைக்காட்டி விட்டதை அவள் விளங்கிக்கொண்டாள்.

இரவு சாப்பாடு-

ஆச்சி பாணும், பருப்பும், சீனி சம்பலும் கொடுத்தாள். ஒரு துண்டு பாணை குமட்டலோடு விழுங்கிவிட்டு ஸ்டோர் ரூமுக்கு படுக்கச் சென்றாள் ஈஸ்வரி. லைட்டை போட்டால் கொசு கடிக்காது. லைட்டை போடவும் கூடாது. ஈஸ்வரி பாடப் புத்தகங்களை எடுத்து விரித்தாள். சக மாணவ மாணவிகள் ஓட்டோகிரேப்பில் எழுதியிருந்த வாசகங்களை வாசித்துச் சிரித்தாள். "வாழ்க்கை ஒரு பூந்தோட்டம்.. அதில் நீயும் ஒரு மலர்" "குண்டுமணி ஈஸ்வரி..! குறைத்துச் சாப்பிடுங்கள். இல்லையேல் ஓட்டப்போட்டியில் நடக்க வேண்டிவரும்". அவள் போய்ஸ் எழுதிய குறும்புகளையும் வாசித்துச் சிரித்தாள்.

அவள் 'ஒட்டோகிரேப்' புத்தகத்தை மூடி விட்டு படுக்கையில் சாய்ந்தாள். கதவைத் தட்டும் சத்தம் கேட்டது. கதவைத் திறந்தாள். மாத்தியா வந்து நின்றான். "கொஞ்சம்

வாங்கோ ஈஸ்வரி.." என்று அவனது ரூமுக்கு கூட்டிச் சென்று "இங்கே தூங்குங்க.." என்று கதவைச் சாத்திக் கொண்டான். இது வழமை...

ஆச்சி இவ்வாறான ஒவ்வொரு சந்தர்ப்பத்திலும் 'புது ஆமுதுருவனே' என்று கைகளைக் கூப்பி அழுவாள். இன்றும் அழுதாள்.

"ஐயோ சாமி!" என்ற ஈனக்குரலை டி.வி. சத்தம் ஆக்கிரமித்தது.

ஆச்சி தனது அறையில் மாட்டியிருக்கும் புத்த பகவானைப் பார்த்து கும்பிட்டாள்."அனே புது ஆமுதுருவனே.......

அந்த மிருகம் பிணத்தையும் சம்போகிக்கும்." என்று முனு முனுத்தாள்.

சிறிது நேரத்தில் அலறிய தொலைக்காட்சியின் சத்தம் நின்றது. ஆச்சி கதவருகே வரும் போது மாத்தியா விரைந்து வந்தான். "ஆச்சி.. அர கெல்லவ ஸ்டோர் காமரயே தாலா தியனவா..... லங்க இந்தலா எலிய வெனகம் பலா கன்னவா...." "அந்த பிள்ளையை ஸ்டோர் ரூமில் போட்டிருக்கேன் பக்கத்தில இருந்து விடியும் வரை பாத்துக்கோ.." என்று கூறிச் சென்றான்.

மறுநாள் காலை பத்து மணியளவில்தான் ஈஸ்வரிக்கு சுய நினைவு வந்தது. ஆச்சியை கட்டிப் பிடித்துக் கொண்டு அழுதாள். அவசர அவசரமாக உடுத்திக்கொண்டு, டிரவலிங் பேகயையும் தூக்கிக்கொண்டு புறப்பட்டாள். அவளிடம் நூறு ருபாய் மட்டுமே இருந்தது. இந்த ஊரை விட்டு வெளியேறி கொழும்பு வரை போய் விட்டால் போதும்.... ஒரு தமிழ் கடையைத் தேடி உதவி கேட்போம் என்ற ஏற்பாட்டை ஆச்சியிடம் சொல்லி விட்டுப் புறப்பட்டாள்.

ஆச்சி தலை குனிந்து நின்றாள்..... ஈஸ்வரிக்கு வெளியே போக முடியாது...! இரும்பு கேட்டை மாத்தியா பூட்டிவிட்டு சென்றுவிட்டான். வீட்டைச் சுற்றி ஆள் உயர மதில் கட்டப்பட்டிருக்கிறது.... மீண்டும் ஓடி வந்து ஆச்சியின் கால்களைக் கட்டிப் பிடித்துக்கொண்டு அழுதாள். அவள் தலையை தடவியபடி ஆச்சியும் அழுதாள்...

அன்றைய பகலும் முடிந்து.... மாலையாகி..... இரவும் வந்தது.....

—— மறுநாள் விடிந்தது.

நல்ல காலம் வந்ததுபோல்....... பேபி மாத்தியாவின் மனைவி, பிள்ளைக் குட்டிகளோடு வந்து சேர்ந்தாள். புதிய வேலைக்காரப் பிள்ளையைப் பார்த்தாள். தட்டிக் கொடுத்தாள் "ஸ்கூல் போறதா" என்றாள். நல்லவளைப்போல் தெரிகிறது. ஈஸ்வரி தலையை ஆட்டினாள்.

*****

நாட்கள் நகர்ந்தன.

ஊரைப் புரிந்துக்கொண்டு அட்டன் வரை போவதற்கு பணத்தைத் தேடிக்கொள்ளும் வரை அந்த வீட்டில் இருப்பதாக முடிவெடுத்தாள் ஈஸ்வரி.... பேக்கரி கடையில் பாண் வாங்கச் சென்ற அவள், கலைச்செல்வன் பக்கத்து வீட்டில் வேலைக்கு அமர்த்தப் பட்டிருப்பதைக் கண்டு சந்தோசமடைந்தாள். அந்த வீட்டில் ஒரு தமிழ் தாத்தாவும் வேலை செய்கிறார். அந்த வீட்டில் நாய்ப் பண்ணை வியாபாரம் செய்கின்றார்கள். வகை வகையான நாய்கள்....... தரையோடு ஒட்டியிருக்கும் நாய்கள், ஆடுகளைப் போன்ற நாய்கள், என ஐம்பது நாய்கள் வரை இருந்தன. கலைச்செல்வனுக்கு நாய் குளிப்பாட்டி, ஷெம்பு பூசி, துடைத்து, பவுடர் பூசி, மலசலம் கழிக்கக் கூட்டிச் செல்லும்வரை... தாத்தா வேலை பழக்கிக் கொடுத்திருந்தார். தாத்தாவும் ஒரு நாளைக்கு இருபத்தஞ்சு நாய்களைக் கழுவிக், குளிப்பாட்டி மருந்து மாயம், இஞ்ஜெக்சன் கொடுத்து டாக்டர் வேலையும் செய்வார்..! ஓடர் கொடுத்த வீடுகளுக்கு நாய்களைக் கொண்டுச்செல்வார்.

அந்த வீட்டுக்காரன் ஒரு பெரும் பணக்காரன். அவனது மூத்த மகன் ஒருவனுக்கு மூளை கொஞ்சம் சரியில்லை....... அவனோடுதான் கலைச் செல்வனுக்கு எந்த நாளும் பிரச்சினை.

ஈஸ்வரி கேட் அருகே போய் திருட்டுத் தனமாக கலைச்செல்வனைப் பார்த்தாள். அவன் ஈஸ்வரியிடம் வீட்டுக்குக் கூட்டிப் போகும்படி அழுதான். "பைத்தியக்காரன்.... 'கெட்டப் பழக்கம்' செய்றான் அக்கா" என்று புரியாத வார்த்தைகளைக் கூறி குமுறினான். ஈஸ்வரி புரிந்துக்கொண்டு கலங்கினாள்.

*****

நோனா வந்தபிறகு ஈஸ்வரி தினமும் பேக்கரி கடைக்கு பாண் வாங்குவதற்குச் செல்வாள். வேலைக்கு வந்த பதினைந்து நாட்களில் பத்து கடிதங்கள் வீட்டுக்கு எழுதிவிட்டாள். "அம்மா, வந்து என்னை கூட்டிப்போங்கள், கூட்டிப்போகாட்டி செத்துப்போவேன்... " என்று அம்மா பேருக்கே பத்து கடிதங்கள் எழுதினாள். ஒரு பதிலும் வரவில்லை. மீதி அட்வான்ஸ் பணத்தையும் வாங்கிக் கொண்ட விருந்தாடி ராமன், ஈஸ்வரி எழுதும் கடிதங்களை வாசிக்காமலேயே பார்வதிக்குத் தெரியாமல் அடுப்பில் போட்டு விடுவான்...!

அன்று நோனா வீட்டு பேபிகளையும், நாய்ப் பண்ணை வீட்டு பேபிகளையும் மொன்டிசொரி ஸ்கூலுக்கு கூட்டிப்போவதற்கு கலைச்செல்வனுக்கும், ஈஸ்வரிக்கும் சான்ஸ் கிடைத்தது. அழகான ஒரு ஸ்கூல் வேனில் சென்றார்கள். பிள்ளைகள் இரண்டு மணித்தியாலங்கள் படிப்பார்கள். அரை மணிநேரம் விளையாடுவார்கள், விளையாட்டு முடிந்ததும் ,வேன் வந்துவிடும்.

மொன்டிசொரி ஸ்கூலுக்கு பிள்ளைகளுடன் வந்திருக்கும் வேலைக்காரக் கூட்டங்களில், அனைவரும் சிறுவர்களே. அவர்களும் பாடசாலை போகவேண்டியவர்கள். ஈஸ்வரி எல்லோரையும் விசாரித்தாள். தமிழ், சிங்கள வேலைக்காரச் சிறுவர்கள் எல்லோரும் இருந்தார்கள். ஒரு சில பிள்ளைகளின் கன்னத்தில் தீக்காயங்கள்.. சிலருக்கு கைகளில் கால்களில் காயங்கள். காரணம் கேட்டபோது "சொக்லட் எடுத்தேன், அப்பிள் எடுத்தேன், பேபி சைக்கிளை ஓட்டினேன். எழும்பாமல் தூங்கினேன். அதுக்குத்தான் இந்த சூடு காயம்" என்றார்கள்.

இந்த வயதிலே இவர்கள் செய்ய வேண்டியதைத் தான் செய்தார்கள். இவர்கள் இங்கே ஏவல் அடிமைகள் என்று எங்கே இவர்களுக்கு விளங்கப்போகின்றது?.. பிஞ்சு உலகம்... பிஞ்சுக் கைதிகள்.. பிஞ்சு அடிமைகள்..... கலைச்செல்வன் மொன்டிசொரி ஸ்கூல் வளவில் பந்து வீசுவதைப் போலவே ஓடி ஓடி பாசாங்கு செய்வான். ஈஸ்வரியிடம் பேசும்போதும் சரி, பேக்கரிக்கு பாண் வாங்கப் போகின்றபோதும் சரி, பந்து வீசுவதைப்போலவே கைகளை வீசிக்கொண்டு போவான். அவனுக்கு கிரிக்கட் மயக்கம்!

கலைச்செல்வன் என்னவோ யோசித்தான். "அக்கா! இந்தப் பந்தை பத்திரமா வச்சிருங்க... எங்க வீட்டுக்குப் போறப்ப வாங்கிக்கிறேன். அந்த பைத்தியக்காரன் பந்தைப் பிடுங்குவான்.." என்று ஈஸ்வரியிடம் கொடுத்து வைத்தான்.

*****

அன்று பௌர்ணமி நாள். பன்சலைக்குப் போகின்ற சனங்களெல்லாம் அந்த நாய்ப் பண்ணை வீட்டு முன்னால் நூற்றுக்கணக்கில் கூடியிருந்தார்கள். "அனே பவ் தெமல கொள்ளெக், லஸ்ஸன லமயா..! கக்கூசி வலே வெட்டிலாலு" "அய்யோ பாவம் தமிழ் பையன், அழகான பையன் கக்கூஸ் குழியில் விழுந்துட்டானாம்" என்று கதைத்துக் கொண்டிருந்தார்கள்.

வீட்டு வாசலில் மலக்குழி அசுத்தங்களை உறுஞ்சும் மாநகர சபை யந்திர வாகனம் வந்து நின்றது. மண் தோண்டும் மெஷின் வந்து சடலத்தை தும்பிக்கையால் தூக்குவது போல் எடுத்து, மேலே போட்டது. முன்வீட்டிலிருந்து ஈஸ்வரி ஓடிவந்து, கலைச்செல்வன் இறந்துவிட்ட செய்தி கேட்டு மயங்கி விழுந்தாள். அவளைத் தூக்கிக் கொண்டுபோய் ஆச்சியிடம் ஒப்படைத்தார்கள்.

கலைச் செல்வன் மலச் சகதியால் மூழ்கப்பட்டு, அகோரமாக கறுப்பு நிறத்தில் கிடந்தான். மலச் சாலை காரர்கள் சடலத்தை ஒரு பொலித்தின் உறையில் தூக்கிச்சென்று சுத்தம் செய்தார்கள். மரண விசாரணையும் நடந்தது. கலைச் செல்வனின் தகப்பனும், புரோக்கர் பெருமாளும் வந்திருந்தார்கள். "தலை அடிபட்டு... மூச்சுத் திணறி உயிர் போயுள்ளது" என்று மரண விசாரணை அதிகாரி தீர்ப்பு கூறியிருந்தார்.

"சடலத்தை இங்கேயே அடக்கம் செய்தால் உங்களுக்கு சிரமம் இருக்காதே.." என்று வீட்டுக்காரன் கேட்டான். அவனுக்கு ஒத்து ஊதினான் புரோக்கர் பெருமாள். கலைச் செல்வனின் தகப்பன் பேந்த பேந்த முழித்துக் கொண்டிருந்தான். அவனோடு வந்திருந்த ஒரு இளைஞன் முடியாது..! தாய், சகோதரம், ஊர் சனங்களுக்கு பொணத்தைக் காட்ட வேண்டும்.. தோட்டத்துக்கு கொண்டு போக வேணும்..!" என்று கோபமாகச் சொன்னான்

பெட்டி செலவு, வாகன செலவோடு கையிலே ஒரு பத்தாயிரம் கொடுத்து பிரச்சினை படுத்தாமல் புதைத்து விடுங்கள் என்று நாய் வீட்டுக்காரர்கள் கதையை முடித்தார்கள்..!

*****

மறுநாள் காலையில் ஈஸ்வரியிடம் தாத்தா சொன்னார்... "இந்த வீட்டுல இருக்கும் பைத்தியக்காரன் கெட்ட சகவாசக்காரன். அவன் பொடியனுக்கு எந்த நாளும் தொந்தரவு குடுப்பான். நேத்து ராத்திரி கிரிக்கெட் மட்டையால தலையிலடிக்க..... அங்கேயே சீவன் பிரிஞ்சிரிச்சு.... வீட்டுக்காரங்க எல்லாரும் சேர்ந்து கக்கூஸ் குழியிலே, புள்ளைய தூக்கி போட்டுட்டு, பொடியன் தவறி வுழுந்துட்டான்னு பொலிஸ்ல மொறப்பாடும் குடுத்துட்டாங்க!.." ஈஸ்வரிக்கு தலை சுற்றியது. அவள் ஓடிப் போய் ஸ்டோர் ரூமுக்குள் நுழைந்து கிரிக்கெட் பந்தை எடுத்து நெஞ்சில் அணைத்துக் கொண்டு வாய் சத்தம் வராமல், குமுறிக் குமுறி அழுதாள். படுக்கையில் விழுந்தாள். வீட்டுக்குப் போனதும் தனது ஸ்கூல் ஏ.எல். மாணவர்களிடம் கூறி புரோக்கர் பெருமாளை அடிச்சுக் கொல்லணும் என்று முனு முனுத்தாள்.

*****

ஈஸ்வரி பேபி மாத்யா வீட்டுக்கு வந்து ஒரு மாதம் நெருங்கி விட்டது. பத்திரிக்கையில் வாசிக்கும் செய்திகளையெல்லாம் நிதர்சனமாக நேரில் பார்த்தாள். தன் கண் முன்னாலேயே ஒரு மரணத்தைக் கண்டாள். அதுவும் அவள் நெஞ்சுக்குள் நுழைந்துக்கொண்ட ஒரு அன்பான தம்பிப் பயலை பறி கொடுத்திருக்கிறாள்.

அந்த 'நாய் வீட்டில்' வேலை செய்யும் கிழவனார் எப்படியாவது ஈஸ்வரியை அட்டனுக்கு பஸ் ஏற்றி விட வேண்டும் என்று எண்ணினார். தான் ஆடா விட்டாலும் தன் சதை ஆடும் என்பார்கள். "ஈஸ்வரி வீட்டுக்காரன் ஒரு நாகப்பாம்பு. அவன் புள்ளைய கொத்திப்புடுவான். அந்த வீட்டுல எத்தன பேர் வந்து.. என்னென்ன சங்கதிகள் நடந்திருக்கு.."என்று வேதனைப் பட்டார்.

வீட்டு வேலைக்கு வருகின்ற ஏழைகளை... "தங்களிடம் தஞ்சம் புகுந்தவர்கள்..." "தங்களின் உடைமைகள்" என்றெல்லாம் நினைத்து, செல்வக் குடும்பங்கள் எவ்வளவு அக்கிரமங்கள் புரிகின்றன..?

குழந்தைத் தொழிலாளர்களை அதிகமாகக் கொண்ட நாடுகளில் நமது நாடும் ஒன்று..... சிறுவர் பாலியல் துஷ்பிரயோகத்தில் மூன்றாவது இடத்தில் இருப்பதுவும் நமது நாடு.....

கலைச் செல்வன் கொலை செய்யப்பட்டு ஒரு மாதம் கூட ஆகவில்லை. இன்று ஈஸ்வரியும் கொல்லப்பட்டு, "இயற்கை மரணம் எய்தி விட்டாள்" என்ற மரண விசாரணை தீர்ப்பும் கிடைத்தது....! எந்த வித ஊர் பதற்றமோ... அயலவர் அக்கறையோ இல்லாது, மிக மிக கமுக்கமாக, கொல்லப்பட்ட உடல், வண்டி மூலம் ஊருக்கு அனுப்பி வைக்கப் படுகிறது.

சமூகமோ, தனி மனிதனோ கேட்பாரின்றி, நாதியற்றுப் போயிருப்பதால், ஆதிக்கக் கொடுமைகள் அவர்கள் மேல் குளிர் விட்டு தளிர்கின்றன.

*****

பேபி மாத்தயாவின் மனைவி பிள்ளைகளோடு தாய் வீட்டுக்குப் பயணமாகினாள். அன்றைய இரவில் மிக மிக பயந்து போய் ஆச்சியின் அருகிலேயே ஈஸ்வரி இருந்தாள்.

வீட்டுக்காரன் நன்றாக குடித்து விட்டு வந்திருந்தான். ஆச்சியிடம் "ஓட்டலில் சாப்பிட்டுவிட்டு வந்து விட்டேன். ஒன்றும் வேண்டாம்" என்று கூறி படுக்கைக்குப் போனான்.

"கடவுள் இருக்கிறார்..!" என்று நெஞ்சில் கை வைத்துக் கொண்டு ஈஸ்வரி படுக்கைக்குச் சென்றாள். இரவு மணி பதினொன்று.....டி.வி. சத்தம் அதிகமாகியது. ஆச்சிக்கு விஷயம் விளங்கி விட்டது. ஈஸ்வரி படுத்திருக்கும் அறையில் வந்து நின்று கொண்டாள். இன்றைக்கும் அது நடக்குமா... என்று இருவரும் பதறிப் போய் இருந்தார்கள்.

"தமுசே முரத..?" நீ காவலா..? என்று ஆச்சியைத் தள்ளி விட்டு, ஈஸ்வரியை இழுத்துக்கொண்டு போனான்.

"...?....?...?....?"

"...!......!.....!"

அங்கே ஒரு பேதையின் மரணப் போராட்டம் சினிமா கதைகளில் போல் நடந்து கொண்டிருந்தது. அவனால் எதுவும் முடியவில்லை. அவனது வெறித்தனமான முயற்சி தோல்வியடைந்தது. இரண்டு கைகளையும் இறுக்கிப் பிடித்து அவளை சுவரில் இடித்தான். மயங்கி விழுந்தவள் எழும்பவேயில்லை.

மறுநாள் விடிந்தது. காய்ச்சலில் ஒரு வாரம் ஆஸ்பத்திரியில் தங்கியிருந்ததாக வைத்திய அதிகாரியிடம் மெடிக்கல் ரிப்போட் வாங்கினான் பேபி மாத்தியா. அவனது பணம் பத்தும் செய்தது.......!

காலமும் நேரமும் நல்ல நேரத்திலும் கை கூடும்... கெட்ட நேரத்திலும் கை கூடும் என்பார்கள்... புரோக்கர் பெருமாள், விருந்தாடி ராமனோடு வந்திருந்தான். ராமன், முகத்தில் பதினெட்டு தையல் போட்ட வெட்டுக் காயத்துடன் வந்திருந்தான். தனக்குத் தெரியாமல் பள்ளிக்கூடம் போகும் பிள்ளையை கொழும்பு வீட்டுக்கு வேலைக்கு அனுப்பியவனை சாராய போத்தலாலேயே அடித்து, பிள்ளையை கூட்டி வரும்படி பார்வதி அவனை அனுப்பியிருந்தாள். விருந்தாடியோடு வந்திருந்த புரோக்கர், சும்மா வராமல் தன்னுடைய தொழிலையும் கவனித்தபடி இன்னுமொரு குமரிப் பிள்ளையையும் கூட்டி வந்திருந்தான்.

பேபி மாத்தியா சர்வ சாதாரணமாக.... பதற்ற மில்லாமல் இருவரையும் உள்ளே அழைத்து போத்தலை ஊற்றினான்.

டெங்கு காய்ச்சல் வந்து ஈஸ்வரி பத்து நாள் ஆஸ்பத்திரியிலிருந்து காலமாகி விட்டாளென்று அரசாங்க ஆஸ்பத்திரி மரண ரிப்போட்டையும் காட்டினான். பணம் வேண்டிய மாதிரி தரலாம்..... பிரச்சினை படுத்தாமல் பிரேதத்தைக் கொண்டு போகும்படி பேபி மாத்தியா சொன்னான். பதினைந்தாயிரம் ரூபாய் பணத்தை எண்ணி ராமனின் கையில் கொடுத்தான். புரோக்கர் பெருமாளிடம் சில நோட்டுக்களை நீட்டி, வந்திருக்கும் பிள்ளையை தனது வீட்டில் நிறுத்தி விட்டு போகும்படி கேட்டான். புரோக்கர் பெருமாள் ஆச்சியிடம் பிள்ளையை அறிமுகப் படுத்தினான்.

அந்த வீட்டுக்குள்ளே இன்னும் ஒரு விட்டில் பூச்சி வந்து விழுந்தது...!

பெருமாளும். ராமனும் அந்த வீட்டுக்காரனோடு ஆஸ்பத்திரிக்குச் சென்றார்கள். ராமன் எடுத்துச் சென்ற ஈஸ்வரியின் பைக்குள்ளே, சட்டையால் சுருட்டி பத்திரப் படுத்தி வைத்திருந்த கலைச் செல்வனின் பந்தும் இருந்தது........

*****

பிரேதம் தோட்டத்துக்கு கொண்டு செல்லப்பட்டது.

"சிறுவரை வேலைக்கு அமர்த்தாதே.....!"

"சிறுவரை கொடுமை படுத்தாதே!"

"சிறுவர் துஷ்பிரயோகம் செய்யாதே.....!"

என்ற சுலோகங்கள் மரண வீட்டில் வைக்கப் பட்டிருந்தன.

அங்கே ஆவேசத்தோடு வந்த ஒரு இளைஞர் கூட்டம், அந்த சுலோகங்களை அகற்றி குப்பையில் வீசினார்கள். அவர்கள் கொண்டுவந்திருந்த சுலோகங்களை மரண வீட்டுக்கு வந்திருந்த ஒவ்வொருவரிடமும் கொடுத்தார்கள்.

"பிள்ளைகளை வேலைக்கு அனுப்பாதே!"

"பிள்ளைகளை அடகு வைத்துப் பிழைக்காதே!"

"தரகர்களை ஒழித்துக்கட்டு..!"

என்ற புதிய வாசகங்கள் அதில் பொறிக்கப்பட்டிருந்தன.

அந்த வெறி கொண்ட இளைஞர்கள் அந்த மூன்று குற்றவாளிகளுக்கும் ஓர் விசித்திரமான சமூகத்தண்டனையை வழங்கியிருந்தார்கள். புரோக்கர் பெருமாளையும், விருந்தாடி ராமனையும் கலைச்செல்வனின் அப்பனையும் சட்டை, வேட்டிகளை உரிந்துக் கொண்டு கோவணத்தோடு பாடமாத்தி சந்தியில் முருங்கை மரங்களில் பொதுமக்கள் பார்வைக்காகவும், படிப்பினைக்காகவும் கட்டி வைத்திருந்தார்கள்.

"இந்தத் தண்டனைக்கும் நீங்கள் திருந்தாவிட்டால், அடுத்தக்கட்ட நடவடிக்கையாக கோவணத்துணியும் உரியப்பட்டு, சூடு போட்டு, நிர்வாணமாக பொதுமக்கள் பார்வைக்கு கட்டிவைக்கப்படுவீர்கள்..!" என்ற எச்சரிக்கை வாசகமும் எழுதி, அவர்கள் கழுத்தில் மாட்டப்பட்டிருந்தன..!

✳ ✳ ✳ ✳ ✳

வீரகேசரி மே 2006

லண்டன் புதினம் பத்திரிகையின் 10 வது ஆண்டு விழாவை முன்னிட்டு நடாத்திய சர்வ தேச சிறுகதைப் போட்டியில் ஆறுதல் பரிசு பெற்ற கதை.

P. W. D 

தொலைக்காட்சியில் நடந்துக் கொண்டிருக்கும் அந்த ஒளிபரப்பு நிகழ்ச்சியை, அந்த மாணவன் பதிவு செய்துக் கொண்டிருந்தான்.. அந்த நிகழ்ச்சி ஒரு டெஸ்ட் மெட்சும் அல்ல.. தமிழக இசைக் கலை வியாபாரிகள் இங்கே வந்து ஐயாயிரம், பத்தாயிரம் ரூபா டிக்கெட்டில் நடத்தும் மெகா இசை நிகழ்ச்சியும் அல்ல..! அது பாராளுமன்றத்தில் அன்று நடந்த ஒரு விவாதம்.. பொது மராமத்து திணைக்களத்தை மாற்றம் செய்து, நெடுஞ்சாலை போக்குவரத்து அமைச்சாக மாற்றுவதற்கான விவாதம்....

விவாதத்தை தொடக்கி வைத்துப் பேசுகையில் அந்த அரசியல்வாதி எவ்வளவு ஏளனமாகப் பேசுகிறான்...? "P.W.D." என்றால் Public Works Department என்று அர்த்தமல்ல.. அதன் உண்மையான அர்த்தம் "பாரே வெடகரன தெமழு..!" பாதையில் வேலை செய்யும் தமிழன் என்று சத்தமிட்டுச் சொன்னார்.. பாராளுமன்றத்தில் ஆளுங்கட்சி ஆசனத்தில் உள்ளோரும், எதிர்க் கட்சி ஆசனத்தில் உள்ளோரும் மேசையைத் தட்டி ஆரவாரம் செய்தார்கள்..

அந்த நாடாளுமன்ற உறுப்பினர், சபை கரகோஷத்தின் பின் இன்னும் சற்று ஊக்கமாகப் பேசினார்.. "அரச சபை" (State Council) காலத்திலிருந்து இன்று வரை பொது மராமத்து வேலை ஒரு திணைக்களத்துக்குள் தான் இருந்தது.. இங்கே வேலை செய்யும் அத்தனை தொழிலாளர்களும் பிரிட்டிஷ்காரர்கள் கூட்டி வந்த இந்தியத் தமிழர்கள்..! இங்கே மேற்பார்வை

செய்பவர்களும், "ரைட்டர்களும்", யாழ்ப்பாணத் தமிழர்களே..! இந்த டிப்பார்ட்மென்டில் தார் கொதிக்க வைப்பவரும், தார் ஊற்றுபவரும், கல்லு கோச்சி ஓட்டுபவரும் தமிழரே...! இனிமேல் "P.W.D." பாதையில் வேலை செய்யும் தமிழர்கள் என்னும் சொல்லுக்கே இடமில்லை...! அது நெடுஞ்சாலை, போக்குவரத்து அமைச்சாக மாற்றப்படும்..!" என்றார்.

இந்த நிகழ்ச்சியைத் தொலைக்காட்சியிலிருந்து, சீ.டி. தட்டுக்கு அந்த மாணவன் பதிவு செய்துக் கொண்டான்.. அவன் வரலாறு படிக்கும் ஒரு கலைப் பட்டதாரி... அவன் அந்த அரசியல்வாதியின் பேச்சில் அவமானப்பட்டவனாக, தன்னை உணர்ந்து வேதனைப்பட்டான்.. நாட்டில் மக்கள் மன்றத்தில் சட்டங்கள் உருவாக்கப்படும்போதோ... மாற்றம் செய்யப்படும்போதோ... சக குடி மக்கள் அவமதிக்கப்பட்ட சந்தர்ப்பங்களை நினைவூட்டிப் பார்த்தான்... இதே போன்று இன்னும் ஒரு சட்டமும் அவன் இதயத்தைத் துளையிட்டு நெருடியது...

அன்றொரு நாள்... பல வருஷங்களுக்கு முன்பு நாடாளுமன்றத்தில் குடியுரிமைப் பற்றி விவாதம் நடந்தது.. அப்போது ஒரு அரசியல்வாதி எழுந்து பேசினார்.. "பிரதமர் நேரு சொல்கிறார் பெரும் தோட்டத் தொழிலாளர்கள் தன்னுடைய குழந்தைகள் இல்லையென்று.... பிரதமர் சேனா நாயக்கா சொல்கிறார் என்னுடைய குழந்தைகள் இல்லையென்று.. அப்படியென்றால் இவர்கள் யாருடைய குழந்தைகள்...?"

இந்தக் கேள்வியைக் குறுக்கிட்டு இன்னொரு அரசியல்வாதி பதில் சொல்கிறார்... "அவர்கள் அநாமதேயக் குழந்தைகள் அல்ல.. பெருந்தோட்டத் தொழிலாளர்கள், பிரிட்டிஷ்காரர்களின் குழந்தைகள்....!"

சபையில் ஆரவாரம் செய்து, கை கொட்டிச் சிரிக்கின்றார்கள்... "பிரிட்டிஷ் குழந்தைகள்", "அநாமதேயக் குழந்தைகள்" என்று தன் இனத்தின் மேல் கொட்டியச் சொற் பதங்களையெல்லாம் நினைவூட்டிப் பார்த்த போது, அந்த மாணவனின் நாடி, நாளக் குழாய்கள் வேகமாகத் துடித்தன... அவன் மௌனித்துப் போய் நின்றான்.. அவன் 'ரெக்கோட்' செய்த சீ.டி. தட்டு நகைப்புடன் அவன் கையில் மின்னுகின்றது...! "இந்த நாடு உருவாகுவதற்கும், உயர்வடைவதற்கும் தன்னுடைய வழித்தோன்றல்கள் எத்துணை தியாகம் செய்துள்ளனர்...?" அவனது சொந்த வரலாறு அவனை மெதுவாகப் பின்னோக்கி இழுத்துச் செல்கின்றது...

*****

ஒரு கசந்தக் காலத்தின் துயர நினைவுகள், புரையோடிய மனப் புண்ணிலிருந்து சீழாகக் கசிந்தது. காலனித்துவ வெள்ளை மனிதர்கள் கண்டி பட்டினத்தைப் பிடித்துக்

கொண்ட காலம்.... 1823.. லிருந்து பெருந்தோட்டப் பயிர்ச் செய்கைக்காக, இலங்கை வனாந்தரத்தில் முதல் மனிதத் தடம் பதித்தத் தென்னாட்டுத் தமிழர்கள், மலைப் பிரதேசங்களில் ஏறி வந்து இடறி விழுந்தனர்...

இருண்ட காடு... பறவைகளின் சத்தங்களோ.. வண்டு, பூச்சிகளின் ஓசைகளோ... காற்றின் அசைவில் எழும்பும் மரஞ்செடி கொடிகளின் சல சலப்புக்களோ.. கேட்காத ஒரு நிசப்தமான சூழல்.. தூரத்தில் மிகவும் இனிமையான ராகத்தில் உளிகளின் ஓசைகள் மட்டுமே கேட்கின்றன... சிற்பிகள் சிலைகள் செதுக்கி ஊருக்குள்ளே சுமந்து வருவார்கள் என்று கதைகள் கேட்ட ஞாபகம் வருகின்றது.. உளிச் சத்தங்களைத் தொடர்ந்து போய் பார்த்தால்.. மிகவும் பயங்கரமான ஒரு வேலைத்தளம் தென்படுன்றது...

நெட்டுயர்ந்த மலைப்பாறைகளில் கயிறுகளில் தொங்கிக் கொண்டு, கற்பாறைகளை உளிகளால் துளையிட்டுக் கொண்டிருக்கிறார்கள். கருத்தக் கருத்த உருவங்கள்.. மேல் சட்டை இல்லாது.. தலைப்பாகை, கீழ்ப்பாய்ச்சிகளுடன் சிலர்.. தலைப்பாகை , கோவணத்துடன் சிலர்.. மீண்டும் உளிச் சத்தங்கள் ஒரே சீராகக் கேட்கின்றன.. களைப்பில் கைகள் ஓய்ந்திருக்கும் போது.. நெற்றியில் கொப்பளித்த வியர்வையை வழித்து, வீசுவதை அறிய முடிகிறது..

சிலர் வித்தைக் காட்டுவதைப் போல அந்த மலைப் பாறையில் எந்த விதப் பிடிமானமும் இல்லாமல், இடுப்பில் கட்டியிருக்கும் கயிற்றின் துணையோடு இன்னும் மேலே ஏறுவதும், கீழே இறங்குவதுமாக இருந்தார்கள். கயிற்றின் மறுமுனைகள் மலை உச்சியில் நிற்கும் மரங்களில் கட்டப்பட்டிருக்கின்றன.. கரணம் தப்பினால் மரணம் என்பது போல கயிறு அறுந்து விட்டால், உயிரும், உடலும் உருக்குலைந்துச் சிதறிப் போகும்... "பஞ்சம் பொழைக்க" வந்த பூமியில் அவர்களுக்கு மரணம் அனு தினமும் நடக்கும் ஒரு சாதாரண நிகழ்வு..!

கீழே.. தொப்பிகள் அணிந்த வெள்ளைக்காரர்கள் ஒரு புறமும், முண்டாசு கட்டி, கோட்டு வேட்டி அணிந்த கருத்த மனிதர்கள் மறு புறமுமாகவும் நின்றுக்கொண்டு "ஏய்.." "ஓய்..!" என்று சத்தமிட்டுக் கொண்டிருந்தார்கள்.. மலைப் பாறைகளில் துளையிட்ட ஓசைகள் ஓய்ந்தன..

மீண்டும் வித்தைக் காட்டுவதைப் போன்ற காட்சிகள்... உயரத்தில் சின்ன உருவங்களாக தோன்றும் அவர்கள் கயிற்றின் துணையோடு மலை உச்சிக்கு ஏறி விட்டார்கள்.. பின்னர் திரும்பவும் வெள்ளைக் கயிறுகளோடும், சிறு சிறு பொட்டலங்களோடும், துளையிட்ட கற்பாறைக்குள் வெடி மருந்துகளைக் கொட்டி,

வெள்ளைக் கயிற்றையும் துளைக்குள் இறுத்தி அடைத்து விட்டுக் கயிற்றின் மறு முனையைப் பிடித்துக் கொண்டு மலையுச்சியில் மீண்டும் ஏறுகின்றார்கள்.

ஏறியவர்கள் வெடி மருந்துக்குள் செல்லும் வெள்ளைக் கயிறு என்ற திரியைப் பற்ற வைக்கின்றார்கள்.. தொப்பிக்காரர்களும், முண்டாசுக்காரர்களும் திரும்பிப் பார்க்காமல் தொலைத் தூரம் ஓடுகின்றார்கள்..!

சிறிது நேரத்தில் இடி சத்தத்துடன் மலைப் பாறைகள் வெடித்துச் சிதறுகின்றன... ஆகாயத்தில் உயரப் பறந்த கற் சிதறல்கள் பூமியில் கொட்டிய பின்.. தொப்பிகளும், முண்டாசுகளும் ஓடி வருகின்றனர்.. மலையுச்சியில் இருந்தவர்களும் அந்த வனாந்தரத்தின் வேறு திசையிலிருந்து செடிகளை நீக்கிக் கொண்டு வருகின்றார்கள்..

பகல் வேளை.. சாப்பாட்டு நேரம்.. தொப்பிகளும், முண்டாசுகளும் தூரத்திலிருக்கும் கூடாரத்துக்குள் செல்கின்றனர்..

கல் உடைக்கும் தொழிலாளர்கள் தங்கள் கட்டுச் சோற்றை அவிழ்த்துச் சாப்பிடுகின்றார்கள்..

அவர்களின் வேலைத் தளத்துக்குப் பின்புறமாகப் பார்த்தால், நீண்டு வளைந்து.. வளைந்து பாம்பு படுத்துக் கிடப்பது போல்.. 'சர்க்கார் பாதை' உருவாகி வருவதைக் காணலாம்..! பாதைகள் எப்போதும் நதிகளின் அருகிலேயே செல்வதைக் கவனிக்கலாம்.. ஆறுகள்தான் பாதைகளுக்குப் பாதை காட்டும் புவியியல் விஞ்ஞானத்தை மெய்ப்பித்துக் கொண்டிருக்கின்றன...!

மலைப் பாறைகளை உடைத்து, பிளந்து, நொறுக்கிய தொழிலாளர்கள், சரளைக் கற்கள் உடைக்கத் தொடங்கினார்கள்.. சரளைக் கற்கள் உடைப்பது... மலைப் பாறைகளை உடைப்பதை விட ஆபத்தானது.. எத்தனையோ தொழிலாளர்கள் கற் சில்லுகள் பட்டுக் கண்களை இழந்தார்கள்.. குருடாகிய தொழிலாளர்கள், கொடுப்பனவுடன் இந்தியா திரும்பினார்கள்... அவர்களுக்கு வெள்ளைக்காரன் கொடுத்தக் 'கருணைக் காசுகளையும்' கூட கங்காணிகள் தங்கள் கோவணத்தில் செருகிக் கொண்டார்கள்..!

முழு மலைப்பிரதேசங்களுக்கும் பாதைகள் விரிந்தன.. பேராதனைப் பாலம், ரம்பொடை பாலம் சங்கிலி பாலம் என்று பாதைகளைத் தடை செய்யக் குறுக்கிடும் ஆறுகளின் மேல் பாலங்கள் அமைந்தன..

கட்டுகின்ற பாலங்கள் இடிந்து விழும் போதும், கட்டிடத் தூண்களை எழுப்புவதற்கு அடித்தளம் அமைக்கும் போதும், வெள்ளைக்காரர்களுக்கு கங்காணிகள் ஒரு 'மந்திரம்'

சொல்லிக் கொடுத்தார்கள்.. கொடிய வெள்ளைக்காரர்கள் முதலில் அந்த மந்திரம் மூட நம்பிக்கையென்று சொன்னார்கள். பின்னர் தமது நோக்கங்கள் நிறைவேற எதையும் செய்வதற்குத் தயாராகினார்கள்.. "பிரிட்டிஷ்காரர்களுள் பெருந்தோட்டம் செய்யும் ஸ்கொட்லாந்துக்காரர்கள், சாதியிலும், அறிவிலும் குறைந்தவர்கள்... ஆனால் வியாபாரத் துறையில் மூளைசாலிகள்.." என்ற தகவலும் உண்டு...!

*****

ஒரு நாள் பௌர்ணமி இரவு....

தஞ்சாவூர் சீரங்கன் கங்காணி... மல்லனையும், மாடனையும் அழைத்து, குசு குசுத்தான்.. மூன்றாவது நாளில் சீரங்கன் கங்காணியின் உத்தரவுப்படி மல்லனையும், மாடனையும் அழைத்துக்கொண்டு ஆண்டி கங்காணி தலை மன்னாருக்கு குதிரை வழிப் பாதையூடாக நடந்தான்.. அன்று, ஒத்தையடிக் காட்டுப் பாதைகள், இந்தியத் தொழிலாளிகள் நடந்து.. நடந்து தெளிவாகத் தெரிந்தன... மன்னாரிலிருந்து மலைப் பிரதேசங்களுக்கு வர முடியாது பெருங் காடு சூழ்ந்திருந்தது. நடைப் பயணத்தையே தொடர்ந்த தென்னாட்டுத் தமிழர்கள் காடுகளை ஊடுருவி பாதையும் வெட்டி, பயணமும் செய்தார்கள்.. என்பது வரலாறாகும்..

சீரங்கன் கங்காணியின் தேவைகளை சரி வரச் செய்துக் கொண்டு வந்தால், தனக்கு சீமைத் துரை மூலம் செல்வாக்கு உயரும்.. தரகுப் பணமும், தலைப் பணமும் கிடைக்கும்.. என்று ஆண்டி கங்காணி நினைத்துப் பார்த்து பூரிப்படைந்தான்..

மன்னார் கரையில் மலபார் வள்ளங்கள் ஆடிக் கொண்டிருந்தன.. ஆண்டி கங்காணி மல்லனையும், மாடனையும் வள்ளத்தில் ஏற்றிக் கொண்டு அக்கரைக்குச் சென்றான். நெளிந்து.. நெளிந்து.. அலைகளை அள்ளி வீசும் நீலக் கடல் அவனுக்குக் கொஞ்சம் பரிச்சயப் பட்டது.. மல்லனும், மாடனும் சீரங்கன் கங்காணியின் 'ஜோலியை' முடித்துக் கொண்டு தங்கள் பெஞ்சாதி, பிள்ளைகளைப் பார்த்து வருவதிலும் பெரு மகிழ்ச்சிக் கொண்டார்கள்..

அக்கரையில் இறங்கிய ஆண்டி கங்காணி சேலத்துக்கும், செங்கல்பட்டுக்கும் சென்றான்... சீரங்கன் கங்காணி கேட்டபடியே 'கன்னி கழியாத' பதினாறு வயதில் இரண்டு இளஞ் சிறுவர்களை மிகக் கச்சிதமாகப் பிடித்துக் கொண்டான். சிறுவர்களின் பெற்றோர்களிடம் பணத்தைக் கொடுத்தான்...."இந்தாலே..! செங்கான்..! ஓம் மவனுக்கு சீமான் குடுத்த வெள்ளிக் காசு எம்பது ரூவா..! 'சென்டு' காணி வாங்கிக்கோ..! தேவத குடுத்தப் பணம்.. துன்னு தொலைச்சுப்புடாதேலே..! மூனு மாசம் எண்ணி முடிய, கூலிக் காசோட ஒண்ட்ர பக்கிள ஊர்ல கொண்டாந்து உட்றேன்..லே..! வரட்டுமா..லே..!" என்று

ஒவ்வொரு பெற்றோரிடமும் கூறி விட்டு வேகமாக நடந்தான்... பிள்ளைகளை அனுப்பிய பெற்றோர்கள், எதையெதையோ சொல்வதற்கு வாயைத் திறந்தும், அவைகளைக் கேட்க விரும்பாது, அந்த இடத்தை விட்டு நழுவி விடுவதிலேயே அவன் கவனமாக இருந்தான்.. ஓட்டமும், நடையுமாகக் கடற் கரைக்கு வந்து சேர்ந்தான்... சிறுவர்களை வள்ளத்தில் ஏற்றி மன்னார் கரையை வந்தடைந்தான்..

மன்னாருக்கும். கம்பளைக்கும் காட்டு வழிப் பாதை இருநூறு மைலாகும்.. ஏழு நாட்களில் ஆண்டி கங்காணி கம்பளை வந்து சேர்ந்தான்..

சீரங்கன் கங்காணி, ஆண்டி கூட்டி வந்திருந்த காளைகளைப் பார்த்து, திருச்சி மலைக் கோட்டை கோயில் உச்சியில் அமர்ந்து விட்டதைப் போல் ஆடி மகிழ்ந்தான்.. சீமை துரை கொடுத்த கப்பல் மார்க் 'வைன்' மதுவை அருந்திய போதையில், சிறுவர்களை வெறித்துப் பார்த்தான்.. "பச்ச மஞ்ச மாதிரி திரேகம்... தக்காளிப் பழம் மாதிரி மூஞ்சி.. பாலுந் தயிரும் துன்னுட்டு மினுங்கும் பாப்பான் மாதிரி பொன்னுடம்பாய் இருக்கானுஹ..! இந்தப் பிஞ்சுஹள சீமத் தொரமாருஹ கண்டுகிட்டா ஆவத்து.. ஆவத்து..!" என்று சீரங்கன் கங்காணி சுற்றும் முற்றும் பார்த்தான்..

அவன் பயந்ததிலும் பல காரணங்கள் இருந்தன... சீரங்கன் கங்காணி மாடனைக் கூப்பிட்டான் "மாடா..! பேராண்டிகளுக்கு நெல்லுச் சோத்தப் போட்டு, கூடாரத்துக்குக் கூட்டிக்கிட்டுப் போ....! " என்றான்..

*****

காடுகள் படர்ந்த பள்ளத்தாக்கு.. மத்தியானம் முடிந்து ஒரு மணிக்கே.. மேகம் மூடி விடும்.. வெண்ணிறப் புகை கவிழ்ந்து விடும்.. ஒருவர் முகத்தை ஒருவர் பார்க்க முடியாது.. இது மழைக் காலமும் கூட...

சேலம், செங்கல்பட்டிலிருந்து வந்திருந்த சிறுவர்களுக்கு, கடல் பயணம், காட்டுப் பயணம் இங்கே சீறிப் பாயும் பனி மூட்டங்களுக்குள்ளே ஒருவரையொருவர் கண்டுபிடித்துக் கொள்ள வேண்டிய புதினங்கள் யாவும் குதூகலத்தையே கொடுத்தன.. இந்தியாவில் மழையும், குளிரும் இல்லாமல் எந்நேரமும் புழுதி பறக்கும் வெய்யில் பூமி.. காற்று வீசாத படர்ந்த வெளி.. வெடித்துக் கிடக்கும் வானம் பார்த்த வயல் நிலங்கள்.. பச்சை பசுமை காண முடியாத அந்த வரண்ட சூழலில் வாழிக் கிடந்த சிறுவர்களுக்கு, இலங்கை வனாந்தரம் சொர்க்கமாகத் தெரிந்தது..

இங்கே காண்பதெல்லாம் பச்சை, பசுமை...! மரஞ்செடி கொடிகளும் பூத்துச் சிரித்தன..! கொட்டிச் சிந்தும் நீர் வீழ்ச்சிகள் இசை எழுப்பின..! எங்குமே தண்ணீர்..!

தண்ணீர்..! அந்த இரண்டு விடலைச் சிறுவர்கள் இலங்கை பூமியை விட்டு இந்தியாவுக்குச் செல்ல விரும்ப வில்லை.. இங்கேயே வாழ்ந்து வளர வேண்டும் என்று ஆசை கொண்டார்கள்... அவர்களின் ஆசைகள் அர்த்தமற்றவை என்று அவர்கள் அறிந்திருக்க வில்லை...!

ஒரு நாள் சித்திரை பௌர்ணமி.....

ஆண்டி கங்காணி சேலத்து சிறுவனை கோவில் பூசைக்கு போய் வரவேண்டும் என்று, காலையிலேயே காட்டு ஓடையில் குளிக்க அழைத்துச் சென்றான்.. குளித்து வந்த சிறுவனுக்கு வேட்டி உடுத்தி, வெற்றுடம்பில் திருநீறு பூசி, சந்தனக் குங்குமமிட்டு. காதுகளில் காட்டரளி பூக்களைச் செருகினான். மலைக் கடவுள் முருகனுக்கு குறிஞ்சிப் பூ பிடிக்கும் என்பதால் குறிஞ்சிக் காட்டுக்குப் பூப்பறிக்க நுழைந்தான்... குறிஞ்சிப் பூக்கள் பன்னிரண்டு வருஷங்களுக்கு ஒரு முறைதான் பூக்குமாம்... அவன் பூக்களுக்குப் பதிலாக குறிஞ்சி இலைகளால் பச்சை மாலைக் கட்டி, சிறுவனுக்குச் சூட்டினான். அந்த சின்ன இளம் குருத்து, காலையில் இருந்து எதுவும் சாப்பிட வில்லை.. ஆண்டி கங்காணி அவனுக்கு ஒரு குவளை கொம்புத் தேனும், தவிட்டுக் கொய்யாப் பழங்களும் கொடுத்தான்...

சிறுவன்.... இவர்கள் காட்டும் அன்பு, பாசம், ஆதரவு யாவற்றையும் நினைத்து இன்னும் குழந்தையாக மாறி, மகிழ்ச்சியில் திளைத்தான்.. இது வரை காலமும் பெற்றோரும், உற்றாரும் இவ்வாறு பரிவு காட்டிய தில்லை, என்று நினைத்தான்... ஆண்டி கங்காணி சோடனை செய்திருக்கும் அந்தச் சிறுவனை பாலம் கட்டும் இடத்துக்கு அழைத்துச் சென்றான்... சீராங்கன் கங்காணி சீமைத் துரைகளை அழைத்து வரச் சென்றிருந்தான்..

மல்லன் பூசை பொருட்களுடன் ஆண்டி கங்காணியைத் தொடர்ந்தான்.. பாலம் நிர்மாணிக்கும் ஓர் உயர்ந்த கட்டிடத்தின் அருகில் பூசையை ஆரம்பித்தார்கள்... சீராங்கன் கங்காணியும், சீமைத் துரைகளும் வந்து விட்டார்கள்.. சேலத்து சிறுவனை சாம்பிராணி போடச் சொன்னார்கள்.. கண்களை இறுக மூடிக் கொண்டு, பால் போல் எரிக்கும் அந்த பௌர்ணமி வெளிச்சத்தில் கிழக்குத் திசையைப் பார்த்துக் கும்பிடச் சொன்னார்கள்.. சிறுவனும் அவ்வாறு செய்யவே, மல்லன் உடனே அவனை அடித்தளம் வெட்டியிருக்கும் குழிக்குள் தள்ளி விட்டான்..! குழுமியிருந்த கூலியாட்கள் கற்களை வேக வேகமாக குழிக்குள் உருட்டி விட்டார்கள்.. அவசர அவசரமாக மணல், சிமிந்தி சாந்துகளைக் கொட்டினார்கள்.. வெள்ளைக்காரர்கள் கண்களை மூடிக் கொண்டார்கள்... சீராங்கன் கங்காணி பலமாகச் சிரித்தான்... "சீமத் தொரைமார்களே...! நர பலி குடுத்துட்டோம்... இதுக்கு மேல கட்டு ஓடையாமே, கட்டரம் ஏந்திரிக்கும் பாருங்கோ.." என்று வீர தீரமாகப் பேசினான்..

எங்கோ பிறந்து, வளர்ந்த, மாபெரும் சமுத்திரத்தைக் கடந்து வந்த, அந்தப் பாலகனின் உயிரும், உடலும் அந்தப் பாலத்தைக் காப்பதற்குப் புதைக்கப் பட்டன..!

இந்த நரபலி பூசை.. மீண்டும் வைகாசி பெௌர்ணமியில்.. நடந்தது. செங்கல்பட்டு சிறுவனின் உயிர் தானத்தோடு இன்னோரு பாலத்தின் கட்டிட வேலையும் முடிவடைந்தது..!

....இவ்வாறு மோட்டார் பாதை வேலைகளுக்கும், ரயில் பாதை வேலைகளுக்கும் "பஞ்சம் பொழைக்க வந்தோம்" என்று இந்த தேசத்தின் அனைத்து நிர்மாணத்துக்கும் அடித்தளமாக்கப் பட்டிருக்கும் தமிழர்களின் உயிரும், உடலும், ஆத்மாவும் இந்த நாட்டின் பாதைகள் முழுவதிலும் பதிக்கப் பட்டிருப்பதை யாரறிவர்..? ஒவ்வொரு புகை வண்டி நுழையும் சுரங்கங்களிலும் எத்தனை தமிழ் உயிர்கள் காவு கொடுக்கப்பட்டுள்ளன..?

உலகம் அறியாத இந்தக் கொடுமைகளைப் போன்றே, தாய்லாந்து நாட்டு சயாமியக் காடுகளில் சயாம் மரண ரெயில் பாதை அமைப்பதற்கு பல்லாயிரக் கணக்கான மலேஷியத் தமிழர்களை பலவந்தமாக ஜப்பானியர்கள் இழுத்துச் சென்று, ரயில் பாதை அமைத்தார்கள்.. மிகக் கொடூரங்களைச் சந்தித்த அந்த மக்கள், மலைக் காடுகளில் அகால மரணங்களால், ஆயிரம்.. ஆயிரம் பேர் புதையுண்டு போன வரலாறுகள், இன்று மெல்ல மெல்ல மனிதாபிகளினால் வெளிவரத் தொடங்குகின்றன..!

துயரங்களே தமிழரின் தொடர்கின்ற சரித்திரங்களாய்.. பாதைகள் அமைத்துக் கொடுத்த தமிழர்களுக்கு அந்த அரசியல்வாதி எள்ளி நகையாடி சூட்டிய "P.W.D.." என்ற பட்டம் எவ்வளவு பொருத்தமாக இருக்கின்றது...!

சொந்த சமூகத்தின் புண் பட்ட வரலாறைப் படிக்கும் அந்த மாணவன், மின்னி மினுங்கிக் கொண்டிருக்கும் அந்த சீ.டி தட்டின் துவாரத்தில் சுண்டு விரலை விட்டு, ஆத்திரம்.. ஆத்திரமாகச் சுழற்றிக் கொண்டிருந்தான்....!

✹✹✹✹✹

வரலாற்றுக் கதை....

(யாவும் கற்பனையல்ல.)

தாயகம் சஞ்சிகை ஜூன் 2008

வைகறைப் பொழுது

05

அந்த ஐந்து டிவிசன் குறூப் தோட்டத்துக்கும் "இஸ்டோர்" டிவிசனில்தான் ஆஸ்பத்திரி இருக்கிறது. 'ஒன்னாவது' டிவிசனிலிருந்து ஆஸ்பத்திரிக்கு மருந்து வாங்குவதற்கு ஒரு நோயாளி வரவேண்டுமானால் நான்கு கிலோமீட்டர் நடக்க வேண்டும். பாதையோ படு மோசம்... வாகனம் போகவே முடியாது.

இட்லிக்கு மாவு அரைத்துக் குழைத்து வைத்திருப்பதுபோல அந்த மண் ரோடு களி கிண்டிக் கிடந்தது!. "ரோடு குண்டுங்குழியுமா கெடக்குதுன்னு மழக்காலத்துல மண்ணவெட்டி நெரப்பலாமா?.அந்த தொர மடையனுக்குத்தான் அறிவு இல்லாட்டிப்போனாலும் அந்த கண்டாக்கு மடையனுக்காவது அறிவு இருக்க வேணாமா?

சகதிக்குள் றப்பர் சிலிப்பரோடு மாட்டிக் கொண்ட கோவிந்தசாமி கால்களை உருவிக் கொண்டு சிலிப்பரை பிடுங்கி எடுப்பதற்கு கைகளைப் போட்டு அலம்பிக் கொண்டி ருந்தான்.

மாணிக்கம் கோவிந்தசாமியயைக் கடந்து மோட்டார் சைக்கிள் வேகத்தில் ஓடிக்கொண்டிருந்தான்.

ஆஸ்பத்திரியை அடைந்ததும் டக்டரிடம் பேச முடியாமல் மேல் மூச்சு கீழ்மூச்சு வாங்கினான். "என்னா மாணிக்கம்! மூச்சு பயிற்சி செய்றியா? ஒழைப்பாளிக்கு ஒரு பயிற்சியும் தேவைப் படாது!. எங்க மாதிரி ஆளுகளுக்குத்தான் 'வாழும் கலை பயிற்சி' தேவை!" என்று கேலியும் கிண்டலும் செய்தார் டொக்டர். அவர் எம்.பி.பி.எஸ் டாக்டர் பட்டம் பெற்றவர் அல்ல! தோட்டங்களில் ஈ.எம்.ஏ... ஜே.ஈ.எம்.ஏ அல்லது மருந்து கலக்கும் ஓடர்லிமார்களும் டாக்டராகலாம். அவர்கள் கைகளில்தான் ஆயிரக்கணக்கான தோட்டத்தொழிலாளர்களின் உயிர்கள் தங்கியிருக்கின்றன. அவர்கள் எத்தனை உயிர்களை வேண்டுமானாலும் "டெஸ்ட் பண்ணி' பயிற்சி பெறலாம்!

"பார்வதிக்கு வயித்துவலி வந்திருச்சுங்க சேர்! இதுதான் மாசம்.. ரொம்பக் கஷ்டப்படுறா... பிரஸ்ஸரும் இருக்குதுங்க! அம்புலன்ஸ் வாங்க துண்டு தாங்க சேர்!" மாணிக்கம் பதட்டத்தோடு நா உளறிக்கொண்டு கேட்டான். "ஒனக்கு இது நாலாவது கொழந்தை! துண்டு குடுக்க முடியாது! ரெண்டு கொழந்தைக்கு மேலே பெக்கக்கூடாது. தப்பிப்பொழைச்சா மூனு கொழந்தைதான் சட்டமுன்னு தெரிஞ்சும் நீ... மீறிப் போயி செஞ்சே! ஒன்னையெல்லாம் திருத்தவே முடியாது! பன்டி பல குட்டி போட்டாலும் சிங்கம் ஒன்னு ரெண்டுதான் போடும்! சிங்கத்தப்பாத்து பழகனும் மனுசேன்!" டாக்டர் லெச்சர் அடித்தார்.

"இது புத்தி சொல்லுற நேரமில்லைங்க ஐயா.. என் சம்சாரம் உசுரக் காப்பாத்துங்க ஐயா! ஒரு உயிரு இன்னொரு உயிருக்குப் போராடிக்கிட்டு இருக்கு!"

"நீ ஆஸ்பத்திரியிலே நிப்பாட்டி இருக்கனுமில்லையா? ஆஸ்பத்திரி கடல் மாதிரி கட்டிப்போட்டிருக்கு!"

"ஆஸ்பத்திரியில மருந்தும் கெடையாது... மருத்துவச்சியும் கெடையாது. சும்மா நிப்பாட்டி பிரயோசனம் இல்லேன்னுதான் டவுன்ல பிரைவேட் டக்டருக்கிட்ட மருந்து எடுக்கிறேன். துண்டு எழுதிக் குடுங்க சேர்.. நான் இன்னும் தொரைக்கிட்ட போறதுக்கு ஒரு கிலோ மீட்டர் ஓடனும்!" மாணிக்கம் நிலைக்கொள்ளாமல் அவசரப்பட்டான்.

"முடியாது! மாணிக்கம்.... நாலாவது கொழந்த பெக்குறதுக்கு ஏண்டா 'என்கரேஜ்' பண்ணுறேன்னு தொரை எனக்கு துண்டு குடுத்துட்டா என் பொழப்பு போச்சி!"

"ஏதோ தவறு நடந்து போச்சிங்க சேர்.. இனிமே கவனமா நடந்துக்குறேன்... சொனங்காதீங்க ஐயா..." என்று காலில் விழாத குறையாகக் கெஞ்சினான் மாணிக்கம்.

"நேரத்த வீணாக்கம்... ஓடிப்போய் ஒரு பிரைவேட் வாகனத்த கொண்டுவந்து நோயாளிய ஏத்திக்கிட்டுப்போனா உசுர காப்பாத்தலாம்" என்றார் டாக்டர்.

"நம்ம தோட்டத்து ரோட்டுல போக எந்த அயர் வாகனும் வராது சேர்.. ரோடு மோசம்" என்று அழுதான் மாணிக்கம்.

"முனியாண்டி கோயில் வரைக்கும் வாகனத்த வரச்சொல்லு. லயத்துல இருந்து பொம்பளைய தூக்கிக்கிட்டு போகலாம் தானே".

"இந்த நாயோட போராடுறதவிட ஆத்துல எறங்கி டவுன்ல ஒரு வாகனத்த எடுத்துக்கிட்டு வந்து பார்வதிய நாக்காலியில ஒக்காரவச்சி ரெண்டு பேரு தூக்கிக்கிட்டுப் போய் வாகனத்துல வைக்கலாம்... மொத கொழந்தைக்கும் இப்படித்தானே நடந்துச்சு" பழைய அனுபவத்தை நினைத்து திரும்பிப்பார்க்காமல் பைத்தியக்காரனைப் போல் ஓடினான்.

தோட்ட நிர்வாகி ஜீப்பில் வருவதைக் கண்டு கையை நீட்டி நிறுத்தினான். டாக்டர் வாகனத்துக்கு துண்டுக்கொடுக்காத விசயத்தை சொல்லி மனைவியின் நிலைமையை விவரித்தான். "நாங் ஒன்னுங் செய்ய முடியாது டாக்டர் ஐயா சொல்லுறப்படி செய்! நாலு புள்ளக்கூடாதுதானே! ரூல்ஸ் படி நடந்தா எல்லாருக்கும் நல்லம். வாகனம் குடுக்க முடியாது!" என்று ஜீப்பை வேகமாக மிதித்தான் தோட்ட நிர்வாகி.

தண்டுகலாவத்தையிலிருந்து நோட்டன் டவுனுக்கு போகவேண்டுமானால் காட்டுப்பாதை வழியாக இறங்க வேண்டும். கல்பாறைக்கு பாறை கால்தாண்ட வேண்டும். வழுக்கப் பாறைகளின் மேலேயே நடக்க வேண்டும். மண்பாதை கிடையாது. ஆத்தடி அக்கரைத்தோட்டத்துப் பாதையில் மழைகாலத்தில் போகமுடியாது. பவர் ஹவுஸ் அருகிலிருக்கும் பாலத்துக்கு மேலே வெள்ளம் வரும்.... காட்டுப்பாதை வழியாக மாணிக்கம் நோட்டன் டவுனுக்கு வந்து வாகனம் பேசிக்கொண்டான். கடவுள் செயல்! முனியாண்டி கோயில் வரைக்கும் என்றதுமே வேன் காரன் சம்மதம் தெரிவித்தான். எப்படியும் தண்டுகலாவத்தைக்கு டபல் சாஜ் கொடுக்கவேண்டும்.

வாகனம் பறந்தது. "நல்ல படியா இந்த கொழந்த பொறந்தா போதும்.. பார்வதி சொகமாகிய பொறகு இனிமே மனசக்கட்டுப்படுத்திக்கலாம் வசதிப்பட்டா பெரியாஸ்பத்திரியில சுகாதாரமா குடும்பக்கட்டுப்பாடு செஞ்சுக்கலாம். நாலுக்கொழந்தைங்கள வளக்குற சாமர்த்தியம் எனக்கு இருக்கு.. ரெண்டு

கொழந்தைக்கு மேல பெக்க வேணாமுன்னு ஓடர் போடுறதுக்கு தோட்டத்து ராஸ்க்கல்களுக்கு என்னா உரிம இருக்கு? எல்லாம் நல்ல படியாகட்டும். அப்புறம் இவன்களை பாத்துக்குறேன்" என்று அவன் மனம் பேசிக்கொண்டே ஒடியது.

அவனுக்கு நாவலப்பிட்டி டாக்டர் சொன்ன விசயம் ஞாபகத்துக்கு வந்தது. "வயிரு பெருசா இருக்கு வயித்துல தண்ணியும் நெறைஞ்சிருக்கு... பிரசர் கொஞ்சம் இருக்கு நேரங்காலத்தோட ஆஸ்பத்திரியில நிப்பாட்டுறது நல்லது" மாணிக்கம் மனதுக்குள் வருத்தப்பட்டுக்கொண்டான். "நேத்தே அவுங்க அக்காவூட்டுல கட்டப்புலாவில நிப்பாட்டியிருக்கலாம்... மடையனா போயிட்டேன்..." என்று பெருமூச்சு விட்டவனின் மனம் முன்னால் ஒடியது.

"நான் கொழந்த பெத்துக்கக் கூடாதுன்னு சட்டம் போட அவனுக்கு என்னா அதிகாரம் இருக்கு? குடும்பக்கட்டுப்பாட்டுச் சங்கம் சிங்கள ஏரியாவுக்கு போய் சட்டம் போட முடியுமா? முஸ்லிம் ஏரியாவுக்குப்போய் உபதேசம் பண்ணமுடியுமா? அவுங்க நெருப்பு வச்சி கொழுத்திப்புடுவாங்க... தோட்டத்துல வந்துதான் கருவ அறுக்க முடியும்... கொடுமை! கொடுமை! கலியாணம் கட்டிட்டா போதும் தொர பயலுக்கும் டக்டர் பயலுக்கும் இதே தான் வேல! ஒவ்வொரு கரு அறுப்புக்கும் கொமிசன் கெடைக்கும் ச்சீ ச்சீ.. எங்கெங்கல்லாம் கொமிசன் கெடைக்குது பாரு! ரெண்டு புள்ளக்காரி ராஜமணிக்கு வயசு இருவத்திமூனு... அவளக்கூப்பிட்டு டக்டர் கருவறுத்துட்டான். இப்போ என்னாச்சி? ரெண்டு கொழந்தைங்களும் காய்ச்சல்ல பறி போனதும்.. ராஜமணி இப்போ அந்தரமா போயிட்டா. புருசன்காரன் புள்ளக்குட்டிவேணுமுன்னு புதுசா பொம்பள கொண்டுவந்துட்டான். ராஜமணி மூளக்கோளாறு வந்து தாய் வீட்டுக்குப் போயிட்டா... இப்படி எத்தன குடும்பம் நாசமா போய் கெடக்குது. குடும்பக்கட்டுப்பாடு வேணுமுன்னு செமினார் நடக்குது... வேணாமுன்னும் நடக்குது. குடும்பக்கட்டுப்பாடு கூடாதுன்னு நடந்த செமினாருல நெறைய விசயம் பேசுனாங்க..." மாணிக்கம் கருத்தரங்கில் சில விரிவுரையாளர்கள் பேசியதை நினைவுறுத்திப்பார்த்தான்.

பெருந்தோட்டத் தமிழ் மக்களின் குடிசன பெருக்கத்தை திட்டமிட்டுக் குறைக்கின்றார்கள்... சிறிமா சாஸ்த்திரி ஒப்பந்தம் மூலம் ஐந்து இலட்சத்து இருபத்தையாயிரம் பேர்களை இந்தியாவுக்கு நாடுகடத்தினார்கள். தோட்டங்களில் குடும்பக்கட்டுப்பாட்டுத்திட்டங்களை அமுல்படுத்தினார்கள்.

இந்த வஞ்சகம் நிறைந்த நிகழ்வுகள் நடைபெறாமல் இருந்திருந்தால் இன்று மலையகத்தில் முப்பதுலட்சம் தமிழர்கள் இயற்கை வளர்ச்சியோடு பெருகி இருப்பார்கள்.இன்று பதினைந்து லட்சம் தமிழர்களாக நாட்டின் குடிசனத் தொகையில் 5 வீதமாக ஒடுக்கப்பட்டுள்ளனர்.

இது எவ்வளவு பெரிய உண்மை என்பதை வண்டியின் வேகத்திலும் மனம் குழம்பிய நிலையிலும் யோசித்துக் கொண்டு போனான். "கொஞ்சகாலத்துக்கு முன்னுக்கு மாரியம்மன் கோயில் வாசலில் இருவது முப்பதுன்னு சின்னஞ் சிறுகள் வெளையாடுவாங்க... புள்ளை மடுவத்தில் இருவது முப்பதுன்னு தொட்டி தொங்கும்... ரெண்டு ஆயா மாருங்க தாலாட்டு பாடிகிட்டு இருப்பாங்க... இப்போ நாலு அஞ்சு தொட்டி மாத்திரமே தொங்குது.. கோயில் வாசல்ல வெளையாடுவதுக்கு புள்ளைகளே கெடையாது! ஸ்கூல்ல ஆண்டு ஒன்னுக்கு புள்ளைக கெடையாது...! பெரிய ஸ்கூல்ல பத்து பன்னிரண்டுதான் இருக்குதுன்னு வாத்தியார் மாருங்க சொல்றாங்க.."

திட்டமிட்டு ஒரு சமூகம் அழிக்கப்பட்டுவிட்ட உண்மை நிலைமைகளை மாணிக்கம் அந்த அவசரத்திலும் அசைப்போட்டுப் பார்த்தான்.

கருத்தரங்கில் சொன்னார்கள... நமது சமூகத்தில் இனவிருத்தி அதிகரிக்க வேண்டும். குழந்தைகளை வளாக்கத் தகுதி உள்ளவர்கள் மூன்று நான்கு குழந்தைகளைப் பெற்றால் பரவாயில்லை என்றார்கள். மாணிக்கத்துக்கு நான்கு குழந்தையென்றால்... பத்து பேருக்கு நாப்பது குழந்தைகள்!. மாணிக்கம் கருத்தரங்கு உபதேசத்தை நினைத்துச் சிரித்தான்.

வாகனத்தை முனியாண்டி கோயில் சந்தியில் நிறுத்தி விட்டு கோயில் லயத்து குமாரை உதவிக்கு கூட்டிக் கொண்டு வீட்டை நோக்கி ஓடினான். பார்வதியை கைத்தாங்களாக.... முடிந்தால் தூக்கிக் கொண்டுதான் வரவேண்டும். மாணிக்கம் வேகமாக ஓடினான் இன்னக்கி நல்ல நாளு! பொதன் கெழம. இன்னைக்கே கொழந்தை கெடைச்சா அதிஸ்டந்தான்!

வீட்டு வாசலில் கூட்டம். சின்ன விசயத்துக்கும் வேடிக்கைப் பார்ப்பதற்கு கூட்டம் கூடுவது வழக்கமாகிவிட்டது. மாணிக்கம் கூட்டத்தை நீக்கிக்கொண்டு வீட்டுக்குள் நுழைந்தான்.

"ஐயோ சாமி மாணிக்கம்!" என்று அலறித் துடித்துக் கொண்டு அவன் காலில் தாய் வள்ளியம்மை மூர்ச்சித்து விழுந்தாள்.

பார்வதியைச் சுற்றி "புள்ளைபேறு" பார்க்கும் மருத்துவச்சி லெச்சுமி... இன்னும் அடுத்த வீட்டு செல்லம், சரஸ்வதி எல்லோரும் தலையில் கையை வைத்துக் கொண்டிருந்தார்கள். பாயில் அகோரமாக இரத்தம் கசிந்த நிலை... மாணிக்கத்தை விட்டு பார்வதி திரும்பிவராத உலகத்துக்கு சென்றுவிட்டாள்.இரத்தப்பெருக்கு அதிகமாகிவிட்டது.ஒரு மணித்தியாலத்துக்குமுன் ஆஸ்பத்திரியில் சேர்த்திருந்தால்

உயிரைக் காப்பாற்றி இருக்கலாம்... அவள் உயிரோடு இன்னொரு உயிரும் போய்விட்டது.

மாணிக்கம் பார்வதியின் கால்களைப்பிடித்து தனது கன்னத்தில், முகத்தில், கண்களில், நெற்றியில் உரசிக் கொண்டு குமுறி குமுறி அழுதான். அப்பா அழுவதை குழந்தைகள் 'திரு திரு' வென்று பார்த்துக் கொண்டிருந்தன.

தைரியமும் முரட்டுத்தனமும் கொண்ட மாணிக்கம் கோழி குஞ்சை போல குறுகிப்போனான். கணவன் மனைவி இருக்கமாக இணைந்த ஒரு கட்டமைப்புதான் குடும்பம்.... அந்த நிர்மானத்தில் ஒருவரை ஒருவர் இழந்து விட்டால்... வாழ்க்கை சேதமாக்கப்பட்டு விடும். "இனி என்ன செய்யப்போறேன்.... என்னை அந்தரத்தில் விட்டுட்டுப் போய்ட்டாளே!" அவன் தலையைக் குப்புறக்கவிழ்த்துக் கொண்டு யோசித்தான். அந்த பத்தடி குடிலுக்குள்தான் அவனது உலகம் உருவாகியது. திருமணம் முடித்தது...அவளோடு இணைந்தது... மகிழ்ந்தது... குழந்தை பெற்றது... தொட்டில் கட்டியது.. தாலாட்டியது... சமைத்தது... சாப்பிட்டது... சண்டை போட்டது... குழந்தை குட்டிகளோடு கும்மாளம் அடித்தது... இன்று இந்தப்பாயிலே சடலமாக இவளை இந்த நிலைமையில் பார்ப்பது... இதே இந்த பத்தடி நிலப்பரப்பிலேதான்...

சூனி குறுகிப் போயிருந்த மாணிக்கத்தை நண்பர்கள் அடுத்த வீட்டுக்கு அழைத்து சென்றார்கள். தோட்டத்து இளைஞர்கள் எல்லாம் நூற்றுக் கணக்கில் குவிந்து விட்டார்கள். வாகனம் கொடுப்பதற்கு சட்டம் சவடால் பேசிய மறுத்து வச்சியையும் தோட்டத்து டாக்டரையும் தோட்டத்து மெனேஜரையும் தேடி அலைந்தார்கள். தோட்ட நிர்வாகி பங்களாவில் இல்லை. டாக்டரையும் காணோம். பார்வதி இறந்து விட்ட செய்தியைக்கேட்ட தோட்ட நிர்வாகி ஜீப் வண்டியோடு அடுத்தத்தோட்டத்துக்கு ஓடி மறைந்து விட்டான். தங்களுக்கு ஆபத்து வரப்போகிறது என்பதை அவர்கள் விளங்கியிருந்தார்கள்.

வெறி கொண்ட வேங்கைகளாக இளைஞர்கள் வாகனம் வரும் எல்லாப் பாதைகளிலும் பாறைகளை உருட்டி வைத்தார்கள். ஏதாவது அசம்பாவிதம் நடக்கலாம் என்று பெரிய டீமேக்கர் பொலிஸுக்கு தகவல் கொடுத்து, ஆயுதபாணிகளோடு ஒரு பொலிஸ் வண்டி தோட்டத்து கேட் வாசலில் வந்து நின்றது. "பொலிஸ் வந்தால்தான் பிரச்சினை வரும் போய் விடுங்கள்!" என்று தோட்டத்து ஆண் பெண் தொழிலாளர்கள் அனைவரும் ஒருமித்து கேட் அருகே வந்து சொல்லவும் பொலிஸ்காரர்கள் மரியாதையோடு திரும்பிச் சென்றனர். அதிகாரத்திமிரோடு நடந்து கொள்ளும் தோட்டத்துக் சக்திகளில் டீமேக்கரும் ஒருவர். அவர் எட்டி எட்டிப் பார்த்து நடுங்கிக் கொண்டிருந்தார்.

*****

– மரணவீடு.

பெண்கள் பார்வதியை சுத்தம் செய்து உடை மாற்றி வைத்திருந்தனர். இளைஞர்கள் நல்லடக்கம் முடியும்வரை தங்கள் வெறி உணர்ச்சிகளைக் கட்டுப்படுத்திக் கொண்டிருந்தனர்.

மரண விசாரணை செய்வதற்கு கொரணரும் அரசாங்க ஆஸ்பத்திரி டாக்டரும் நான்கு மணியளவில் வந்தனர். திடீர் மரணம் என்று பெயர் சூட்டினர். தாய் சேய் இரு உடல்களையும் வேறு படுத்திய காட்சி எல்லோரையும் கண் கலங்கச் செய்தது. மரண விசாரணை முடிந்தது. அதிக இரத்தோட்டமே மரணத்துக்குக் காரணமென்று மரண விசாரணை அதிகாரி தீர்ப்பு கூறினார்.

முழு தோட்டமும் மரண அமைதியாகியது. விடிந்தால் சனிக்கிழமை. "சனிக்கெழம அடக்கம் செய்யக் கூடாது... சனிப்பொணம் தனிப்பொணம் கேக்கும்!" என்றார்கள் சிலர். "சனிக்கெழம கோழிக்குஞ்சி கட்டித் தூக்கலாம்" என்றனர் சிலர் சனிக்கிழமை அடக்கம் செய்வதையே மாணிக்கம் விரும்பினான். "நல்ல நேரம் பார்த்து சிசுவை மட்டும் இன்னக்கி மரக்கறி தோட்டத்திலேயே அடக்கம் செஞ்சிருவோம்" என்று வயதானவர்கள் அபிப்பிராயம் கூறினார்கள். அதன்படியே நடந்தது.

மறுநாள் சனிக்கிழமை "நிர்வாகம் அம்புலன்ஸ் வாகனம் கொடுக்க மறுத்ததால் கர்ப்பிணி தாய் மரணம்" என்று பத்திரிகை செய்தியிலும் வந்துவிட்டது. அக்கம் பக்கத்து மக்கள் கூட்டம் மரணவீட்டில் குவிந்தனர். பார்வதியின் இறப்பு... மரணம் அல்ல அது ஒரு கொலை என்ற நிலைப்பாட்டில் அந்த பாட்டாளி உலகமே வெறி கொண்டு நின்றது.

இருந்தபோதிலும் எதுவித கலவரங்களும் இல்லாமல் அமைதியான முறையில் மரண ஊர்வலம் சென்று நல்லடக்கமும் நடந்து முடிந்தது.

*****

மாணிக்கம் கவ்வாத்துக்காரன். 'தண்ணிகானில்' தீட்டுக் கட்டையை வைத்து கவ்வாத்துக் கத்தியைத் தீட்டிக் கொண்டிருந்தான். தீட்டியக் கத்தியை கழுவி தோட்டத்து வாழைமரத்தில் கொத்தி வைத்தான். ஒவ்வொரு நாளும் கவ்வாத்து கத்தியைத் தீட்டி வாழைமரத்தில் கொத்தி வைத்தால் சுனை கூர்மையடைந்து மேலும் பதமாக இருக்கும் என்பது ஒருவகை தொழில் நுட்ப உண்மையாகும். மாணிக்கம் இரண்டு அங்குல பருமனுள்ள தேயிலை வாதையும் 'சேமன் தண்டை' பிளேட் கத்தியால் நறுக்குவதைப்போல் ஒரே வீச்சில் வெட்டிவிடுவான்.

பார்வதி இறந்து இன்று பதினைந்தாம் நாள்.... நாளை உத்திர கிரியைகள் செய்ய வேண்டும்.

"தங்கச்சி வீட்டுக்குப் போயிட்டு வர்றேன்.." என்று குஞ்சிபொறி தோட்டத்துக்குப் போன மாணிக்கம் இரவு 11 மணியாகியும் இன்னும் வரவில்லை. கடைசி பஸ்சையும் டவுனுக்குப் போய் பார்த்து விட்டு, மனம் குழம்பிய நிலையில் மாணிக்கத்தின் நண்பர்கள் வீட்டுக்குத் திரும்பினார்கள்.

மாணிக்கம் வீட்டில் இருந்தான்...!

நாளை நடைபெறவிருக்கும் அந்தியேட்டிக் கிரியைகளுக்கான பூசை பொருட்கள் யாவும் வீட்டில் நிறைந்திருந்தன. பார்வதியின் உயிர் பிரிந்த படுக்கையறை சுவரில் ஒட்டி வைத்திருந்த "சீதன சாணத்தில் பலதானியங்கள் முளைத்து கொடி விட்டிருந்தன. பார்வதியின் இளமைக் காலத்துப் படமொன்றை பெரிதாக்கி சுவற்றில் சாய்த்து வைத்திருந்தார்கள். அருகில் நல்ல விளக்கு எரிந்து கொண்டிருந்தது...

மாணிக்கத்தைக் கண்ட நண்பர்கள், "எங்கடா போய் தொழைஞ்ச..?" என்று கோபத்தோடு அவனை நெருங்கினார்கள். மாணிக்கம் கல கலப்பாகச் சிரித்தான். அவனது முகத்தில் என்றுமில்லாத சந்தோசக் களை பளிச்சிட்டது. பைத்தியக்காரனைப் போல ஒவ்வொருவரின் கைகளைப் பிடித்துக் குலுக்கினான். மெய்மறந்து பேசத் தொடங்கினான். "மச்சான்..! ஒம்பது மணிக்கு டக்டர் பயலை ஆஸ்பத்திரிக்குள்ளேயே எம லோகம் அனுப்பிட்டேன்..! தொரப் பயலையும் வங்களா மொடக்கு ரோட்டுல ஜீப்ப நிப்பாட்டி அவனையும் எம லோகம் அனுப்பிட்டேன்..! விடிஞ்சதும் கவ்வாத்துக் கத்தியோட பொலிஸ்ல சரண்டராகுவேன். கரும காரியங்கள நீங்க மூனு பேரும் சேந்து செஞ்சிருங்க..! பார்வதி நாளைக்கு மோட்சத்துக்குப் போவா..!" என்றான்.

நண்பர்கள் திகிலடைந்தார்கள். "மடையன் மாதிரி காரியம் செஞ்சிருக்க..!" என்றான் ஒருவன்.

"டேய்..! பொறப்படு..! லோயர் ஒருத்தர புடிச்சி.. லோயர் மூலமா சரண்டர் ஆகலாம்..!" என்றான் இன்னொருவன்.

"நாந்தான் கொல செஞ்சேன்.. எதுக்காக கொல செஞ்சேன்னு ஊரு ஒலகத்துக்குத் தெரியணும்..! தொழிலாளி முழிச்சிக்கிட்டான்.. அவனோட இனி எந்தப் பயலும் வெளையாட முடியாதுன்னு எல்லாப் பயலுகளும் புரிஞ்சிக்கணும்..! என்

வீட்டுல ரெண்டு கொல.. அதுக்காக வெளியே ரெண்டு கொல.. அம்பதுக்கு அம்பது... சரியாப் போச்சி..!" என்று சத்தமாகப் பேசினான் மாணிக்கம்.

பெருந் தோட்ட நிர்வாகம், பிரிட்டிஷ்காரர்கள் உருவாக்கிய ஓர் ஆதிக்கக் கட்டமைப்பாகும். அரச காலத்து கட்டளைகள்... தண்டனைகள்.. ஆக்கிரமிப்புக்கள்.. ஒடுக்குமுறைகள் யாவும் அப்படியே இருநூறு ஆண்டு காலமாகியும் வழிமுறையாகப் பேணப்பட்டு வருகின்றன. அந்தக் கட்டமைப்பு இன்று மாணிக்கத்தால் தகர்க்கப்பட்டுள்ளது..

"மாணிக்கம் நீ செஞ்சது ரெட்டக் கொலை.. மரண தண்டன கெடைச்சா என்னடா செய்யிறது..?" இன்னுமொரு நண்பன் கவலைப்பட்டான்.

"நான் கொல செஞ்சவன்.. எனக்கு மரண தண்டன கெடைக்கிறதுதான் நியாயம்..." என்றான் மாணிக்கம்.

"ஒலகத்தில ஒவ்வொரு நாளும் வெடி வச்சு கொல்லுறானுங்க..! ரேடியோவ தொறந்தா முப்பது நாளும் கொலதான்..! நான் செஞ்சது சின்ன விசயம்.. இந்த கேஸ் எந் தலையோட போகட்டும்.. நீங்க யாரும் தலையிடக் கூடாது..! வெளியே நின்னு காரியத்தப் பாருங்க..! வயசான அம்மாவையும், மூனு புள்ளைகளையும் அனாதையா விட்டுட்டு போறேன்னுதான் எனக்கு கவல.." வார்த்தைகள் வெளி வர முடியாமல் நாக் குளறி பேசி கண் கலங்கினான் மாணிக்கம்..

"அவுங்கள வளத்து நாங்க காப்பாத்துவோம்.. நீ ஒன்னுக்கும் கவலப் படாம போ..!"

என்று மூன்று நண்பர்களும் வேதனையோடு அவனைக் கட்டியணைத்து ஆறுதல் கூறினார்கள்..

அந்த இரவே நடுச்சாமத்தில் சட்டத்தரணி ஒருவரை சந்திப்பதற்கு காட்டு வழியாக நகரத்திற்குச் சென்றார்கள்.

"ரெண்டு கொலைகளுக்குமே சாட்சி கெடையாது.. நாங்க தப்பிச்சுக்கலாம்..!" என்று சட்டத்தரணி சட்டத்தின் 'ஒட்டையை'க் காட்டினார்.

மாணிக்கம் லோயரின் 'லோ பொயின்டை' விரும்ப வில்லை.. கொலைகளை அவன்தான் செய்தானென்று ஊர் உலகத்துக்குப் புரிய வைக்க விரும்பினான். கொடுமைகளுக்கு எதிராக ஒடுக்கப்படும் மக்கள் எழுச்சியடைந்து விட்டார்கள் என்பதைக் காட்ட வேண்டும் என்றே மாணிக்கம் ஆவேசப்பட்டான்.

வழக்கறிஞர் வீட்டிலிருந்து காட்டு வழியாகத் தோட்டத்துக்குத் திரும்பும்போது, அதி காலை நான்கு மணி.. முனியாண்டி கோயில் ஆல மரத்துத் திண்ணையில் அவர்கள் வந்து அமர்ந்தார்கள். வியர்த்த உடல்கள் குளிர் காற்றில் இளைப்பாறின. மாணிக்கத்தின் விருப்பப்படியே விடிந்ததும் லோயர் மூலம் அவனை நீதி மன்றத்தில் ஒப்படைப்பதற்கு முடிவெடுத்தார்கள்.

எங்கோ வெகு தூரத்தில் சேவல் கூவும் மங்கிய சத்தம் கேட்டது. அந்தச் சத்தத்தைக் கேட்டு பல திசைகளிலிருந்தும் சேவல்கள் கூவின...

முனியாண்டி கோவில் ஆல மரத்தின் அடர்ந்து படர்ந்து விரிந்த கிளைகளுக்கிடையே கிழக்கு வானில் வைகறைப் பொழுது புலரும் ஒளிக்கீற்று லேசாகத் தெரிந்தது...

✳✳✳✳✳

தினக்குரல் மே 2007

நமப் பார்வதி பதியே...

உச்சிமலை தோட்டத்து அம்மன் கோவில் பூசகர் தனக்குள்ளேயே சிரித்துக்கொண்டார். 'தான் ஒரு ஐயரும் இல்லே,..! கிப்ப்யரும் இல்லே..! எல்லாம் அதிஷ்ட தேவதை அமைத்துக் கொடுத்த வரம்' என்று மனதுக்குள் பேசிக் கொண்டார்.

சிவகாந்தன், சில வருஷங்களுக்கு முன்.. முருகனைப் போல கோவணாண்டியாக கொழும்பில் ஒரு பாழடைந்த லொட்ஜில் இருந்தவன். வடக்கிலே ராணுவமும், போராளிகளும் மோதியபோது, முதல் குண்டு வெடிச் சத்தத்திலேயே கொழும்புக்கு ஓடி வந்தவன்.. பட்டா பரியாக பாஸ்போட் எடுத்தவன்.... ஜெர்மன், சுவீடன், கனடா என்று

ஆகாயப் பாதையை அண்ணாந்து பார்த்து.. பார்த்து களைத்துப் போனவனுக்கு எல்லாமே தடையாகிப் போயின. காணி விற்றக் காசு, வீடு விற்றக் காசு.. எல்லாம் கரைந்துப் போய்.. தலை மயிர் வெட்ட, தாடி மயிர் வழிக்கக் கூட கையில், மடியில் இல்லாத நிலையில், ஆண்டிச் சாமியாரைப் போல நிலை மாறிய நிலைக்குத் தள்ளப் பட்டான்.

"

இன்றைய ஐயர் என்ற அன்றைய சிவகாந்தனுக்கு மட்டும் ஜெர்மனிக்கு பறக்க முடியாத நிலை ஏற்பட்டது. தரகர்கள் கேட்ட பணத்துக்கும், அவனுக்கும் எட்டாத நிலை ஏற்பட்டது. மற்றைய நான்கு நண்பர்களும் சிட்டாய்ப் பறந்தார்கள். போய் பணம் அனுப்பி சிவகாந்தனை மூன்றே மாதத்தில் எடுத்துக் கொள்வதாகக் கூறிச் சென்று மறைந்தவர்கள்தான்....!

கொழும்பு லொட்ஜிலும் தொடர்ந்து தங்க முடியாத நிலை.

சிவகாந்தன் செட்டித் தெருவில் இருக்கும் அந்த சைவக் கடையை நினைத்துப் பார்த்தான். அன்று கொழும்புக்கு ஓடி வந்த புதிதில், ஒரு சைவக் கடையைத் திறந்திருந்தாலும், இன்று லட்ச லட்சமாய் சம்பாதித்துக் கோடீஸ்வரனாகியிருக்கலாம். சைவக் கடைக்கு பெரிய முதலீடு தேவையில்லை.. நகர சபை தண்ணீர், ஒரு மூட்டை மாவு, பத்து பறங்கிக்காய், பத்து கிலோ பருப்பு, பத்துத் தேங்காய், கொஞ்சம் பலசரக்கு.. இந்த 'மூலப் பொருட்களோடு' கடை திறந்திருக்கலாம்.

சிவகாந்தன் இலையில் இரண்டு தோசை விழும். அது உழுந்து தோசையைப் போல உப்பியிருக்கும். ஆனால் அது உழுந்து போடாத தோசை...! புளிப்பால் உப்பியிருக்கும் தோசை..! சைவக்கடை சமையல்கட்டுக்குள்ளிருக்கும் தோசை மாவு கரைக்கும் அண்டாவுக்குள் அழுகிய, சிரட்டை நீக்கிய தேங்காய் மிதக்கும்..! இந்த "இன்கிரிடியன்தான்" தோசை மாவை புளிக்கச் செய்யும் பக்டீரியா..! அடுத்து தோசையின் மேல் பருப்பில்லாது ஊத்தப்படும் "சாம்பார்" என்று பறங்கிக் காயைக் கடைந்து.. அதிலே இரும்புத் துண்டுகளாய், முற்றிய விதையோடு ஒரிரண்டு முருங்கைக்காய் துண்டுகள் முழி பிதுங்கி மிதக்கும்..!

இந்த சைவக் கடையை இனவாத சிங்களவர்கள் கிண்டல் பண்ணுவதுண்டு. "தோசே மசாலா வடே" என்று பைலா பாட்டுப் பாடிக் கொண்டு அரை டசன் தோசை, ஒரு லீட்டர் சாம்பார் என்று சாப்பிட்டு, 20, 25 ரூபாவுக்குள் பகல் சாப்பாட்டை முடித்துக்கொள்வார்கள். சிவகாந்தன் முன்பெல்லாம் சைவக்கடையில் உட்காரும் போது, இடியப்பம் கேட்டால் இடியப்பத்தோடு பலவந்தமாக ஒரு உழுந்து வடையும் வந்து உட்காரும்..! இது ஒரு வியாபார டெக்னிக்..! சில நாட்களில் சிவகாந்தன் வடையைக் குறைத்துக் கொண்டான். "5 இடியப்பம் ஒரு பிளேன் டீ" என்ற நிலைக்கு வந்து விட்டான். பழைய நினைவுகள் வாட்டி வதைத்தன...

கொழும்புக்கு வந்த புதிதில் சாப்பாட்டுக்கு செட்டிநாட்டு ரெஸ்டூரண்ட்.... பிறகு செட்டித் தெருவுக்குப் பின்னால் செக்கடித் தெருவில் இறால்.. கனவாய்.. நண்டு..

கோழி.. ஆடு.. என்றும் 'சம்பா ஒரு நாள்,' 'நாடு ஒரு நாள்' என்றும் சாப்பிட்டு ருசி கண்டவன்... சாப்பிட்டவுடன் கோழிக்கூட்டுப் பழம்.. அல்லது பெரிய பெரிய பப்பாளிக் கீத்து "டெஸர்ட்"டாக முடித்துக்கொண்டு லொட்ஜில் வந்து குப்புறப் படுத்துக்கொள்வான்.. விடிந்ததும் பாஸ்போட்டோடு பணத்தைக் கொடுத்த புரோக்கரையும், டிரவல் ஏஜன்சிகாரனையும் தேடிக்கொண்டு போவதுமாய் இருந்தவன், கடைசி கட்டத்தில் ஐந்து இடியப்பமும் ஒரு பிளேன் டீயும் குடிக்கும் காலம் வந்த போதுதான், அந்த சைவக் கடை சர்வர் பையன் கதிரேசன் அகப்பட்டான்.

*****

"தம்பி நீங்கள் எவ்விடம்..?"

"நான் மஸ்கெலியா.."

"உங்களுக்கு அஞ்சு பத்தாயிரம் பணம் தரலாம்.. எனக்கு தோட்டத்துல கோயில் ஐயர் வேலை பிடிச்சுத் தர முடியுமே..?"

அஞ்சு.. பத்தாயிரம் கமிஷன்..! சின்னப் பையன் மனதுக்குள் 'புதிய சிந்தனை' தோன்றுகிறது. இவன் தர்ற பணம் போதும்.... ஒரு அண்ணாசிக் கறுத்தை வைக்கலாம்.. பெட்டா பேமன்ட் பிஸ்னசுக்கும் போதும் என்று யோசித்தான்.

அந்த யோசனை.. அந்த கமிஷன் பணம்... சிவகாந்தன், கதிரேசன் வேலை ஒப்பந்தம்... எல்லாமே நல்லபடியாக நடந்தது. கதிரேசன் தோட்டத் தலைவரிடம் பேசி சிவகாந்தனுக்கு ஐயர் வேலை ஏற்பாடு செய்துக் கொடுத்தான்.

சிவகாந்தன் என்ற புங்குடு தீவு பூர்வீகக்குடி, கொழும்பு லொட்ஜ் வாசியாகி... உச்சிமலை தோட்டத்து அம்மன் கோயில் ஐயராகி, பூ நூலை இடம் வலமாக உடம்பில் கோர்த்து, பிராமணனாகி 'காயமே இது பொய்யடா.. வெறும் காற்றடைத்தப் பையடா..' என்ற மனசாட்சி மந்திரத்தை தனக்குள்ளே ஓதிக் கொண்டான். ஐயர் கோவில் பணிக்கு அவ்வளவு டெக்னிக் மந்திரங்கள், வேதம் ஓதுதல் எதுவும் தேவையில்லை..!

சிவகாந்தன் ஓ.எல் பரீட்சையில் இந்து மதத்தில் "ஏ" சித்தி வாங்கியவன்.. தேவாரம்.. திருப்புகழ்.. கந்தசஷ்டி.. சுப்ரபாதம்.. காயத்ரி மந்திரம் எல்லாமே அவனுக்கு அத்துப்படி... இந்த "குவாலிபிகேஷனை" மூலதனமாகவும்.. மூளை தானமாகவும் வைத்துக் கொண்டு தோட்டப் பக்தர்களை வெழுத்து வாங்கலாம் என்ற தைரியத்தில் உட்புகுந்தான்.

◆━━━━━━━━━━━━

இன்று இந்தத் தோட்டத்தில் அவன் அம்பாள் அடி பணிந்து இருபத்தைந்து வருசங்கள் பூர்த்தியாகி விட்டன.

சிவகாந்தன் "ஸ்ரீலஸ்ரீ சிவகாந்தக் குருக்கள்" என்ற தொழில் பட்டத்தை தானே சூட்டிக் கொண்டான்..! குருக்கள் அவர்களுக்கு தோட்டத்தில் அம்மன் கோவில் அருகிலேயே, கோவில் கமிட்டி சேகரித்து வைத்திருக்கும் பணத்திலும், தொழிலாளர்கள் சம்மதம் வழங்கி.. செக் ரோலில் கழிக்கப்பட்ட ஒரு நாள் சம்பளப் பணத்திலும் வீடு கட்டிக் கொடுத்தார்கள். இருநூறு வருஷமாக இந்தத் தோட்டத்தில் விருட்சமாகி, விழுதுகள் இறங்கிப் போயும், இன்னும் அவர்கள் குடியிருக்கும் முகாம்களுக்கு மின்சாரம் பெற்றுக்கொள்ள முடியாத மக்கள், குருக்கள் வீட்டுக்கு கோயில் கனெக்ஷன் மூலம் மின்சாரம் ஒரே நாளில் கொடுத்தார்கள்.

குருக்கள் 100 ரூபாய் பூசையிலிருந்து 2000 ம் ரூபாய் பூசை வரை ரேட் வகுத்தார். ரேட்டுக்கு ஏற்றபடியே அம்பாள் கிருபை கிடைக்குமென்றதால். எல்லா பக்தர்களும் 2000 ம் ரூபாய் பூசைக்கே ஒடர் கொடுத்தார்கள். பூசைக்குரிய பொருட்களை குருக்களே வாங்கிக் கொள்வார். குருக்களார்.... கோயில் திருப்பணியோடு சாவு, சடங்கு, பிள்ளை பேறு, எதையும் விட்டு வைக்க வில்லை. கரும காரியங்கள், பருவ நீராட்டு விழாக்கள், புண்ணியதானங்கள், வாக்காளர்களின் தொல்லை தாங்க முடியாத அரசியல்வாதிகள் அனுதினமும் அடிக்கல் நாட்டும் நிகழ்ச்சிகள் வரை அந்த பிரதேசத்து ஏக போக தெய்வக் கொந்தராத்துக்காரராக பிரபல்யமடைந்தார்..

ஸ்ரீலஸ்ரீ சிவகாந்தக் குருக்கள், தெய்வப் பணிக்கு தன்னை அர்ப்பணித்துக் கொண்ட மூன்று மாதங்களுக்குள்ளேயே டி.வி வாங்கினார்... வீடியோ செட் வாங்கினார்.. தோட்ட மக்களுக்கு "படம்" காட்டத் தொடங்கினார். வசூல்.. கடன் முறையிலும், கைக் காசு முறையிலும் நடை பெற்றது.

உச்சிமலை தோட்டத்துக்கு வந்த பிறகுதான் சிவகாந்தனுக்கு கல்யாணக் கதை ஆரம்பமாகியது..! ஊர்க்காரப் பெண்ணை, உற்றார் உறவினரோடு கொழும்புக்கு வரவழைத்து, கொழும்பிலேயே தாலி கட்டினார். ஜெர்மனி மாப்பிள்ளை இந்தியாவுக்கு வந்து, யாழ்ப்பாணத்துப் பெண் சென்னைக்குப் போய், மணவரையில் உட்காரும் போதுதான் மாப்பிள்ளையைப் பார்த்து, தாலிக் கட்டிக் கொள்ளும் சிஸ்டத்தையே இவரும் செய்தார். தோட்டத்துப் பக்தர்களுக்கு "ஐயரம்மாவை" உச்சி மலைக்கு வந்தப் பிறகுதான் தெரியும்..!

25 வருசங்கள், 25 நிமிஷங்களாக ஓடின.

சிவகாந்த குருக்கள் உச்சிமலைத் தோட்டத்துக்கு வந்த பிறகு... தனது இரண்டு மகன்மார்களையும் கனடாவுக்கு அனுப்பி வைத்து விட்டார்..! அம்பாளின் அபிஷேகம் அவரை மட்டும் உயர உயரப் பறக்க விட்டுக் கொண்டிருக்கிறது... "பொரீன்" போகும் அவரது கனவு அவருக்கு நனவாகா விட்டாலும்... அவரது பிள்ளைகளுக்குக் கிட்டியதே..! என்னே அம்பாள் கடாட்சம்...!

*****

"அரோஹரா..! கோவிந்தா..! கோ...விந்தா...!"

"கந்தனுக்கு..?" "அரோஹரா...!"

"முருகனுக்கு..?" "அரோஹரா..!"

"கந்தனும், முருகனும் ஒரே ஆளுதான் ஓய்..!"

"அப்போ.. அம்மனுக்கு..?" "அரோஹரா...!"

தோட்டத்துப் பக்த பெண்மணிகள் பால் குடம் எடுத்துச் சென்றார்கள். பட்டுச் சேலைகளும், காஞ்சிபுர நெசவுச் சாலைகளில் ஏழை, எளியவர்களுக்கேற்றபடியும் டூப்ளிகேட் மினு மினுப்பில் தயாரிக்கப் படுகின்றன..! அங்கே பால்குட பவனியில் அந்த உண்மை பட்டவர்த்தனமாகியது.. "வாணிபம் ஒரு கலை" என்று முதன் முதல் தமிழன்தான் வியாபாரச் சுரண்டலுக்கு நாமம் சூட்டினான்..!

பால் குட பவனியில், பறவைக் காவடிகளும் போய்க் கொண்டிருந்தன.. பெருந்தோட்ட வியாபாரிகளின் கொக்கிகளில் ஜென்ம ஜென்மமாக மாட்டப்பட்டுத் தொங்கிக்கொண்டிருக்கும் தோட்டப் பக்தர்களுக்கு பறவைக் காவடியில் தொங்குவது வேதனையாகத் தெரியவில்லை..! பறவைக் காவடிகளோடு சில்லறைக் காவடிகளும் ஆட்டம், பாட்டத்தோடு சென்றன.. திடீரென வாத்திய செட்காரர்களுக்கும், காவடிக்காரர்களுக்கும் மோதல் உண்டாகியது.. மோதலுக்குக் காரணம் கிளாரினெட்காரர் "ரோஸ் மேரி... நீ என் ஜஸ் மாரி..!" என்று பாட்டடித்தாராம்..! "இந்தப் பாட்டுக்குக் காவடி ஆட முடியுமா..?" என்ற வாய்த் தர்க்கம் முற்றியது.. நிலைமையைச் சமாளிக்க கிளாரினெட்காரர் உடனே மன்மத ராசாவை எடுத்து விட்டார்..! பால்குட பவனியில் சர்வதேச சமூகம் தலையிடாமலேயே சமாதானம் ஏற்பட்டு, நகர்ந்தது..!

உச்சிமலை டிவிசனில் புதிய கோவில் கட்டி கும்பாபிஷேகம் நடந்து கொண்டிருக்கிறது... மிகப் பெரிய முரண்பாடுகளுக்கு மத்தியிலும்,

பிரச்சினைகளுக்கு மத்தியிலும் இந்தக் கும்பாபிஷேகம் நடந்து கொண்டிருக்கிறது... இருக்கிற கோவில் போதும். இதை உடைத்துக் கட்டினால், நமது மூதாதையர் கட்டிய பழமையான வரலாறு மறைந்து போகும் என்றும், நாங்கள் பூர்வீகமாக இங்கே வாழ்ந்த தடயங்கள் அழிந்துப் போகும் என்றும் படித்த இளைஞர்கள் சிலர் அபிப்பிராயம் கூறினார்கள்..

இளைஞர்கள் எல்லோரும் புதிய கோவில் கட்டுவதற்குப் பதிலாக, ஒரு கலாச்சார மண்டபம் கட்ட வேண்டும்.. இங்கே மின்சார வசதியிருப்பதால் , பிள்ளைகள் படிப்பதற்கும்.. வாசிகசாலை வைத்துக் கொள்வதற்கும் வசதியாக இருக்கும். திருமண வைபவங்களுக்கும், ஏனைய வைபவங்களுக்கும் டவுன் கோவில் மண்டபத்துக்கு 20 ஆயிரம், 30 ஆயிரம் கட்டத் தேவையில்லை.. என்றார்கள்.. அத்தோடு அவர்கள் புதிய சிந்தனைக்குரிய யோசனைகளையும் முன் வைத்தார்கள். கோயில் அருகில் ஒரு தச்சு வேலை செய்யும் இயந்திரமும், சீமெந்து அச்சுக் கல் தயாரிக்கும் யந்திரமும், கோவில் சேமிப்புப் பணத்தில் வாங்கி, அந்தத் தோட்டத்தில் படித்து வேலையில்லாமல், பெற்றோரின் உழைப்பில் தங்கியிருக்கும் இளைஞர், யுவதிகளுக்கு தொழில் வாய்ப்பை ஏற்படுத்திக் கொடுக்கலாம் என்றும் கூறினார்கள். இந்த யோசனையை கோவில் கமிட்டியினர் அறவே மறுத்து விட்டனர்..

'மகமாயி..' புது மூலஸ்தானம் கட்டிக் கொடுத்தால்தான் குடியிருக்க வருவாள் என்று "மண்டு" வைத்து உடுக்கு அடித்து பார்த்தார்களாம்..!

கோவில் கட்டுவதற்கு மாதா மாதம் தொழிலாளர் சம்பளத்தில் 'செக்ரோல்' மூலம் பிடித்த மொத்தப் பணம் 50 லட்சம் வட்டியில்லாமல் தோட்ட நிர்வாகத்திடம் இருக்கிறது..! வங்கியில் வைப்பு வைத்தால், வட்டியே மாதம் 60, 70 ஆயிரம் வரை கிடைக்கும்.. இந்த அறிவெல்லாம் தோட்டக் கமிட்டியினருக்குக் கிடையாது... தோட்ட நிர்வாகம், கோவில் பணம், மரணாதார பணம், மின்சாரப் பணம் எல்லாவற்றையும் வட்டியில்லாமலேயே "ரோல்" அடித்துக் கொள்ளும்..!

புதிய கோவில் கட்டுவதில், அபிப்பிராய பேதங்கள் இருக்கும் போதே... 100 வருஷங்களுக்கு மேலான பழமையைக் கொண்டு, தன்னைச் சுற்றி அரண்மனைத் தூண்களைப் போல விழுதுகளை இறக்கி, தன்னோடு தன்னை உண்டாக்கி வளர்த்தவர்களின் பூர்வீகத்தைப் பறைசாற்றிக் கொண்டிருந்த, அந்தப் பழம் பெரும் ஆல மரத்தையும் வெட்டிச் சாய்த்தார்கள்..! தூண்களாய் சுற்றி நின்ற விழுதுகளையும் வெட்டிச் சாய்த்து, விறகாய் அடுக்கி வைத்து விட்டார்கள். இந்த சமூகத்தின் பூர்வீகத்தை,

பெருந்தோட்ட மண்ணில் ஆல விருட்சங்களே அடையாளம் காட்டிக் கொண்டு வருகின்றன.. ஆல மரங்களில் ஆயிரமாயிரம் துயரச் சரித்திரங்கள் தோய்ந்திருப்பதை இம்மக்கள் எவரும் அறிந்திருப்பதில்லை..

இந்தப் பெறுமதிமிக்க மரத்தை வெட்டி வீழ்த்திய கோவில் கமிட்டிக்காரர்களை, ஒரு இளைஞர் கூட்டம் 'செம்மை உதை' கொடுத்து, கை, கால்களை உடைத்து ஆஸ்பத்திரியில் கொண்டு போய் போட்டு, பொலிஸிலும் சரணடைந்தார்கள்..! மரங்களை வெட்டுவது பௌத்த மதத்துக்குப் பாவச் செயல் என்பதை சிங்கள மக்கள் தங்கள் கலாச்சாரப் போதனைகளில் ஒன்றாகக் கருதுகிறார்கள்..! அந்த ஊர் பொலிஸ் அதிகாரி ஆல மரத்தை வெட்டி வீழ்த்திய முறைப்பாட்டை அறிந்து ஆத்திரப்பட்டார்.

கோவில் கமிட்டி உறுப்பினர்களுக்கு உயிருக்கு மோசமில்லை என்பதை ஆஸ்பத்திரிக்குச் சென்று அறிந்த ஓ.ஐ.சி. அந்த இளைஞர்களை, மேலும் பிரச்சினைகளை உருவாக்கிக் கொள்ள வேண்டாமென்று வீட்டுக்கு அனுப்பி விட்டார்.. அவர் ஆல மரத்தை வெட்டி வீழ்த்திய, கோயில் கமிட்டி உறுப்பினர்களை பொலிஸ் ஸ்டேசனுக்கு அழைத்து, ஒவ்வொரு அறை விட்டார். சிலருக்கு பூச்சி பற்கள் விழுந்தன.. சிலருக்கு நல்ல பற்களும் விழுந்தன..!

புதிய கோவில் கட்டி முடிப்பதற்கு 30 லட்சம் செலவாகியது.. கும்பாபிஷேகத்துக்கும் கிட்டத் தட்ட 10 லட்சம் செலவாகும் என்று கோயில் கமிட்டி சொல்கிறார்களாம்...

*****

தோட்டத்துக் காரியாலயம்.....

தோட்ட சுப்பிரண்டன் ஜன்னல் கதவைத் திறந்தார்..

கோவில் கமிட்டி, மரணக் கமிட்டி, மின்சாரக் கமிட்டி, குழுவினர்கள் குவிந்திருந்தார்கள்..

"கோவில் கட்டியதில், ஒழுங்கான கணக்கு விபரம் காட்டப் படவில்லை. கோவில் கமிட்டிக்காரன்களும், கொந்தராத்துக்காரனும் பணத்தைச் சூறையாடி இருக்கிறார்கள்..!...கணக்கு விபரம் கொடுக்காத வரை கும்பாபிஷேகம் செய்ய விடமாட்டோம்..!" என்று இளைஞர் கூட்டம் தோட்டக் காரியாலயத்தின் முன்னால் சத்தமிட்டார்கள்.. தோட்ட நிர்வாகியிடம், "மேலதிகக் கோவில் பணத்தை கோவில் கமிட்டியினருக்குக் கொடுத்தால், ஸ்ட்ரைக் ஏற்பாடு செய்வோம்..!" என்றும் எச்சரித்தார்கள்..

தோட்ட நிர்வாகி "இதுதான் சமயம்" என்று ஜன்னல் கதவை இழுத்து மூடினார்.. கோவில் பணம், தோட்ட வங்கிக் கணக்கில் இருக்கும் வரை, தோட்ட நிர்வாகத்துக்கே நன்மையாகும்..!

கோயில் கமிட்டி உறுப்பினர்கள் "கரா முரா" என்று காகங்களைப் போல் கத்திக் கொண்டுச் சென்றார்கள்.

"நான் பாக்கிறேன்டா..! வக்கிறேன்டா...! எவன்டா கணக்கு கேக்குறது..?" என்றான் ஒரு கொழுத்த கோயில் கமிட்டி உறுப்பினன்.. சாரத்தை உயர்த்தினான்.. ஜங்கி கூட போடவில்லை..!

"நீ நொட்டுன போடா..! கொழுக்கட்ட ராஸ்கல்..! திருட்டு நாயி..! கோயில் பணத்துலதான்டா ஒன் ஒடம்புல இவ்வளவு எறைச்சி உண்டாகி இருக்கு...!" என்று இடுப்பில் செருகியிருந்த கவ்வாத்துக் கத்தியை வெளியே எடுத்தான் கார்த்திக் என்ற இளைஞன்.

கத்தியைக் கண்டதும் கோயில் கமிட்டித் தலைவர் கொயின்ஞ்சாமி (கோவிந்தசாமி) "தம்பி..தம்பி..! கார்த்தி..! பெரச்சன இருந்தா பேசித் தீத்துக்குவோம்.. அந்திக்குக் கோயிலுக்கு வாங்க... கணக்கு, வழக்க நான் காட்டுறேன்.." என்று சரணாகதித் தொணியில் கெஞ்சினார்..

"பிரச்சினை இருந்தா பேசித் தீர்த்துக்கலாமா? ஓங்க லட்சணத்துக்குப் பேச்சு வார்த்த மேசக் கூட இருக்கோ..? நாட்டுல 25 வருஷமா பேசித் தீத்துக் கிழிச்சிக்கிட்டு இருக்கிறது தெரியாதோ...?" என்று மீண்டும் கத்தியை ஓங்கினான்.. கார்த்திக் கையிலிருந்த கத்தியை சுரேஷ் வாங்கிக் கொண்டு அந்திக்கு கோயில்ல பார்த்துக்குவோம் தலைவா..! இப்ப பொறுமையா வாடா..!" என்று அவனை சமாதானப் படுத்தி அழைத்துச் சென்றான்..

"கொய்ஞ்சாம்னே..! அன்னைக்கே பூசாரி மண்டுல சொன்னானே..! புதுசா கட்டுன கோயில் நரபலி கேக்கும்னு.. இப்போ நெலமய பார்த்தா நரபலி நடக்கும் போல தெரியுது..?"

"அடச் சீ..! பொத்திக்கிட்டு வாடா..! கமிட்டிக்காரன் பேசுற பேச்சா..?" என்றார் கோயில் கமிட்டித் தலைவர் கோவிந்தசாமி...

*****

"எல்லோரும் கேட்டுக்கோங்கோய்.. இன்னைக்கி ராத்திரி 7.00 மணிக்கு பழைய மாரியம்மன் கோயில்ல.. புது கோயில் கட்டுன வரவு செலவு பத்தி... கோயில் கமிட்டி வெவரம் சொல்லுவாங்கோய்..! எல்லாரும் வந்துருங்கோ.. அப்புறம் கேக்கல்ல.. சொல்லல்லன்னு சொல்லாதே..!" என்று லயத்துக்கு லயம், கூட்டத்துக்கு வரும்படி ஒரு ஆள் சத்தம் போட்டுக் கொண்டு சென்றான். 30, 40 வருஷங்களுக்கு முன்பு.. இப்படியான அழைப்புக்கு தண்டோராக்காரன் 'நக்குடி.. நக்குடி டென்ட நக்குடி' என்று தப்பு அடித்து செய்தி சொல்வான்.. இப்பொழுது நாகரீகக் காலம்.. சுவாரஷ்யமான பழைய பழுக்க வழக்கங்கள் எல்லாம் மறைந்து போய் விட்டன...

*****

மாரியம்மன் கோவிலில் ஒருநாளும் இல்லாதவாறு கூட்டம் குவிந்திருந்தது.. கோயில் கமிட்டியில் மொத்தம் 7 பேர் இருக்க வேண்டும். தோட்டத்தில் தொழிற்சங்க 'மெஜாரிட்டி' படி கூடிய அங்கத்தவர்கள் உள்ள கட்சிக்காரர்களுக்கே அதிக உறுப்பினர்கள் இருப்பார்கள்.. அந்தத் தோட்டத்தில் மூன்று கட்சிகள் இருக்கின்றன... ஒரு கட்சிக்கு 5 கோயில் கமிட்டி உறுப்பினர்களும், மற்ற இரண்டு கட்சிகளுக்கு ஒவ்வொரு உறுப்பினர் வீதம் இருந்தார்கள்... அவர்களும்... "தேன் எடுக்கிறவன் பொறங் கைய நக்காம இருப்பானா...?" என்ற "தத்துவத்தின்" படி அந்த ஐந்து பேர்களுடன் அவர்களும் சேர்ந்து நக்கிக் கொண்டிருந்தார்கள்..!

கோவில் கமிட்டி செயலாளர், வரவு, செலவு கணக்கை வாசித்தார். கோவில் கட்டுவதற்கு சேகரித்தப் பணம்... கட்டிடப் பொருட்களுக்கான செலவு.. "கொன்ட்ரக் பாஸ்" கூலி.. கோபுரம் கட்டி, சிலைகள் செய்து, சித்திர வேலைப்பாடுகள் செய்த "சிப்பிக்கு" கூலி, போக்கவரத்து, வாகனச் செலவு, "தேத்தண்ணி" செலவு, சாப்பாட்டுச் செலவு என்று வாசித்துக் கொண்டே போனார்..

இரவு நேரம்.. மழைக் காலம்.. அதுவும் குளிர் காலம்.. ஆண் வர்க்கம் அனைவரும், ஐந்தாறு இளைஞர்களைத் தவிர "பாவித்து விட்டு" வந்திருந்தார்கள்..!

"நாசமா போவ..! இப்பிடி குடிச்சிட்டு வந்தா, கணக்கு, வழக்க வெவரிக்க முடியுமா..?" என்று பெண்கள் யாவரும் சளித்துக் கொண்டார்கள்.

கோவில் கமிட்டிக்கு மனதுக்குள் மகிழ்ச்சி.. "கொழப்பக்காரன் எல்லாரும் நல்லா போட்டுட்டு கொழம்பிப் போயி இருக்காணுக.." என்றார் உப தலைவர் செரங்கு சின்னையா.. செரங்கு சின்னையாவை சொறி சின்னையா என்றாலும் விளங்கும்.

அந்தத் தோட்டத்தில் பத்து, பதினைந்து 'சின்னையாக்கள்' இருக்கின்றார்கள்.. பட்டப் பெயரைச் சொன்னால்தான் ஆள் அடையாளம் விளங்கும்..!

"இந்த மாதிரி கோயில் கட்டுறதுக்கு.. 10 அல்லது 15 லட்சம்தான் செலவு போயிருக்கும்... 35 லட்சத்துல, மீதி 20 லட்சத்த கோயில் கமிட்டி தின்னுட்டானுங்க..!"

"ஆமா..! ஆமா..! கோயில் பணத்த தின்னவன்க நல்லா இருக்க மாட்டான்.. மாரி.. கண்ண அவிச்சுப்புடுவா...!!!

"இது பொய் கணக்கு...! இது பொய் கணக்கு..!" 'தண்ணி' போடாமல் வந்திருந்த பல இளைஞர்கள் ஆக்ரோஷமாகச் சத்தமிட்டார்கள்...

"கூட்டத்த நிப்பாட்டு..! கூட்டத்த பகல்ல வைய்..! பகல்ல கணக்கு வாசி..! இப்ப எல்லாரும் குடிச்சிட்டு வந்திருக்காணுக..!" என்று சத்தமிட்டார்கள்.

இளைஞர்களின் குரல் எடுபடாமல் போயிற்று.. மெஜாரிட்டி சங்க உறுப்பினர்கள் எல்லோரும் வழக்கமாகக் கோயில் கமிட்டிக்கு ஆதரவாக நின்றார்கள்..

"நடந்தது நடந்து போச்சி.. திருடி தின்னவங்கள மகமாயி பாத்துக்குவா.. இப்ப கும்பாபிஷேகம் நடத்துறதுக்கு ஒத்துழைப்பு குடுங்க தம்பிமார்களா.. !" என்று பெண்கள் எல்லோரும் "அழுவாத குறையா" கெஞ்சிக் கேட்டுக் கொண்டார்கள்..

நியாயம் கேட்ட இளைஞர்கள் சோர்ந்து போகவில்லை... "கும்பாபிஷேகம் நடக்குறத நாங்க பாத்துக்குறோம்..!" என்று கோவிலை விட்டு வெளியேறினார்கள்.. ஒரு கிண்டல்காரன் கோவில் மெயின் ஸ்விட்ச் பிளாக்கை பிடுங்கி விட்டான்..! திள் இருட்டு.. எல்லோரும் குய்யோ.. முறையோ.. என்று கத்திக் கொண்டு தட்டுத் தடுமாறிக் கோவிலை விட்டு ஓடினார்கள்..

*****

அன்றைய குழப்பமான இரவு, அடை மழையில் நனைந்து ஈரத்தோடு விடிந்தது..

அம்மன் கோவிலில் அவமானப்பட்டுப் போன கோயில் கமிட்டி உறுப்பினர்களில், பெரிய கட்சியைச் சேர்ந்த ஐந்து பேரும்.. தங்களைப் படைத்து, காத்து, அழிக்கும் முத்தொழிலுக்கும் சக்தியாக விளங்கும், சங்கத்தின் பெரிய தலைவரைச் சந்தித்து... முழு சம்பவத்தையும் நேர்முக வர்ணனையாகச் சொல்லித் தீர்த்தார்கள்..

அதன் பயனாக கோவிலில் குழப்பம் உண்டாக்கிய, அந்த ஆறு இளைஞர்களையும் பொலிஸ் தூக்கிக்கொண்டு போய் நுவரெலியா பொலிஸில்

"பாரம்" கொடுத்தது.. அன்றைய இரவில் அரசாங்க செலவில் பாணும். பருப்பும் சாப்பிட்ட இளைஞர்கள் மறுநாள் காலையில், நீதி மன்றக் கூண்டில் ஏறி, பந்தனாகார வண்டியில் பதுளைக்குக் கொண்டு செல்லப்பட்டார்கள்..

ஆல மரம் வெட்டிய சர்ச்சையில் தாக்கப்பட்ட கோயில் கமிட்டிச் செயலாளருக்கு மண்டையில் பட்ட பலத்த அடியால், இன்று திடீரென மயக்கம் போட்டு விழுந்து விட்டார்... மூளை பாதிக்கப் பட்டிருக்கலாம் என்று கண்டி பெரியாஸ்பத்திரிக்கு, கட்சி செல்வாக்கால் அனுமதிக்கப் பட்டிருக்கிறார் கமிட்டி செயலாளர் கன்ஞ்சாமி (குந்தசாமி). அவர் கண்களையும் திறக்காமல், வாயும் பேசாமல் அங்கேயுள்ள அத்தனை டாக்டர்மார்களையும் அங்கொடைக்கும், முல்லேரியாவுக்கும் அனுப்ப வேண்டிய நிலைமையை உண்டாக்கிக் கொண்டிருந்தார். இந்த நாடகத்தை கட்சியே எழுதி, நெறிபடுத்தி அரங்கேற்றிக் கொண்டிருக்கிறது..!

*****

கும்பாபிஷேக ஏற்பாடுகள் மும்முரமாக நடைபெற்றுக் கொண்டிருக்கின்றன... "பதுளைக்குப் போன பயல்கள் வர்றதுக்கு முன்னே, கும்பாபிஷேகத்த நடத்தி முடிச்சிடனும்.." என்று கமிட்டி மும்முரமாகியது..

சிவகாந்தக் குருக்களுக்கு உச்சிமலை தோட்ட கும்பாபிஷேகத்தோடு, நான்கு தோட்ட கும்பாபிஷேக ஓடர்கள் ஒரே மாதத்தில் கிடைத்துள்ளன.. அவர் ஒரு நொடிக்குள் கைலாய மலைக்கே போய் திரும்பி வந்து விட்டார்..!

கோயில் கமிட்டி பட்ஜெட் தயாரித்தார்கள்.. 'உடுக்கு அடித்து, மண்டு வைத்து, கரகம் பாலித்த நாள் முதல் அன்னதானத்துக்கு, குருக்களுக்கு, நாயனக்காரருக்கு, கரகாட்டக்காரருக்கு, அநுமார் ஆட்டத்துக்கு... ஸ்பீகர் செட்டுக்கு, தேங்காய், பழம், காலாஞ்சி பூசை சாமான் 'லொட்டு லொசுக்கு' எல்லாத்துக்கும், கோயில் கமிட்டியினரின் போக்குவரத்து செலவுக்கு.. வீடியோவுக்கு.... மெகா சைஸ் மஞ்ச நோட்டிஸ் ஜயாயிரத்துக்கு அச்சிக் கந்தோர் செலவு..' என்று மொத்தச் செலவு 10 லட்சம் காட்டினார்கள்...

*****

உச்சிமலை தோட்டத்து கும்பாபிஷேகம் நான்கு நாள் நடந்து முடிந்தன... எந்த ஒரு 'மாண்புமிக்கவளும்' கும்பாபிஷேகத்துக்கு வரவில்லை.. மஞ்சள் மெகா நோட்டிசில்

ஒருவர் பெயர் மேலேயும், மற்றவர் பெயர் கீழேயும், அடுத்தவர்களின் பெயர் பக்கவாட்டிலும் அச்சடிக்கப் பட்டதால் வந்த வினைதான் இந்த பகிஷ்கரிப்பு..!

கும்பாபிஷேக செலவு கடைசி நாளில் கையைக் கடித்தது..

ஐந்தாவது நாளில் நடைபெறவேண்டிய அதி முக்கியமான நிகழ்ச்சியான காலாஞ்சி விநியோகமும், அன்னதானமும் தடைப்பட்டன. கோவில் கமிட்டி உறுப்பினர்களின் கைகளில் செப்புக்காசு கூட உத்தியோக பூர்வமாக மீதியிருக்க வில்லை.. பல லட்சங்கள் பதுங்கி விட்டன..!

கோயில் கமிட்டி கொயிஞ்சாமி (கோவிந்தசாமி) தலைவர் மைக்கில் பேசினார்.. "அம்ப்... அம்ப்.. அம்பாந்த பக்த கோடி மக்களே..! இன்னைக்கு அன்னதானமும், காலாஞ்சியும் ஓங்களுக்கு குடுக்க முடியாம போயிரிச்சி... அடுத்த வருசம் திருவிழாவுக்கு இன்னொரு வரிப்பணம் சேத்து, எந்தக் கொறையும் மகமாயிக்கு வைக்காம, அன்னதானம் ஆக்கிப் போடுவோம்... என்டு அம்ப்... அம்ப்.. அம்பாக கேட்டுக் கொல்லுகிறேன்..." என்றார்.

அதற்குள்ளே, புதிதாகப் பட்டம் வாங்கிய "சிவகடாட்ச" சிவகாந்த குருக்கள் பூசையை ஆரம்பித்தார். அவரது கம்பீரமான குரல் ஒலிபெருக்கியில் அலறியது...

"நமப் பார்வதி... பதயே...!" என்று பஞ்சாரத் தீபத்தை உயர்த்திக் காட்டினார்....

கூடியிருந்த பக்த கோடிகள் லட்சக் கணக்கில் பணத்தைக் கொடுத்து, அன்னதானம் கூட கிடைக்காமல், "அரஹர மகா தேவா....!" என்று வெறும் கைகளை உயர்த்திக் கூப்பினார்கள்...!

✻✻✻✻✻

தினகரன் ஜூலை 2008

புகையில்லாத தொழிற்சாலைகள்...

பிரசவம் மிக மிக ரகசியமாகவே நடந்தது. குழந்தை பிறந்ததும் வீரிட்டு அழுமா..? பக்கத்து வீடுகளுக்கு சத்தம் கேட்குமா..? என்று எல்லோரும் பயந்தார்கள்.. சத்தம் பெரிதாகக் கேட்கின்றதா என்று வீட்டுக்கு வெளியே ஓடிப்போய் கிணற்றுக்கருகில் நின்று, நந்தாவதியின் கணவன் காது கொடுத்துக் கேட்டார்... சத்தம் கேட்கவில்லை...! சூழ்நிலைக்கேற்றவாறு இரைச்சலுடன் பெய்யும் மழை உதவி செய்தது..

எல்லோரும் நிம்மதியயடைந்தார்கள்.. நந்தாவதி தனக்கு மிக மிக நெருக்கமான உறவு முறையான மெனிக்காவை பிரசவம் பார்க்க அழைத்து வந்திருந்தாள்.. மெனிக்கே கை மருத்துவத்தில் பாண்டித்தியம் பெற்றவள்..

சுகப் பிரசவம் நடந்த மகிழ்ச்சியில் இருந்தவர்கள் குழந்தையைக் கண்டு அதியசயப்பட்டார்கள். பச்சை மஞ்சளெனத் தக தகவென்று தங்க விக்கிரகம் போல குழந்தை பிரகாசித்தது.. அநாமதேயக் குழந்தை..!

விமலா கண் களைத் திறக்க வேயில்லை... "அன்டி..! மகே தெய்வியனே.. கருணாகரலா அர ஜராவ பிட்டத் கரன்ன... மம எஸ் அரிண்ட ஓனே...!" அன்டி..! தயவு செஞ்சு அந்த அசிங்கத்தை அப்புறப் படுத்துங்க.. நான் கண் தொறக்கணும்...! என்று விமலா அழுதாள்..

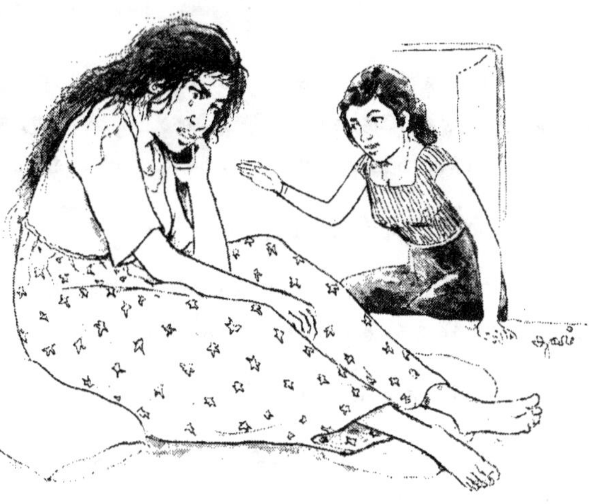

குழந்தையைக் கண்ட அவளின் நண்பி குசுமாவின் முகத்தில் அருவருப்பு தோன்றியது.. தங்க விக்கிரமாக இருந்தாலும், அது ஒரு அவமானச் சின்னம்.. ஓர் ஆத்திரத்தில் விளைந்த விபரீதம்.. என்று வெறிக்கப் பார்த்தாள்...

நந்தாவதியும், மெனிக்கேயும் அவதி அவதியாகக் குழந்தையைச் சுத்தம் செய்தனர்... அந்த அவதியிலும் நந்தாவதி சமயலறைக்கு ஓடிப்போய் கோப்பி போட்டுக் கொண்டு, ஆற்றி மெது சூட்டில் விமலாவுக்குப் பருக்கினாள்.. கண்களை மூடிக்கொண்டே, நந்தாவதி பருக்கும் கோப்பியைக் குடித்துக்கொண்டு, அவளின் கைகளைப் பற்றி, தனது நெற்றியிலும், முகத்திலும் ஒற்றிக்கொண்டாள்.. "பிஸ்ஸ் கெள்ள பயவெண்ட எப்பா..! மங் இன்னவானே..!" பைத்தியக்காரப் புள்ள..! பயப்படாதே.. நானிருக்கேன்தானே...! என்று அவளது தலையைத் தடவி விட்டாள். கணவனை கூப்பிட்டு, வீட்டின் மற்ற அறைக்குள் நுழைந்தாள். சிரிசேன டோர்ச் லைட்டுடன், குடையையும் எடுத்துக்கொண்டு தயாராக வந்தார். மெனிக்கே தொப்புள் கொடியை நறுக்கிவிட்டு, கை மருந்து கட்டியிருந்தாள்.. பஞ்சு போன்ற அழகிய டவலில் குழந்தையைச் சுற்றிக் கொடுத்தாள் .

"மஹற பாரட்ட பஹிண்ட எப்பா...! பொல் வத்தே கெளின் யண்ட..!" மெயின் ரோட்டுக்கு போகாம, தென்னந் தோட்ட வழியா நெடுக போங்க...! என்று கணவனின் காதுக்குள் குசு குசுத்தாள் நந்தாவதி.

நடு நிசி 12 மணி...! குளிர் வாடை வீசியது... மழை மீண்டும் பெய்யத் தொடங்கியது...

சிரிசேன டோர்ச் வெளிச்சத்தை நெட்டுக் குத்தாக நிலத்தில் அடித்துக்கொண்டு, நாய்களுக்கு சத்தம் கேட்காமல், அடி மேல் அடி வைத்து நான்காவது காணி வீட்டில் குழந்தையைக் கையளித்துவிட்டு, அதே நடையில் வீடு வந்து சேர்ந்தார்...

குழந்தை கை மாறி முடிந்தது...

"பவ் அனே..! மட்ட ஆசாய் பபாவ தியாகன்ட.." ஐயோ பாவம்..! எனக்கு குழந்தைய வச்சிக்க ஆசை..! என்றாள் நந்தாவதி..

"ச் சீ.." என்று நகைத்தார் சிரிசேன.

உரையாடலை காதுகொடுத்துக் கேட்ட விமலாவதி குமுறினாள்.. அன்டியைக் கூப்பிட்டாள்.. நந்தாவதி அருகில் வந்ததும், அவளைக் கட்டிப்பிடித்துக்கொண்டு

அழுவதற்காக எழும்ப முயற்சித்தாள்..! அவளுக்கு அருகில் அமர்ந்துக் கொண்ட நந்தா.. "அழாத மகளே..! இந்த நெலம ஒனக்கு மட்டுமில்லியே... எத்தன கிராமத்து ஏழ பாழ பெண்களுக்கு நடக்குது..! என்று ஆறுதல் கூறினாள்.. குசுமாவும் அருகில் வந்து விமலாவுக்கு ஆறுதல் கூறினாள்.. நந்தா, மெனிக்கே, குசுமா, சிரிசேன நால்வரும் விமலா படுத்திருக்கும் அறையில் வந்து கதைத்துக்கொண்டிருந்தார்கள்..

"இந்தப் புள்ளைகளுக்கு நன்றாகத் தையல் தெரியுந்தானே..! ஏன் நீங்க இந்தத் தொழில விட்டுட்டு ஊருக்குப் போயி சிறிய டெயிலர் கடை திறக்கலாம்தானே..?" என்றார் சிரிசேன.

அந்த யோசனை எல்லோருக்கும் சரியென பட்டது...! விமலா தன்னை கட்டிலிலிருந்து தூக்கி, உட்கார வைக்கும்படி குசுமாவிடம் கேட்டாள்.. குசுமா அவளை உட்காரவைத்து, தலையணை அணைவு கொடுத்து, சாய்ந்திருப்பதற்கு உதவினாள்.. விமலா கண்கலங்கினாள்.. குசுமாவும் அவளை பிடித்துக்கொண்டு அழுதாள்...!

இருவரும் நந்தா அன்டியைப் பாத்து "அன்டி..! நீங்க எங்க ரெண்டுபேருக்கும் தாயா இருந்து, உயிரையும், மானத்தையும் காப்பாத்தினீங்க.." என்றார்கள். குசுமா, சிரிசேன காலில் விழுந்து, "தாத்தே..! ஒயா தெவியெக்.." அப்பா நீங்க கடவுள்.. என்றாள்.

இரண்டு பெண்களும் ஆத்மார்த்த நட்புடன் வாழ்வதையறிந்து அவர்கள் வியந்தார்கள்..

விமலா வயிற்றில் நச்சு விதையாக விளைந்த அந்த அப்பாவி உயிரை, கண்காணாதபடி அப்புறப்படுத்தி, தன்னைப் பாதுகாத்துக் கொண்டாலும், அந்த விபத்தின் விபரீதத் தழும்பு, தனது அடி வயிற்றில் அடையாளமாக இருப்பதையறிந்து பயந்தாள்.. ராணுவத்தில் சேவையாற்றும் காதலன் ரஞ்சித்தை நினைத்துப் பயந்தாள்.. அவனது தூய்மையான அன்புக்கு, கறை படிந்து போன தனது உடலை எப்படி அர்ப்பணம் செய்வது என்று அதிர்ச்சியடைந்தாள்..

இப்போது விமலாவும், குசுமாவுமே அந்த அறையில் இருந்தார்கள்.. ஆடை தொழிற்சாலைக்கு வேலைக்கு வந்தவுடன் வாடகை கொடுத்து இருவரும் இந்த வீட்டு அறை ஒன்றிலும், சிரிசேன கட்டிக் கொடுத்த பலகை குசினியிலும் நான்கு ஆண்டுகளை ஒட்டிவிட்டனர்..

மௌனமாக அருகில் அமர்ந்திருந்த குசுமாவிடம் விமலா பேசினாள். "குசும் எனக்கு சாவதைத் தவிர வேறு வழி கிடையாது.."

முட்டாள் மாதிரி பேசாதே விமலா..! அங்கள், அன்டி சொன்னமாதிரி நாம வேலைய விட்டு விலகி, ஊருக்குப் போய்.. டெய்லர் கடை போடலாம்... ஊர் பிள்ளைகளுக்கும் தையல் படிச்சுக் குடுத்தமாதிரியும் இருக்கும்.. நமக்கும் ஒரு குட்டி தொழிற்சாலை ஊருக்குள்ளே போட்டு நடத்த முடியாதா...? என்று குசுமா தைரியமூட்டினாள்..

குசுமாவின் யோசனை விமலாவுக்கு எதிர்கால நம்பிக்கையை கொடுத்தது.. நாங்களும் வாழ்ந்து காட்ட முடியும்... இந்த மாதிரி வெளிநாட்டுத் தொழிற்சாலைகளையெல்லாம் அழிப்பதற்கு சீக்கிரம் காலம் வரும்.. வர்த்தக வலய நாய்களெல்லாம் நாட்டைவிட்டு ஓடிப்போகும் காலம் வரும்..! என்று வாய்க்குள் முணு முணுத்தாள்..

புதிய யோசனைகள் மூலம் மனதில் உருவாகிய திடம் அவர்கள் இருவருக்கும் புதிய உத்வேகத்தை உருவாக்கியது. இருவரும் எதிர்காலத்தை நினைத்து மனக்கோட்டை கட்டிக்கொண்டிருந்தார்கள். காமண்ட்ஸ் தொழிற்சாலைகள் நடத்தும் வெளிநாட்டுக்காரர்களின் ஆதிக்கமும், ஆணவமும், உள்நாட்டு அடிவருடி உத்தியோகத்தர்கள் மூலம் சொந்த மக்களிடம் திணிக்கப்படும் கொடுமைகளை நினைத்துப் பார்த்தார்கள். அவர்கள் இருவரும் கல்வியில் உயர் தரம் முடித்தவர்கள்.. கிடைத்த தொழிலோ காமண்ட்ஸ் வேலை..! இலங்கை வரலாற்றில் எத்தனை முறை.. ஒல்லாந்தருக்கும், போர்த்துக்கேயர்களுக்கும், வெள்ளைக்காரர்களுக்கும் அடி வருடி, சொந்த மக்களைக் காட்டிக் கொடுத்த சுதேசிய சக்திகளை நினைத்தார்கள்.. அந்த நிலை இன்றுவரை சாதாரண பிரஜையிலிருந்து, நாட்டை ஆளும் மக்கள் பிரதிநிதிகள் வரை வியாபித்திருப்பதை நினைத்துக் கொதித்தார்கள்..

திறந்த பொருளாதார முறை, அதன் மூலம் உலகமயமாதல், அதன் மூலம் பணம் படைத்த சக்திகளின் பல்தேசியக் கம்பெனிகளின் ஊடுருவல்... அதன் மூலம் வறிய நாட்டு மக்களின் உழைப்பு மலிவாகச் சுரண்டப்படுதல்.. சுதேசிய விவசாயம், கிராமியத் தொழில், பாரம்பரிய உற்பத்திகள், எல்லாவற்றையும் அழித்துவிட்டு, விபச்சாரம் செய்வதைப்போல, உலக வியாபாரிகளுக்கு சொந்த நாட்டில் கூடாரம் கட்டிக்கொடுத்து, வாடகை வாங்கும் அரசியல் இயலாமை பற்றியெல்லாம் அவர்கள் சிந்தித்தார்கள்.. அவர்கள் மூளைக்கெட்டியவாறு, ஒரு சமூகப் போராட்டத்தை

உருவாக்க எண்ணினார்கள்... தங்களுக்கு வரப்போகும் காதல் கணவர்களுடன் குடும்பமாகியதும், அவர்களது துணையுடன் இந்த சமூகப் போராட்டத்தை நடத்த வேண்டும் என்று உறுதி கொண்டார்கள்.. அவர்கள் அவ்வாறு நினைத்ததில் நியாயங்களும், காரணங்களும் இருந்தன.....

இனிமேலும் நமது நாட்டில், வெளி நாட்டான்களுக்கு... இங்கே குடிகொண்டிருக்கும் ஐரோப்பிய யூனியன்காரன்களுக்கு, "துணி தைத்து" கொடுக்கும் வர்த்தக வலய ஊழியங்களை ஒழிக்க வேண்டும்..!

இரண்டு பெண்களின் மனதிலும் ஆக்ரோசமான, வைராக்கிய உணர்வுகள் கொப்பளித்துக் கொண்டிருந்தன...!

பொதுவாக இலங்கையில் காமண்ட்ஸ் தொழிற்சாலைகளில் தொழில் புரியும் பெண்களுக்கு சமூக மரியாதை கிடைப்பதில்லை..! காரணம், இந்த தொழில் நிறுவனங்களில் ஆதிக்கம் நிறைந்த கயமைத்தனங்கள் நடைபெறுவதேயாகும்..!

சுதந்திர வர்த்தக வலயம் என்ற தொழிற் பேட்டையில் யாருக்கு சுதந்திரம் இருக்கிறது..? என்று அவர்கள் வினா தொடுத்துப் பார்த்தார்கள்.. காமண்ட்ஸ் பெண் தொழிலாளிகள், 15 மணித்தியாலங்களுக்கு மேலாக வேலை செய்வதற்கு நிர்ப்பந்திக்கப்படுகிறார்கள்.. இங்கு தொழில் செய்யும் பெண்களுக்கு சிறு நீர் கழிப்பதற்குக்கூட கட்டுப்பாடு விதிக்கப்பட்டுள்ளது..! சொல்ல வெட்கம்.. ஒவ்வொரு பெண்ணுக்கும் "ச்சூ கார்ட்" வழங்கப்பட்டுள்ளது..! காவலர்கள் மல சலகூடத்துக்குச் செல்லும் பெண்களிடம் கார்டை வாங்கி 'மார்க்' பண்ணுவார்கள்..! வெட்கத்தால் சிறுநீரை அடக்கிக்கொண்டு தொழில் செய்வதும், அதிகாரிகளின் பாலியல் வன்முறைகளுக்குப் பலியாகிப்போன பெண்கள், தொழிற்சாலைகளிலேயே சிசுக்களை பிரசவித்துக், கொல்வதும், சுதந்திர வர்த்தக வலயத்தில்தான் சுதந்திரமாக நடைபெறுகின்றன..!

இந்த வர்த்தக வலயத்தில், தொழிலாளர்கள் தங்கள் நலன் பேண தொழிற் சங்க உரிமை கிடையாது..! தொழில் பாதுகாப்பும் கிடையாது...! வர்த்தக வலயத்தின் நோக்கமே தொழிலாளிக்கும், முதலாளிக்கும் உறவு இருக்கக் கூடாது என்பதேயாகும்..! தொழிலாளியின் உழைப்பும், முதலாளியின் கூலியும் என்ற சித்தாந்தத்தின் அடிப்படையிலேயே இந்த உலக மயமாதல் பொருளாதாரத்தில் தோன்றி வரும் வர்த்தக வலயங்களின் குணாம்சங்களாகும்.., வேலைத் தளத்தில்,

பாலியல் வன்முறைகள் அதிகமாக நடக்கும் இடங்கள் இந்த நாட்டில் சுதந்திர வர்த்தக வலயங்களில் தான், என்பதை எவரும் மறுக்க முடியாது..!

*****

விமலாவுக்கு எதிர்பாராத இன்னுமொரு இடி காத்துக் கொண்டிருந்தது..

"யாழ்ப்பாணத்திலிருந்து ரஞ்சித் அண்ணனிடமிருந்து போன் வந்திருக்கு..!" என்று குசுமா, விமலாவிடம் செல் போனை நீட்டினாள். விமலா திடீரென போனை துண்டித்தாள்.. ராணுவத்தில் சேவை புரியும் அவளது காதலன், யாழ்ப்பாணத்திலிருந்து அடுத்த வாரம் லீவு போட்டுவிட்டு வரவுள்ளானாம்.. ராணுவத்திலிருந்து ஓடி வர இருக்கிறானாம்..! கலியாணத்தை முடித்துவிட்டு, வேறு தொழிலைத் தேடிக்கொண்டு, வாழ்க்கையை நடத்த வேண்டும் என்ற முடிவிலிருக்கும் அவனை, இந்த நிலையில் எப்படி சந்திப்பது என்று குசுமாவிடம் கேட்டாள்.. என்ன செய்வது என்று குசுமாவும் ஆவேசப்பட்டாள்..!

குழந்தையைப் பிரசவித்தப் பின் முகம் வெளிறி இருப்பது.. உதடுகள் கருத்திருப்பது... பிள்ளையைத் தாங்கிய அடி வயிறு சுருங்கி, வரிகள் தெரிவது, போன்ற அடையாளங்கள் யாவும் விமலாவைக் காட்டிக்கொடுத்துவிடும்... என்றும், விமலா ரஞ்சித்தை சந்தித்தால், பிரச்சினைக்குள்ளாவாள் என்பதை குசுமா விவரித்தாள்..

விமலா, ரஞ்சித்தை நினைத்து மிரண்டாள். தனது நிலையை விளங்கிக்கொண்டால், என்ன விபரீதம் நடக்குமோ என்று பயந்தாள்.. தன்னை தொடர்ந்து கெடுத்த அந்த கம்பெனி பொஸ்ஸும், அவனுக்கு துணை நின்ற செக்ரட்டரி ரஞ்சனி மிஸ்ஸும், ரஞ்சித்தால் கொல்லப்பட வேண்டியவர்கள்.. என்று நினைத்தவள்... அவர்களைக் கொன்றாலும், பிள்ளை பெற்ற என்னை ரஞ்சித் ஏற்றுக்கொள்வானா...? அவன், பக்குவமில்லாதவன்.. படிப்பறிவு இல்லாதவன்... முரட்டுக் குணம் படைத்தவன்.. என்று குழம்பினாள்...

திடீரென அந்த தீய சம்பவத்தை மீண்டும் மீட்டிப் பார்த்தாள்... செக்ரட்டரி மிஸ்.ரஞ்சனி பொஸ்ஸின் நிரந்தர வாடிக்கைக்காரி... அவனோடு ஒவ்வொரு நாளும் ஓட்டலுக்குச் சென்று வருவாள்.. பொஸ், அவளுக்கு ஒரு வீடு வாடகைக்கு எடுத்துக் கொடுத்திருக்கிறான்.. அவள் அவனுக்கு வைப்பாட்டியாக இருந்தாலும், காமண்ட்ஸ் பெண்கள் பலரை பொஸ்ஸுக்கு சேர்த்துக் கொடுத்து, விபச்சார ஊழியமும் செய்து வந்தாள்.. அதன் மூலம் பல நூறு டொலர்கள் சம்பாதித்தாள்..

ஒருநாள் விமலாவை கூப்பிட்டு, கதவை அடைத்துக்கொண்டு, பொஸ்ஸிடம் அழைத்துச் சென்று,... சம்மதிக்கும்படி வற்புறுத்தினாள்.. மறுத்தால், தொழிலை இழக்க வேண்டி வரும், சில வேலை ரேப் பண்ணி, கொலை செய்து, அந்த ஆப்பிஸ் அறைக்குள்ளேயே புதைத்து விடவும் செய்வான்..! உயிரா...? மானமா..? என்று யோசி..! இந்த மாதிரி இடத்தில் மாட்டிக்கொண்டால், தப்ப முடியாது..! நானும் பணத்துக்காக என்னைச் சீரழித்துக் கொண்டேன்.. கொஞ்ச காலம் பணத்தைச் சேர்த்துக் கொண்டு நீயும் ஓடி விடு...! இன்னைக்கி இவனோடு இரு.. வேறு வழி கிடையாது.. வேலை இல்லாட்டியும் பரவாயில்லை.. உன் உயிருக்கு மோசம் வரக் கூடாது.. என்று பயமுறுத்தினாள்....

அவளும் பெண்.. மிகக் கேவலமாக அந்த அதிகாரியின் உடல் சேட்டைக்கு ஒத்தாசை புரிந்தாள். ச்சீ.. இப்படி இரண்டு, மூன்று தடவை பயமுறுத்தப்பட்டு, பலவந்தப்படுத்தப்பட்டு, கெடுக்கப்பட்டாள். பல முறை சாக முயற்சித்தாள்.. குசுமாதான் அவளை பிரசவம் வரைக்கும் உயிரோடு வைத்திருக்கிறாள்...

திரும்பவும் செல்போன்.. இப்போது குசுமாவின் போன் நம்பருக்கு ரஞ்சித் பேசினான்... "ஏன் விமலா போனை கட் பண்ணினாள்..?" என்று கேட்டான். "போனை கட் பண்ண வில்லை.. போன் சார்ஜ் இல்லை.." என்றாள் குசுமா. "போனை விமலாவிடம் கொடுங்கள்..!" என்றான் ரஞ்சித். வேறு வழியின்றி போனை விமலாவிடம் கொடுத்தாள் குசுமா..

"விமலா..! நான் அனுராதபுரம் வந்துவிட்டேன்... இன்றைக்கு நீயும், நானும் சினிமாவுக்குப் போகப் போகிறோம்.. ஒரு ஒட்டல்ல தங்கி, உன்னோட ஒரு நாள் முழுக்க இருக்கப் போகிறேன்..!" என்றவன், விமலாவிடம் அவசர அவசரமாக மனதில் கிடந்த அத்தனை விசயங்களையும் கொட்டித் தீர்த்தான்.. செல் போனுக்கு ரீ லோட் செய்த 300 ரூபா காசும் முடிந்து விட்டது...!

ரஞ்சித் பதினேழு வயதில் ராணுவத்தில் சேர்ந்தவன்.. 12 வருசங்கள் சேவை செய்து, 29 வயதில் படையிலிருந்து ஓடி வரவேண்டிய நிலைக்குத் தள்ளப்பட்டான். பாடசாலை காலத்திலிருந்தே விமலாவை விரும்பியவன்.. ராணுவத்தில் சேர்ந்த நாள் முதல், பன்னிரண்டு வருசங்கள் வரை, ஒவ்வொரு யுத்த நிறுத்தப் பேச்சு வார்த்தைகளிலும், தீர்வு கிடைக்கும்.. யுத்த களத்திலிருந்து வீட்டுக்குச் செல்லலாம்.. நண்பர்கள், உறவினர்கள், காதலிகளுடன் மீண்டும் இணைந்து கொள்ளலாம் என்று ஒவ்வொரு பேச்சு வார்த்தையையும் ஏக்கத்தோடு எதிர்பார்த்து ஏமாந்து போன ராணுவ நண்பர்களில் ரஞ்சித்தும் ஒருவன்.

ரஞ்சித்தோடு ராணுவத்தில் சேர்ந்த அத்தனை நண்பர்களும் யுத்தத்தில் மடிந்து போனார்கள்.. தான் மட்டும் தனித்து விட்டதாகவும்.. தற்போது தன்னை விட சிறிய வயது பிரிவினரும், தன்னை விட சீனியர் பிரிவினருமே இருப்பதாகவும், சக வயது நண்பர்களில்லாத ஏக்கத்தால் வாடியதாகவும்.. தொடர்ந்து துயரத்தை சுமக்கும் யுத்த அனுபவத்தை வெறுத்து, சிலரோடு ஓடி வந்துவிட்டதாகவும், எந்த நேரமும் பிடிபடலாம்,.. விபரீதங்கள் நடக்கலாம்... கையில் பணம் கிடையாது... நகைகளோடு வந்த நண்பர்கள் வெளிநாடுகளுக்கு தொழில் தேடி, ஓடிவிட ரெடியாக இருக்கின்றார்கள். நகை, பணம் இல்லாதவர்கள் துப்பாக்கிகளுடன் வந்துள்ளார்கள். திருட்டு... களவு... கொள்ளை என்பதைத் தவிர வேறு வழி தெரியவில்லையென்று நண்பர்கள் பேசிக் கொள்வதாகவும் சொன்னான்..

"விமலா..! உன்னை கலியாணம் செய்து கொண்டாலும் வெளி உலகத்தோடு வாழ முடியாது..! ஒளிந்து, மறைந்து, இருட்டு வாழ்க்கையும் வாழ முடியாது..! எனக்கு படிப்பறிவு கிடையாது... துப்பாக்கி சுடவும், வாகனம் ஓட்டவுமே தெரியும்... மிடில் ஈஸ்ட் நாடொன்றுக்கு டிரைவர் வேலைக்கு முயற்சிக்கலாம்.. நீயும் அந்த நாட்டுக்கு பணிப்பெண்ணாக முயற்சிக்கலாம்... கண் காணாத நாட்டில்தான் நீயும், நானும் சேர்ந்து வாழ முடியும்.. இது தவிர வேறு வழி எனக்குத் தெரியாது..! வேறு வழி சாவுதான்!"என்றான். ரஞ்சித்தின் கடைசி வார்த்தைகள் விமலாவை கலக்கமடையச் செய்தன. குசுமாவைக் கட்டிப்பிடித்துக்கொண்டு விபரங்கள் யாவற்றையும் கூறி அழுதாள்..

அவன் கொட்டித் தீர்த்த அத்தனை வார்த்தைகளிலும் உண்மைகள் பொதிந்திருந்தன.. ஆண்களுக்கு ராணுவத்திலும், பெண்களுக்கு காமண்ட்ஸ் தொழிற்சாலைகளிலும்தான் வேலை கிடைக்கின்றன... என்றும், இங்கே இளைஞர் சமூகத்துக்கான வேலைத்திட்டங்கள் எதுவுமே கிடையாது என்பதையும் விரக்தியோடு குசுமா, விமலாவிடம் கூறினாள்.

ரஞ்சித்.. காலை 7 மணியளவில் அனுராதபுரத்துக்கு வந்தவன், இப்போது புறக்கோட்டையில் நிற்கின்றான்.. இன்னும் இரண்டு மணி நேரத்தில் இங்கே வந்துவிடுவான்.. என்று விமலா பயந்தாள்.. தனக்கு நேர்ந்த கதியை சொல்வதா..? இந்த உடல் நிலையில்... அவனுடன்... தனிமையில் தங்குவதா...? குசுமாவுக்கும் யோசனை கூற முடியவில்லை...

*****

கதவை தட்டும் சத்தம்... ரஞ்சித் வந்துவிட்டான்...!

"ஏய் விமலா...ஹாய் குசும்...!

".........................."

உதடுகள் கருத்து, வெளிறிய முக வாட்டத்துடன் விமலா நின்றாள்... கைகளில் பிரித் நூல் கட்டப்பட்டிருந்தது.....

"மொகத விமலி..! லெடெக் வாகே..?" என்ன விமலா நோயாளி மாதிரி..?

குசுமா திரு திருவென்று விழிக்கிறாள்.. விமலாவும், ரஞ்சித் எதிர்பார்த்தபடி கைகளைப் பிடித்து இழுப்பாள்... குசுமா ஒதுங்குவாள் என்று எதிர்பார்த்த அவன், ஒரு சூனிய சூழலுக்குள் தள்ளப்பட்டான்.. இருந்தும் கல கலப்போடு அவனே பேசினான்.. "குசுமா..! இன்னைக்கி எங்கக்கூட வரவேணாம்.. நாளைக்கி வேற புறோக்ரேம் போடுவோம்.. புரியுதா..?" என்று பலமாகச் சிரித்தான்..

பல வருசங்களுக்குப் பிறகு, இளமைக் குறும்புகளை எதிர்பார்க்கும், அவனது குதூகலமான பேச்சுக்களுக்கு, அவர்கள் இருவரும் ஒத்துப்போகும் மன உணர்வுகளைக் காட்டவில்லை....

அவன் டொயிலட்டை நோக்கி வெளியில் சென்றான்..

"விமலா..! என்ன செய்யப் போகிறாய்...?" குசும் காதோடு கேட்டாள்.

"உடம்பு காய்ச்சலா இருக்கு.. தல சுத்துறமாதிரி இருக்கு... நேத்து அந்த அசிங்கத்த பெத்து போட்டு, இன்னைக்கு உடம்பு புண்ணா இருக்கு குசும்...! என்னால எதுவும் முடியாது.. எது நடந்தாலும் பரவாயில்ல..." என்றவள் தனக்கு உண்மையைச் சொல்வதைத் தவிர வேறு வழி கிடையாது.. என்றாள்.

அவள் சஞ்சலப்படாமல், தைரியமாக இருப்பதை புரிந்து குசுமா பயந்தாள்..

வீட்டுச் சொந்தக்காரி நந்தாவதி அன்டியிடம் போய் ரஞ்சித் வந்திருக்கும் விசயத்தைக் கூறி, யோசனைகள் கேட்டுக் கொண்டிருந்தாள் குசுமா...

*****

டொயிலட்டுக்கு போய் வந்தவன், விமலாவிடம் கதைத்துக்கொண்டிருக்கிறான்... சத்தம் பலமாகியது... கார சாரமான உரையாடல்... திடீரென அமைதி... குசுமா,

விமலா இருக்கும் அறைக்குள் நுழைவதற்குப் பயந்து, பலகை மறைப்புக்குள் காது கொடுத்துக் கேட்டாள். விமலா விம்மி விம்மி அழுதுகொண்டிருந்தாள். விசயத்தைப் போட்டு உடைத்திருப்பாள் போல் இருக்கிறது.. குசுமா.. அன்டியிடம் மீண்டும் வேகமாக சமையலறைக்குள் ஓடினாள்..

எதிர்பாராத சம்பவங்கள் அதற்குள் நடந்து முடிந்து விட்டன...

இரண்டு வெடிச் சத்தங்கள்...

குசுமா, நந்தாவதி, சிரிசேன மூவரும் வேகமாக ஓடி வந்தனர்...

விமலா, ரஞ்சித், இருவரது உடலிலிருந்தும் இரத்தம் பீறிட்டுக்கொண்டிருந்தது..

துப்பாக்கியைப் பிடித்தவாறு ரஞ்சித்தின் உடல் அந்த தும்பு கட்டிலில் சரிந்து கிடந்தது.....!

✼✼✼✼✼

வீரகேசரி நவம்பர் 2008

எங்க ஊர் தேர்தல்....!

தோட்டத்து சலூன் இன்று மிகவும் பர பரப்பாக இருந்தது. சலூனில் ஷேவ் எடுக்க, முடி வெட்ட வந்தவர்களில் தங்கவேலும் கதிர்வேலும் மூச்சு விடாமல் அரசியல் பேசிக்கொண்டிருந்தார்கள்... பொதுவாக அரசியலை 'பிச்சு வாங்குகிற இடம்' பார்பர் சலூன்கள்தான்...! தோட்டத்தில் திருவிழாக் காலம்... சலூனில் கூட்டம் கூடக் கூட அரசியல் சூடு பிடித்துக் கொண்டிருந்தது. நேரம் நான்கு மணி. சலூன் சங்கர் பகல் சாப்பாடு இல்லாமல், வெறும் 'சாயத்தண்ணியை' குடித்துக் கொண்டு வேலை செய்கிறான்.

சலூன் உச்சிமலை டிவிசனில் இருக்கிறது... புசல்லாவுக்கு அடுத்து ரம்பொடையைச் சேர்ந்த கயிறுகட்டி டிவிஷன் தான் நெட்டுக்குத்தான உயரத்தில் இருக்கும்... அந்தக் காலத்தில் பெண்கள் கயிற்றை இடுப்பிலும் மரத்திலும் கட்டிக் கொண்டுதான் கொழுந்து பறித்தார்களாம்....! செங்குத்தான மலைச்சரிவில் கொழுந்து பறித்த எத்தனையோ கூலிப் பெண்கள் சறுக்கி விழுந்தும், உருண்டும் காற்றால் தள்ளப்பட்டு விழுந்தும் மடிந்து போன துயரக் கதைகள் ஏராளம் உண்டு...! அதற்கான காரணப்பெயர்தான் இந்த கயிறு கட்டி டிவிஷன் ஆகும்....!

நாக்கைச் சப்பிக் கொண்டு.. எல்லா பக்கமும் பொத்தல் விழுந்த சாரத்தை உயர உயரத் தூக்கிக் கொண்டு, சிவப்பு ஜங்கி தெரியும்படி தள்ளாடித் தள்ளாடி... பாட்டுப்பாடிக் கொண்டு வந்தான் லோயர் வடிவேலு... " தாராரே தார போடடா..! லயம் மேலே லயம் போடடா...!" என்று புதிதாக கட்டப்பட்ட மாடி லயன்களைப் பற்றி கிண்டல் செய்து கொண்டு வந்தான்... வடிவேலுக்கு மேலும் இரண்டு பட்டபெயர்கள் உண்டு.... கருவின்டன் வடிவேலு, வாயாடி வடிவேலு என்றாலும் ஊருக்கே விளங்கும். இப்பொழுது வைகைப் புயல் வடிவேலு சினிமாவில் சக்கை போடு போட்டுக்கொண்டு வருவதால்... அந்த தோட்டத்தில் லோயர் வடிவேலுக்கு 'மவுசு' அதிகமாயிருந்தது... லோயர் வடிவேலும் வைகைப் புயல் வடிவேலும் கிட்டத்தட்ட அண்ணன் தம்பி மாதிரியே இருப்பார்கள்... லோயர் என்ற பட்டப்பெயர் வருவதற்குக் காரணம்... எல்லா விஷயங்களுக்கும் சட்டம் பேசுவான்.... தர்க்கம் செய்வான்.. துணிவோடு தோட்ட மெனேஜர் முதல் அனைத்துத் தோட்ட அதிகாரிகளோடும் எதிர்த்து நியாயங்களைத் தட்டிக் கேட்பான்..

வடிவேலு அந்த எட்டுக்கு எட்டு பரப்பளவிலான சலூன் காம்பராவுக்குள் இடித்துக் கொண்டு நுழைந்தான்... நேற்றுக் காலையிலிருந்து "கல்" அடித்துக் கொண்டிருக்கின்ற புளிப்பு நாற்றம் குமட்டலை ஏற்படுத்த வில்லை. காரணம் சலூன் உள்ளே அடைந்திருக்கும் அத்தனை பேரும்.. சலூன் சங்கரனையும் சேர்த்து எல்லோரும் இன்பமயமாகத்தான் இருந்தார்கள்..! "கல்" லானாலும் கணவன்.. "பொல்"லானாலும் புருஷன்..!" என்று சொல்லிக் கொண்டு லோயர் வடிவேலு பெஞ்சியில் உட்கார்ந்தான்..

சங்கரன் எவ்வளவு "அடிச்சிருந்தாலும்" காதுக்குப் பின்னால் வலையம் வழிக்கும்போதும், பிடரிக்குப் பின்னால் வழிக்கும் போதும்.. அவனது சவரக் கத்தி கொஞ்சமும் பிசகாது..!

பொயின்டு கட் வைக்கிற நேரம்தான் ஒன்று சின்னதாகவும் ஒன்று பெரிதாகவும் இருக்கும்..!

தோட்டத்து சலூனில் 'எயிட்சாவது' மண்ணாங்கட்டியாவது....! அந்தகாலத்து நீட்ட மடக்கு கத்தியில்தான் இன்னமும் சவரம் செய்கிறார்கள். கத்தி தீட்டுகிற மாட்டு வாரும், சவரக் கல்லும் இன்னும் இந்த சலூனில் இருக்கிறது... டவுன் பக்கத்து சலூன்களில்தான் எயிட்ஸ் எச்சரிக்கை என்று, புது பிளேடை உடைத்து மாட்டி சவரம் செய்கிறார்கள்.. அந்த பாதி பிளேடை எத்தனை பேருக்கு பாவிக்கிறார்கள் என்பது எம்பெருமானுக்குத்தான் வெளிச்சம்...!

லோயர் வடிவேலு மூச்சு பயிற்சி செய்பவனைப் போல மேல் மூச்சு கீழ் மூச்சு எடுத்துக் கொண்டிருந்தான். "மாசா மாசம் இந்த மல மேல இருக்கிற சலூனுக்கு ஏறி வர முடியாது..! கைக்காசு டாக்டர் என்னய படிக்கட்டுல ஏற வேணாமின்னு சொல்லியிருக்காரு..! ஆறு மாசம் தாக்குபுடிக்கிறமாதிரி வெட்டு..! சும்மா கத்திரிய புடிச்சிக்கிட்டு அஞ்சு நிமிசத்து வெட்டு வெட்டாதே...! நான் ஒரு தரம் சொன்னா தொள்ளாயிரத்து தொன்னுத்தி ஒம்பது தரம் சொன்னமாதிரி.. ஓ..கே..?" என்றான் லோயர் வடிவேலு. 'ஓ..கே... ! ரஜினியையும் மிஞ்சிட்டீங்க..!" என்று சங்கரனும் பதில் கொடுத்து விட்டு தங்கவேலுவுக்கு சோப்பு பூசினான்.. இல்லாவிட்டால் சங்கரன் இன்றைக்கு தொழில் செய்ய முடியாமல் போய்விடும்..!

" தங்கவேலண்ணே..! மயிரு வளந்திருக்கு... வெட்டலையா..? இல்லாட்டி ஸ்டைலா..?" என்றான் லோயர் வடிவேலு. "இல்ல ஓய்... அடுத்த மாசம் கொடியேத்தம்.... கதிர்காமத்துக்குப் போய் மொட்ட போடப் போறேன்..!" என்றான் தங்கவேலு.

"ஆமா..! உயிரக் குடுத்த கடவுளுக்கு நம்மலால மயிர குடுத்துட்டுத்தான் வர முடியும்..! நம்ம வளர்ச்சி அது ஒன்னுதானே..?" என்றான் லோயர் வடிவேலு. லோயர் தள்ளாடி எழுந்து நின்றான். இடுப்பு சாரம் கழன்று கீழே விழுந்தது...! இடுப்பில் பெல்ட் மட்டும் இறுகியிருந்தது..! தமிழ் சினிமாவில் மும்பை நடிகைகள் காட்டுவதைவிட லோயர் வடிவேலு சோடை போகவில்லை..! கதிர்வேல் சாரத்தை மேலே இழுத்து பெல்ட்டுக்குள் செறுகினான்.

சலூன் கூட்டத்தை இன்றைக்கு சங்கரனால் சமாளிக்க முடியாது. "வெளிச்சம் இருக்கிற வரைக்கும் வெட்டுவேன்... மத்தவங்க நாளைக்கு காலையில வாங்க... விடிஞ்சா நாயித்துக் கெழுமதானே?" என்றான் சங்கரன். " ஆமா! பந்தங்கட்டிக்கிட்டு செய்ற வேலையா இது..! நம்மாளு கோயிலுக்கு மட்டுந்தான் லைட் போடுவான்... வீடுகளுக்கு, பள்ளிக்கூடத்துக்கு, பாபர் சாப்புக்கு லைட் போட மாட்டானே!" என்றான் அங்கே காத்திருக்கும் ஒரு விமர்சனவாதி..!

*****

மணி நாலரை... கட்சிக்கொடியைக் கட்டிக் கொண்டு ஒரு தேர்தல் பிரச்சார வேன், சலூன் அருகில் வந்து நின்றது. ஸ்பீக்கர் பாடத்தொடங்கியது. " நான்.. ஆணையிட்டால் ... அது நடந்து விட்டால்.... – இங்கு ஏழைகள் வேதனை படமாட்டார்!"

"நிப்பாட்டுடா பாட்ட..! பாட்டு போடுறான் பாட்டு..! அஞ்சி வருசத்துக்கு ஒருக்கா இதே எம்ஜியார் பாட்ட தூக்கிக்கிட்டு வருவானுங்க... பாட்டக் கேட்டு ஓட்ட போட்டதும் அப்புறம் "போனால் போகட்டும் போடான்னு.." சிவாஜி பாட்டுத்தான்..!".

சலூனில் நின்றிருந்த கூட்டத்தை சேர்த்துக் கொண்டு... வாயில் வந்ததையெல்லாம் பேசிக்கொண்டு.... லோயர் வடிவேலு ரோட்டுக்கு ஏறினான். தேர்தல் பிரச்சாரக் கோஷ்டி பாட்டை நிறுத்தியது. சலூன் தோழர்கள் அனைவரும் எலக்ஷன் வண்டியை சூழ்ந்துக்கொண்டார்கள்.

"அன்பான வாக்காளப் பெருமக்களே..!" – ஸ்பீக்கர் பேசியது.

"ஏய் நிப்பாட்டு ஓய் ஒன் பேச்சை!" என்றான் கூட்டத்தில் ஒரு இளைஞன்.

"டேய்..! நாலு டயர் காத்தையும் புடுங்கி வுடு..! கொடி புது துணியா இருக்கு... கொடிய கழுட்டி சங்கரன்கிட்ட குடு...! நமக்கு பொன்னாடை போத்தி முடி வெட்டட்டும்...! மயிரெல்லாம் சட்ட உள்ளுக்கும், பெனியன் உள்ளுக்கும் நொழையுது..!" என்றான் லோயர் வடிவேலு.

"அண்ணே.. அண்ணே! நாங்க வேல வெட்டி இல்லாதவங்க...! எந்தக் கட்சிக்காரனுக்கும் வேல செய்ய ரெடி..! இந்த ரெண்டு மாசத்துக்கு மட்டும் இந்த எலக்ஷன் ஜொப்ப செஞ்சா... வாய்க்கு ருசியா ஓட்டல் சாப்பாடு... டெய்லி கொஞ்சம் ட்ரிங்கு... கையில கொஞ்சம் காசும் கெடைக்கும். சேர்ட்டு... சாரம் வாங்கிக்கலாம்..! வீட்டுல அம்மா அப்பாவுக்கு ரெண்டு மாசத்துக்கு தொல்ல கொஞ்சம் கொறையும்..." என்றான் வேனுக்குள்ளிருந்து இறங்கி வெளியே வந்த ஒரு இளைஞன்.

அந்த இளைஞனின் பேச்சைக்கேட்டு முடிவெட்ட வந்தக் கும்பல் டயர் காற்றை திறந்து விடும் நடவடிக்கையை தற்காலிகமாக ஒத்தி வைத்தது. அந்த வாகனத்துக்குள் யுவதிகளும் இளைஞர்களுமாய் பத்து பேர் இருந்தார்கள். அவர்களில் ஒரு பெண்ணும் பேசத் தொடங்கினாள். " அண்ணே..! நாங்க இந்த ஒரு கெழமைக்கு இந்தக் கட்சிக்கு வேல செய்வோம். அடுத்தக் கெழம இன்னொரு கட்சிக்கிட்டயிருந்து ஓடர் கெடைச்சிருக்கு ... அப்புறம் அவங்களுக்கு போஸ்ட்டர் ஒட்டுவோம்..!" என்றாள்.

ஒரு இளைஞன் அந்தப் பெண்ணின் பேச்சை இடைமறித்து இன்னுமொரு விசித்திரமான விசயத்தையும் சொன்னான். "அண்ணே ! எங்ககிட்ட தேர்தல் வேல லிஸ்ட்டே இருக்கு..! எதிர்க்கட்சி வேட்பாளரின் போஸ்டரை கிழிக்க ஒரு ரேட்டு...! மீசையில்லாத வேட்பாளனா இருந்தா மீசை தாடி வைக்கிறதுக்கு ஒரு ரேட்டு...

வேட்பாளனின் கண் முழிகள தோண்டுறதுக்கு ஒரு ரேட்டு...! வேட்பாளனின் மூஞ்சிக்கு சாணி அடிக்க ஸ்பெசல் டாஸ்க் போஸ் ரேட்டு..! தமிழ் நாடு மாதிரி போத்தல், சைக்கில் செயின், வெட்டருவா... வேலைக பத்தி இன்னும் நாங்க யோசிக்க விரும்பல்ல..!" என்றான். கொதித்தெழுந்து வந்த கும்பல் வாயடைத்து நின்றார்கள்.

"அடுத்த தேர்தலுக்கு முன்னுக்கு எங்க சேவையை கம்பெனி சிஸ்டத்துக்கு ரெஜிஸ்டர் பண்ணிடுவோம்...! அஞ்சி வருசத்துக்கு ஒருக்கா முழு மலையகத்திலும் ஐயாயிரம் பேருக்காவது... ரெண்டு மாசத்துக்கு சரி வேல வாய்ப்பு கெடைக்காதா...?" என்றான் இன்னொரு இளைஞன்.

லோயர் வடிவேலு ஆடி அசைந்து வைகைப் புயல் வடிவேலு மாதிரி கால்களைப் பின்னிக் கொண்டு "கெளம்பிட்டாங்கையா...! நம்ம பசங்க கெளம்பிட்டாங்கையா...!" என்று கைதட்டினான். "ஓட்டு கேக்குறது ஓங்க வேல... வோட்டு போடாம இருக்கிறது எங்க வேல...!" என்றான்.

தேர்தல் கோஷ்டி ஒரு பெரிய நோட்டீஸ் பண்டலை கொடுத்தது. "சங்கரனுக்கு சேவ் எடுக்க ஓதவும்" என்று லோயர் வடிவேலு இன்னுமொரு நோட்டீஸ் பண்டலையும் வாங்கினான்.

"உங்கள் வோட்டு எங்கள் தலைவனுக்கே..!" என்று மைக் அலற, தேர்தல் வாகனம் பறந்தது..

*****

வாகனம் சென்று மறைந்தது. எலக்ஷன் வேனை நொறுக்குவதற்க ரோட்டுக்கு ஏறிய அனைவரும் மௌனமாக வாயடைத்து இருந்தார்கள். அவர்களது இளைய பரம்பரையினரின் வாழ்க்கை நிலையை நினைத்து கவலையடைந்தார்கள். தொழிற்சங்கவாதிகள் தேர்தல் கும்மாளம் போடுவதைப் பார்த்து ஆத்திரமடைந்தார்கள்.

"நம்ம மத்தியிலே தொழிற்சங்கம் உண்டாக்குவதே இவன்களுக்கெல்லாம் தொழிலாப் போச்சு...!" என்றான் ஒரு இளைஞன். அவன் வேதனையுடன் கூறியதில் எவ்வளவு உண்மையிருக்கிறது..!

சங்கரன் அங்கு முடி வெட்டுவதற்க குழுமியிருக்கும் கூட்டத்தினரின் உணர்வுகளைப் புரிந்துக் கொண்டான். சங்கரன் எட்டாம் வகுப்பு வரை தமிழ் படித்திருந்தாலும், பலதும் அறிந்தவன். அந்தத் தோட்டத்துக்குள் அவன் ஒரு

அரிஸ்டாட்டில் மாதிரி..! ஒரு பிளேட்டோ மாதிரி..! அரசியல் பேசுவதென்றால் கரும்பு சாறுதான் அவனுக்கு..! இந்த சலூன்காரர்களே அப்படித்தான்.. அவர்களுக்கு அரசியல் அப்படியொரு அத்துப்படி..! சங்கரனிடம்தான் பலரும் யோசனை கேட்பார்கள். அவன் பேசத் தொடங்கினான்.. சலூன் பொதுக் கூட்ட மண்டபமாகியது..! "நாம இப்படியே நம்ம சமூகத்த விட்டுக்கிட்டு இருக்க முடியாது...! கம்பெடுத்தவனெல்லாம் பாம்ப அடிக்கிற மாதிரி...நெனச்ச நெனச்சவனெல்லாம் சங்கம் உண்டாக்குறான்.. கட்சி உண்டாக்குறான்... நாங்க லெச்சம் லெச்சமா சந்தா சேத்துக்குடுத்துக்கிட்டே இருக்கோம்...

நம்ம சந்தாவுல சங்கம் உண்டாக்கி, நம்ம வோட்டுல மந்திரியாகி, நம்மலையே மேய்க்கிறத நாம ஒணரனும்...!

நம்ம தொழிற்சங்க தலைவரெல்லாம் யாரு...? அந்த காலத்துல நம்மல வெள்ளைக்காரனுக்குக் காட்டிக் கொடுத்த பெரிய கங்காணி சமூகமே, இப்ப மறுபிறவி எடுத்திருக்காங்க..!" என்றான் சங்கரன். பழைய பிரிட்டிஷ்காரன் காலத்து கங்காணி ஆதிக்கம்... அதே கங்காணித்துவ சமூக அமைப்பு, இன்று தொழிற்சங்க உரிமையாளர்களால் நவீனமயமாக்கப் பட்டு தொழிலாளர்களை மிதித்துக் கொண்டிருப்பதை சங்கரன் விளக்கினான்..

ஒரு வாலிபன் சங்கரனின் பேச்சை இடைமறித்தான்.. "சங்கரண்ணே! இதுக்கு மேல பேசாதீங்க..! எனக்கு சூடாகுது..! இப்பவே போயி என் தலைவன் பயலை வெட்டிப் போட்டுட்டு வந்திருவேன்.." என்று ஆத்திரமாகப் பேசினான்..

"ஆமாண்ணே..! தேர்தல்ல எவனெவனோ வந்து வோட்டு கேட்கிறான்.. போஸ்டர்ல சிரிக்கிற மொகரக் கட்டைகள பாருங்க.. இன்னும் கொஞ்ச காலம் போனா அமெரிக்காகாரன், ரஷ்யாகாரன், ஜப்பான் காரன் எல்லாரும் இங்கே வந்து வோட்டு கேட்டு மந்திரியாகப் போறானுக..!" என்று ஆத்திரம் ஆத்திரமாக ஒரு இளைஞன் உரத்துப் பேசினான்..

அந்த இளைஞன் ஆத்திரப்பட்டதிலும் அர்த்தமில்லாமலில்லை.. அரசியல், சமூகம் என்ற அறிவுகளுக்கப்பால் தேர்தலில் ஜெயிக்கின்ற கெட்டிக்காரன்களே இந்தச் சமூகத்தின் தலைவர்களாகவும், சமூகத்தின் தலைமைகளாகவும் உருவெடுக்கும் சாபக்கேடே அவனை அவ்வாறு பேச வைத்திருக்கலாம்...

சங்கரன் அவர்களை சமாதானப் படுத்தினான். தங்கவேலுக்கு சேவ் பண்ணி "பொயின்டு கட்" வைத்து கிறீம் பூசி.... கண்ணாடி துண்டை முகத்துக்கு நேராகப் பிடித்தான்....

சங்கரன் முடி வெட்டிக் கொண்டே பேசினான். "வரப் போற தேர்தல்ல நாங்க சுயேச்சைக் குழு ஒன்னு போட்டு, லோயர் வடிவேலை வேட்பாளரா நிப்பாட்டி, பாராளுமன்றத்துக்கு அனுப்பனும்..! அதுக்கான வேலத் திட்டத்த இன்னைக்கு அந்திக்கு மாரியம்மன் கோயில்ல பேசி முடிவெடுப்போம்..!! என்றான். எல்லோரும் சந்தோசம் தாங்க முடியாமல், கை தட்டி, விசிலடித்து, ஆரவாரம் செய்தார்கள்..

"இந்த நல்ல சிந்தனைக்கு ஏங் கணக்குல இப்பவே சலூன் பக்கத்துல ஒரு "கார்டன் பார்ட்டி" போடப் போறேன்..!" என்று லயத்தில் சாராயம் விற்கும் 'போத்தல் கந்தையாவிடம்' நான்கு போத்தலுக்கு ஓடர் கொடுத்தான் சுப்ரமணி.. அதி விசேஷம் நான்கும் வந்தன.

போத்தலைக் கண்டதும் "முடியும் வெட்ட வேணாம்.. ஒரு மயிரும் வெட்ட வேணாம்.. சலூன மூடு..!" என்றார் வருங்கால எம்.பி மாண்புமிகு லோயர் வடிவேலு அவர்கள்..!

*****

இரவு ஏழு மணி....

இந்த மாதம் குளிர் அவ்வளவாக இல்லை... வெது வெதுப்பான காற்று வீசிக் கொண்டிருந்தது...

மாரியம்மன் கோயிலில் முக்கியமான பலர் கூடியிருந்தனர்.... வரப் போகும் தேர்தலில் தங்களது சுயேட்சைக் குழு போட்டியிடுவதற்கான யோசனைகள் பறிமாறப்பட்டன.

எல்லோருடைய ஏகமனதான தீர்மானத்தின் படி, லோயர் வடிவேலுவையே பிரதான வேட்பாளராக தெரிவு செய்தார்கள்.

அன்றைய கூட்டத்தில், போனஸ் ஸீட் கிடைக்கும் அளவுக்கு வோட்டு கிடைத்தால், சங்கரனை தேசியப் பட்டியல் எம்.பியாக்குவது என்றும் தீர்மானம் எடுக்கப்பட்டது..

"சுயேச்சைக் குழு எக்ஸ்ட்ரா ஒன்னு போடணும்...!" என்றான் சுந்தரம்.

"ரெண்டு குழு என்னாத்துக்கு..?"

"எக்ஸ்ட்ரா குழு... சைலன்ஸ் கட்சியா செயல் படும்.. அதுல யாரும் வோட்டு கேக்கக் கூடாது.. வாக்கு சாவடி ஏஜன்டு வேலைக்கும், வாக்கு சாவடிக்கு விசிட்

பண்ணுறதுக்கும், கச்சேரி கவுன்டிங் வேலைக்கும் ஆள் அதிகமா போடனும்.. அதுக்குத்தான் இப்படி சப்போட் சுயேச்சைக் குழு போடுறது வழக்கம்..." என்றான் சுப்பிரமணியம்.

"அண்ணே..! போன தேர்தல்ல நான் கவுன்டிங் வேலைக்கு கச்சேரிக்குப் போயிருந்தேன். வோட்டுக் கார்டுல, சின்னத்துக்கு நேரா மூனெழுத்து கெட்டப் பேச்சு, ஆயிரக் கணக்குல போட்டிருந்தாங்க..! நானிருந்த கட்சிக்கும், அதே மூனெழுத்து, ஆயிரக் கணக்குல விழுந்திருந்திச்சு..!" என்றான் ஆனந்தன்.

"இனி வரப் போகும் தேர்தலுக்கும் அதே "மூனெழுத்து" லச்சக் கணக்குல போட்டாலும் போடுவாங்க..!"

"இதுக்குத்தான் எம்ஜியார்.. 'மூனறெழுத்தில் என் மூச்சிருக்கும்' ன்னு படிச்சாரோ..?"

இளைஞர் கூட்டம் இடையில் கிண்டல் செய்து கொண்டிருந்தார்கள்..

சுடச்சுட வடையும், தேநீரும் வந்தது..

சங்கரன் நிதானமாகப் பேசினான்.. "முதல் கட்டமாக நாங்க நுவரெலியா மாவட்டத்தில மட்டும் போட்டியிடுவோம். அப்புறம் நெலமைய பாத்துக்கிட்டு பதுள, ரத்னபுரி, காலி தேர்தல் மாவட்டத்தப் பத்தி யோசிப்போம்.. நம்ம சனங்க வாழுற எடமெல்லாம் நமது மூச்சு பரவணும்... தேர்தல் வேலைக்கு வண்டி, வாகனம், போத்தல் கீத்தல், சோத்து பார்சல் எதையும் எதிர்பார்க்கக் கூடாது..! வாக்காளர் வீடுகள்ல வாங்கி சாப்பிடும் ஒரு உறவு கலாச்சாரத்த உண்டு பண்ணனும்..

எல்லா ஏரியாவுக்கும் அந்தந்த ஏரியா பொடியனுங்க, வீடு வீடா போகணும்.. ஒரு வோட்டையும் சிந்தாம செத்றாம சேகரிக்கணும்.. ஒரு தோட்டத்துக்கு பத்து பன்னிரண்டு ரவுண்டு போய் வரணும்.. இல்லாட்டி பெரிய தலைவருங்க போத்தல் மூட்டைய எறக்கிருவானுங்க..! போத்தலுக்கு நம்ம ஆளு யாராவது சரண்டராகக் கூடாது.." என்று சங்கரன் பேச்சை முடித்தான்..

"போத்தலுக்கு நம்மாளு சரண்டராகக் கூடாது...! ஆனா குடுத்தா வாங்கிக்கலாம்..! என்ற ஒரு திருத்தத்தை கூட்டத்திலிருந்த ஒரு இளைஞன் கொண்டு வந்தான்.. திருத்தம் ஆரவாரத்தோடு ஏற்றுக் கொள்ளப்பட்டது..!..

"கை நோட்டீஸ் மட்டும் அடிப்போம்.. போஸ்டர் கீஸ்டர் ஒன்னும் வேணாம். கோயில் கமிட்டி, மரணக் கமிட்டி, மின்சாரக் கமிட்டி எல்லாக் கமிட்டியிலிருந்தும்

பணத்தையெடுப்போம். ஒவ்வொரு தொழிலாளிகிட்டேயும் ஒரு நாள் சம்பளத்த தேர்தல் நிதியா சேகரிப்போம்...

மத்த கலெக்ஷன ஆதரவாளர்கிட்டயிருந்தும் வாங்குவோம்.. நமக்கு ஆதரவாளர்கள் அதிகமாகிக்கிட்டேயிருக்காங்க. நமக்கு தேர்தல் செலவு பெரிசாயிருக்காது.. நடையிலேயே எல்லாக்காரியத்தையும் முடிக்கலாம்..! தூரத்துப் பயணத்துக்கு வாகனம் அயர் பண்ணிக்கலாம். இந்த தேர்தலுக்கு பெண்கள் நூத்துக்கு நூறு வீதம் தேர்தல் வேல செய்யணும்...பெண்கள்தான் எந்த நாட்டிலேயும் தேர்தல் வெற்றிய தீர்மானிக்கிறாங்க. எதிர்க் கட்சி வேட்பாளர்கள் நம்ம வீட்டுக்கு வந்து கும்பிடு போட்டால், நாங்களும் கும்பிடு போடணும். போத்தல் கை விசேஷம் குடுத்தா சந்தோசமா வாங்கிக்கணும். "வோட்டு ஒங்களுக்கேதான்"னு வர்றவன கிட்டேயெல்லாம் சொன்னா, இன்னும் ரெண்டொரு போத்தல் பெட்டியெல்லாம் எறக்குவானுங்க. அது நம்ம செலவுக்குத் தேவைப் படும்..! நம்ம தேர்தல் பேச்சு, போதனையெல்லாம் ரொம்ப உருக்கமாகவும், சனங்கள யோசிக்க வைக்கிறமாதிரியும் இருக்கணும்... நம்ம கட்சிக்குள்ள சாதிக்காரன் கோஷ்டி, சொந்தக்காரன் கோஷ்டின்னு உண்டாக்கக்கூடாது..." என்றான் ரவி.

"சாதியாவது.... கீதியாவது...." என்றார் வருங்கால எம்.பி. லோயர் வடிவேலு..

"தேர்தல்ல எம்.பியா வந்த பொறகு, கட்சிக்காரவங்கள விட்டு கம்பி நீட்டக் கூடாது..! கட்சிக் காரவங்கள கேக்காம ஓடிப்போய் மந்திரி பதவி...கிந்திரி பதவி புடிக்கக் கூடாது..!" என்றான் முரளி.

"அப்படி மந்திரி பதவி வாங்குறதாக இருந்தாலும்... நம்ம அரசியல் கோரிக்கைகள முன் வச்சுதான் வாங்கணும்...!" என்றான் தோமஸ்...

எல்லோருடைய அபிப்பிராயங்களும் எச்சரிக்கைகளும் எழுத்துருவில் தயாரிக்கப்பட்டன...

ரஜனி எழும்பி பேசினான். "நம்ம சுயேச்சைக் குழுவுக்கு சனங்க புரிஞ்சிக்கிற மாதிரி தேர்தல் சின்னம் தெரிவு செய்யணும்!" என்றான்.

"சின்னம் எப்படி செலக்ட் பன்றது..?"

"சின்னம் எரும மாடு..!"

"எளக்கமா இருக்கில்லே..?"

"என்னடா எளக்கம்..? உழைப்பின் சின்னம்..! பொறுமையின் சின்னம்..! சகிப்புத்தன்மையின் சின்னம்..! எதையும் வெளங்கிக்காத சின்னம்..! மழ பேஞ்சாலும் புரிஞ்சிக்காத சின்னம்..! தேயிலைக் காட்டுலேயும்... றப்பர் காட்டுலேயும்.. தென்னங் காட்டுலேயும்.. காலங் காலமா முண்டிகிட்டு.. அடுத்தவன் வளர்ச்சிக்கு எரும மாடா ஒழைக்கிற எங்களுக்குப் பொருத்தமான சின்னம் இந்த உழைப்பின் சின்னம் என்று முரளி வசனம் பேசினான்..!"

இந்த சல சலப்பை அமைதிப் படுத்தி வருங்கால மாண்புமிகு எம்.பி. லோயர் வடிவேலு எழும்பி சொன்னார். "நான் நமது சுயேச்சைக்குழு ஒன்னுக்கு செருப்பு சின்னத்தை, தெரிவு செய்யும்படி தாழ்மையுடன் கேட்டுக் கொள்கிறேன்" என்றார். எல்லோரும் விளங்காமல் விழித்தார்கள்.

"என்னா முழிக்கிறீங்க...? நம்ம தலைவர் மாருங்க ஒரு காலத்துல "என் செருப்ப கழட்டி வச்சாலும்... அதுக்கும் நம்மாளு ஓட்டு போடுவான்..!"னு மார்தட்டி சொன்னாங்க...! அதனால செருப்பும் தேர்தல் சின்னமா வர்றதுல ஒன்னும் ஆச்சர்யம் இல்ல...!" என்றான் லோயர் வடிவேலு.

"பதினாலு வருசம் சிம்மாசனத்தில செருப்ப வச்சி பரதன் ஆட்சி நடத்தலையா..?" என்று சுப்பிரமணியம் வடிவேலுக்கு ஆதரவாகப் பேசினான்..

ஆகவே எருமை மாட்டு சின்னம் நிராகரிக்கப்பட்டது..!

ஆம்... லோயர் வடிவேலு சொன்னதில் நிறைய உண்மைகள் இருக்கின்றன..! மலையக தொழிற்சங்க உரிமையாளர்கள் எல்லோரும் கொழும்பு நகரில் 'ஒன்னா.. மன்னாகவே' இருப்பார்கள்... கூடி குடிப்பார்கள்.. கும்மாளம், கும்மி அடிப்பார்கள்.. தேர்தல் காலங்களில் மட்டும்தான் கீறியும், பாம்புமாக இருப்பார்கள். மற்ற நேரங்களில் ஐந்து நட்சத்திர விடுதிகளில் ஒன்று கூடுவார்கள்.. அவர்கள் மத்தியில் வெளி நாட்டு 'உயர் குடி வகைகள்' மேசையில் நிறைந்திருக்கும். இரவு வானத்தில் நட்சத்திரங்கள் கண் சிமிட்டிக் கொண்டிருப்பது போன்ற மின் விளக்குகளின் மங்களான வெளிச்சத்தில், ஏ.சியின் குளிர்ந்த சுவாத்தியத்தில், ஐஸ் கட்டிகளோடு கண்ணாடி கின்னங்களில் உயர் குடி வகைகள் இறங்கும். சீமை செம்மறியாடு, உள்நாட்டு ஆடு, கோழி, வான் கோழி, காடைக் குருவி, மாடு, மறை, பன்றி இறைச்சி வகைகள் வித விதமான அலங்காரங்களில், வண்ணங்களில் ஆவி பறக்க மேசையில் அமரும்.. இன்னும் வெளிநாட்டு ஜம்போ பீநட்ஸ் ரட்டகஜ், மேல்நாட்டு டோஸ்ட் பன்னிய பருப்பு விதைகள் குவிந்திருக்கும். சிலருக்கு சோடா, சிலருக்கு கோலா, சிலருக்கு ஐஸ் தண்ணி

என்று ஒவ்வொருவர் விருப்பத்துக்கேற்ப "ஷெண்டிஷ்" வரும். இரண்டொரு இழுப்புக்குப் பிறகு சர்வகட்சி சம்பந்திகளும் பேசத் தொடங்குவார்கள்.

ஆரம்பத்தில் பிரதர் போட்டு பேசுவார்கள். பிறகு.. மச்சான் போட்டு பேசுவார்கள். நேரம் போகப் போக ஒருவர் ஒருவருடைய கையைப் பிடித்து முத்தம் கொடுத்துக் கொள்வார்கள். பிறகு கன்னங்களில் முத்தம் கொடுத்துக் கொள்வார்கள்...!

"தேர்தல பத்தி யாரு பிரதர் வொறி பண்றது...? நம்ம தேர்தல் பாணி ரெண்டு கெழமதான்..! நம்ம பயல்களுக்கு குடுக்கிறத குடுத்தா... எடுக்கிறத எடுத்துக்கலாம், மேடைப்போட்டு மணிக்கணக்குல அரசியல் பேசுறதெல்லாம்... அவன்களுக்கு விருப்பம் இருக்காது... தண்ணி...! தண்ணி...!! சாப்பாடு...!!!"

இந்தத் தேர்தல்ல என் செருப்பக் கழட்டி குடுத்தாலும் வோட்டப் போடுவாணுக...! என் 'அன்ட்ராயர்' ... கழட்டிக் குடுத்தாலும் வோட்டுப் போடுவாணுக...!" என்று ஓ...ஓ...வென்று மேசையைத் தட்டிச் சிரித்தார்கள்.... ஒரு தலைவரின் கிளாசிலிருந்த ட்ரிங்ஸ் முழுவதும் இன்னொரு தலைவரின் டெவல்ட் கோழி பிளேட்டில் கொட்டியது. "நோ ப்ரொப்ளம்...! வயித்து உள்ளுக்கு ஒன்னாத்தானே கலக்குது... தொட்டுச் சாப்பிடுங்க...!" என்றார் ஒரு தலைவர். "ஓ...ஓ..." சிரிப்புச் சத்தம்....

பொன் மாலைப் பொழுது முடிந்தது... பில் பெரியதாகியது... ஒருவர் கிரடிட் கார்டை நீட்டினார்... சில தலைவர்கள் ஏப்பம் விட்டுக் கொண்டு, அந்த ஓட்டலை விட்டு வெளியேறினார்கள்... பல தலைவர்கள் அன்றைய இரவை "டீன் ஏஜ"களோடு களிப்பதற்காக அந்த மாளிகையில் தங்கினார்கள்...

ஒரு தேர்தலில் வெற்றி பெறுவதற்குரிய முதலீடு வைத்திருக்கின்றவன் எவனும் மந்திரியாகி விடலாம், என்ற நடை முறை உண்மை எவ்வளவு தெட்டத் தெளிவாக இந்த ஐந்து நட்சத்திர கோஷ்டிகள் மூலம் விளங்கிக் கொள்ள முடிகிறது...!

தொழிற்சங்கத்தின் சந்தாப் பணம்....

பட்டினியாய், பஞ்சையாய், பராரியாய், எழும்புக் கூடுகளைத் தூக்கிக் கொண்டு... காடு, மேடுகளெல்லாம் ஏறி, கண்ணீர் வடித்த ஒருவனின் சங்கப் பணம்... ஒரு ஆஸ்துமா நோயாளியின்... ஒரு இருதய நோயாளியின்... ஒரு கர்ப்பஸ்திரியின் சங்கப்பணம்.... ஒன்னு ஒன்னாய் நூறு என்பது போல.. சிறு

துளிகள் பெரு வெள்ளம் என்பது போல ... லட்சங்கள் மாதச் சந்தாப் பணமாக குவியும் போது, தொழிற்சங்க உரிமையாளர்கள் இப்படி கும்மியடிக்காமல் கும்மாளம் மட்டுமா அடிப்பார்கள்...?

*****

எமது சின்னம் விளக்குமாறு...! வீட்டையும் சூழலையும் சுத்தப் படுத்தும்...,! இருந்தாலும் இந்த சின்னத்துக்கு வோட்டு போடக் கூடாது...! இது சைலன்ஸ் சின்னம்... நீங்கள் வோட்டு போட வேண்டிய சின்னம் எங்கள் செருப்பு சின்னத்துக்கே...! எங்கள் செருப்பு சின்னம், சிம்மாசனம் ஏறிய சின்னம்...! பதினாலு வருஷம் அயோத்தியின் அத்தாணி மண்டபத்துக்கு பல்லக்கில் பவனி வந்த சின்னம்...! பரதனின் பாதப் பூஜையில் வரலாறு கண்ட சின்னம்...!

மார்கழி பஜனை செய்யும் மகா ஜனங்களே....! நீங்க தெய்வமாக வணங்கிடும் ஸ்ரீ ராமபிராணின் செருப்புக்கே வாக்களியுங்கள்...! ராமாயணத்தில் செருப்புக்கு மரியாதையான பெயர் பாதணி...! உங்கள் வோட்டு பாதணிக்கே...!

சங்கரன், ரஜினி, முரளி, சுரேஷ், அர்ஜுன் ஆசிரியர் யாவரும் லோயர் வடிவேலை பல்லக்கில் சுமந்துக் கொண்டு, தேர்தல் பிரச்சாரம் செய்துக் கொண்டு போனார்கள்... பட்டாசு வெடிப்பதற்கு, பணம் செலவு செய்ய அவர்கள் விரும்பவில்லை.... எங்கோ ஒரு தேர்தல் கூட்டத்தில், எவனோ வெடித்த பட்டாசு சத்தத்தை 'ரெக்கோர்ட்' பண்ணியிருந்தார்கள்....! அந்தச் சத்தத்தை, ஒவ்வொரு கூட்டங்களிலும் கெசட்டில் போட்டார்கள்....!

*****

கயிறு கட்டி டிவிசனில், எந்தக் கட்சி தலைவரையோ தேர்தல் பிரசாரத்தின் போது பிடித்துக் 'கேரோ' செய்துக் கொண்டிருந்தார்கள்... முன்பெல்லாம் தோட்ட சுப்பிரண்டனை 'கேரோ' செய்தார்கள்...இப்போது வழமை மாறி தொழிற்சங்க தலைவராகிய வேட்பாளரை கேரோ செய்யத் தொடங்கியுள்ளார்கள்.. அந்த வேட்பாளரை நோக்கி கேள்விகள் சரமாரியாகப் பொழிந்தார்கள்... "எரநூறு வருசம் முடிஞ்சு போச்சி.... இன்னும் வெள்ளக்காரன் கட்டிக் குடுத்த முகாம்ல வாழுறோம்... எங்களுக்கு அந்த பிரிட்டிஷ்காரன் முகாமை ஓடச்சி, வீடு கட்டிக் குடுத்தியா...? எர நூறு வருசமா நெலம் இல்லாம இருக்கோம்.... நெலம் வாங்கிக் குடுத்தியா....?

இன்னும் எங்களுக்கு இந்த நாட்டு குடி மக்கள் அந்தஸ்து கெடையாது...! இன்னும் கடதாசி பிரஜைகளா வச்சிருக்கீங்க....! இன்னும் எங்க அரசியலுக்கு பிள்ளையார் சுழி

நீங்க போடல்ல...! எங்க அரசியல்ல இன்னும் அரிச்சுவடி பாடங் கூட ஆரம்பிக்கப்படல்ல....! எங்களுக்கு ஒங்களால குடுக்க முடிஞ்சது காட்டிக் குடுப்பு மட்டும்தான்....!" என்று ஒரு இளைஞன் வெறியோடு பேசினான்.... அந்த இளைஞனின் பேச்சை இடை மறித்து, இன்னொரு இளைஞன் சத்தமிட்டான்.... "போன வருசம் சம்பள உயர்வுக்கு தொழிலாளி நடத்திய சுய எழுச்சிப்போராட்டத்த காட்டிக் குடுத்துட்டு, இப்போ வோட்டு கேக்க வந்துட்டீங்களா....?"

"எங்கள ஈடு வச்சி, மந்திரி பதவி வாங்கின காலமெல்லாம் போச்சி..! இனிமே பேசாம "பொத்திக்கிட்டு" ஊரு போயி சேருங்க...!" என்று பெண்கள் எல்லோரும் மாரியம்மனுக்கு "கொலவ" போடுவது போல் கொலவ சத்தம் வைத்து, அந்த வேட்பாளரை அவமானப்படுத்தி அனுப்பி வைத்தார்கள்..!

அடி, உதை, வெட்டு, குத்து, வீடுகள், வாகனங்கள் எரிப்பு, பொலிஸ் கைதுகள் யாவும் வெற்றிகரமாக நிறைவேறி, தேர்தல் கூத்துக்கள் ஆடி அடங்கின..!

*****

தேர்தல் முடிவுகள் வெளியாகிய போது....

ஏற்கனவே எதிர்பார்த்தபடி பாதணி சின்னத்துக்கு நான்கு ஆசனங்களுக்குரிய வாக்குகள் கிடைத்தன..! லோயர் வடிவேலு, சங்கரன், சுப்பிரமணி, வாயாடி முத்தம்மா, ஆகியோர் அமோக வெற்றி பெற்றிருந்தார்கள்..! "தூஷணம் பேசுபவருக்கு கின்னஸ் புத்தகத்தில் இடம் கிடைக்குமென்றால், இந்த வாய்ப்பு நமது நாட்டில் முத்தம்மாவுக்குத்தான் கிடைக்கும்..! இன்றைய பார்ளிமென்டுக்கு ஈடு கொடுக்கக்கூடிய முத்தம்மாவைப் போன்ற பெண்ணரசிகள்தான் அங்கே போக வேண்டும்.." என்று "புதிய சிந்தனைவாதிகள்" கருத்துக் கூறினார்கள்..

கொழும்பு ஹெலிகொப்டர் ஒன்று, கயிறுக்கட்டி தோட்ட விளையாட்டு மைதானத்தில் வந்து இறங்கியது.. வெற்றி பெற்ற பாதணிக் கட்சி உறுப்பினர்கள் நால்வருக்கும், அவர்கள் விரும்பிய, உருப்படியான, கெபினட் அந்தஸ்துள்ள அமைச்சு பதவிகள் வழங்குவதாகவும், இருவருக்கு போனஸ் ஆசனங்கள் வழங்குவதாகவும், தங்கள் கட்சி ஆட்சியமைப்பதற்கு, தங்களோடு இணைந்து, ஆதரவு வழங்கும்படி, ஆட்சியமைக்கப் போகும் கட்சி முக்கியஸ்தர்கள், பாதணி சுயேட்சைக் குழுவினருடன் உரையாடினார்கள்..

"மந்திரி பதவிகள் எங்கள் பாதணிக்குச் சமம்..! ஆனால், மந்திரி பதவிக்கு முன்னால், எங்கள் அரசியல் கோரிக்கைகளுக்கு நீங்கள் இணங்க வேண்டும்..!" என்று

பாதணி கட்சிக் குழுவினர் தங்கள் கோரிக்கைகளை முன் வைத்தார்கள். கோரிக்கைகளை ஏற்றுக்கொண்ட முக்கியஸ்தர்கள், வெற்றி பெற்ற உறுப்பினர்களை ஹெலிகொப்டரில் ஏற்றிக் கொண்டு கொழும்பை நோக்கிப் பறந்தார்கள்...

பழையத் 'தலைமைகள்' யாவும் தங்கள் பரிவாரங்களோடும், சொந்தபந்தங்களோடும், மனைவி, மக்களோடும், அரசாங்க வீடுகளை அன்றைக்கே ஒப்படைத்துவிட்டு, சொந்த வீடுகளுக்குப் போய்க்கொண்டிருந்தார்கள்..

இது வரை எது நடக்காமல் இருந்ததோ... அது நன்றாகவே நடந்து விட்டது..! கீதை உபதேசத்துக்கு மாறாகவே அது நடந்து விட்டது..!

பாதணிக் கட்சி ஆதரவாளர்கள் அனைவரும், அந்த விளையாட்டு மைதானத்தில் ஆனந்தக் கூத்து ஆடினார்கள்...!

✳✳✳✳✳

(யாவும் ஆசைகள்..!)

வீரகேசரி நவம்பர் 2008

பல்லு பெருமாள் 

குரங்கு மலைத்தோட்டம், மூனாம் நம்பர் லயத்தை இப்போது..... "தலைவர் லயம்" என்று கேட்டால்தான் பாதை காட்டுவார்கள். அந்த லயத்தில்தான் ஏழு யூனியன் தலைவர்மார்களும் இருக்கின்றார்கள். "அது ரெட்டை சைட்" லயம். எந்த நேரமும் 'ஜே..ஜே' என்று சனக் கூட்டம் களை கட்டிக் கிடக்கும்; கொழும்பு கும்பனித் தெருவைப் போல ... தெமட்ட கொடையைப் போல.... மாளிகா வத்தையைப் போல .. நெரிசல் மிக்க "ஏரியா" என்றும் அந்த லயத்தைச் சொல்லலாம்.

அந்த தோட்டத்தில், அந்த "டபல் சைட்" லயத்தில் மட்டும் நூற்றைம்பது "வோட்டு" இருக்கின்றன..! அரசியல் வாதிகளுக்கு அந்த லயம் ஒரு திராட்சைப் பழக் கொத்து..! தேர்தல் காலங்களில் "ஓட்டு கேக்கிறவன்".. "ஓட்டு வாங்கிக் கொடுக்கிறவன்," லொறி லொறியாய்" போத்தல் கொண்டு வந்து இறக்குகிறவன்," "சப்ளை பண்ணுகிறவன்," என்று ஈ மொய்ச்சிப் போய் அந்த "டபல் சைட்" லயம் நாறிப் போய் கிடக்கும்...! அந்த டபல் சைட் லயத்து ஆட்களுக்கு ஒரு விஷேசக் குணம் உண்டு. அங்கே இடி விழுந்தாலும் இடம் மாறி போக மாட்டார்கள்.

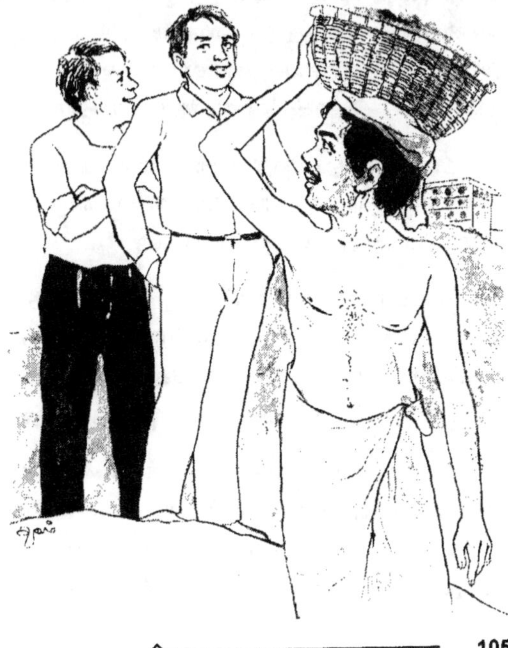

அந்த லயத்தை ஒட்டியே ஆயிரத்தெட்டு பொலித்தீன் கொட்டகைகள் கட்டி "டெம்பரரி ஷெட்" என்ற இங்லீஷ் நாமத்தில் குடியிருப்பார்கள். அந்த "டெம்பரரி ஷெட்டின்" கூரைகள் காற்றில் பறந்து போய் விடக் கூடாதென்பதற்காக பல லட்சக் கணக்கான பாராங் கற்களை கூரையின் மேல் பரப்பி இருப்பார்கள். கல் தோன்றி மண் தோன்றா காலத்தே முன் தோன்றிய மூத்தக் குடிகளின் பெருமைகளை அந்த பொலித்தீன் கூரைகளோடு, லயத்துத் தகரக் கூரைகளும் நியாயப்படுத்திக் கொண்டிருக்கும்...!

"ஒரு வருஷத்துக்கு முன்னுக்கு ஒரு நல்ல மவராசன் பெரிய தொரையா இந்த தோட்டத்துக்கு வந்தாரு...நாலாம் நம்பர் மலையிலே ஒரு ஏக்கர் காணி ஒதுக்கி வீடு கட்டிக்கச் சொன்னாரு...ஒரு நாய்ப் பயலும் விரும்பல்லே...லயத்துக்கும் புதுசா குடுக்கிற காணிக்கும் ஒரு கிலோ மீட்டர் தூரமாம்....அந்தக் காணி இன்னும் "காடு மண்டி" கெடக்குது...!" என்று அந்த எழுபத்தேழு வயது ஆத்தா அங்கலாய்த்துப் போனாள். அந்த மூதாட்டி தொடர்ந்து பேசினாள். "இந்த கம்மனாட்டிக லயத்தவுட்டு பத்தடி தூரம் போக மாட்டானுக...! தூத்தேறி.....! என்று அருவருப்பாக வெற்றிலையைக் குதப்பி காறித் துப்பினாள். அவள் ஆதங்கத்திலும் உண்மை இருந்தது. பிரிட்டிஷ்காரன் கட்டிக் கொடுத்த 'முகாம் வாழ்க்கையை' விட்டு விலகி, புதிய சூழலில் காணி, நிலம் பெற்று தனிமையாக வீடு கட்டி, தோட்டம், துரவு என்ற பண்பாட்டில் அவர்கள் வாழ விரும்புவதில்லை. லயத்து வாழ்க்கையில் மறைந்து கிடக்கும் கலாச்சார சீரழிவுகளை, அந்த ஆத்தா காறித் துப்பிய அருவருப்பிலிருந்து புரிந்துக் கொள்ளலாம்.

அந்தப் "புகழ் பெற்ற" மூனாம் நம்பர் லயம் உச்சி மலைத் தேரியில் இருக்கிறது. அந்த லயத்துக்குப் "போக" வேண்டும் என்று யாரும் சொல்ல மாட்டார்கள்... 'ஏற' வேண்டும் என்றுதான் சொல்வார்கள்.

சிவனொளி பாத மலைக்கு ஏறும் போது ஊசி மலையில் படிக் கட்டுக்கள் இருப்பது போல்.... இங்கேயும் அதே படிக் கட்டுக்கள்....படிக் கட்டுக்களை ஏறி முடித்ததும், லயத்து முகப்பில், தஞ்சை பெரியக் கோவிலைப் போல...மதுரை மீனாட்சியம்மன் கோபுரத்தைப் போல குப்பை மேடு உயர்ந்து நிற்கும்...!

குப்பை மேடு, வெள்ளைக்காரன் லயன் முகாம் கட்டிக் கொடுத்த காலத்திலிருந்து இன்றுவரை சிரஞ்சீவியாக மக்கி, உரமாகிக் கிடக்கின்றது. குப்பை மேட்டில் தண்ணீர் பரங்கிக் கீரைக் கொடிகள் படர்ந்து கிடக்கின்றன. கொடிகளுக்கிடையே மறைந்தும் மறையாமலும் அழகழகான தண்ணீர் பரங்கிக் காய்கள் மஞ்சள் நிறப் பூக்களோடு

அழகு காட்டிக் கிடக்கின்றன....கொட்டை முத்து மரம் குப்பை உரத்தைச் சாப்பிட்டு மதாளித்துச் செழிப்பாக வளர்ந்து...கொத்துக் கொத்தாய் கொட்டை முத்துக்களோடு காட்சி தருகின்றது...

பாவம்...! அங்கே ஒரு கொய்யா மரம்.....அந்த மரத்தை "தலை காட்ட விடாமல்" சவு சவுக்காய் கொடிகள் படர்ந்து.... பந்தல் கட்டி....அந்த மரத்தை மூடி....முக்காடு போட்டு வைத்திருந்தன. மரம் சாகும் தருவாயில் இருக்கிறது..! யாரோ.. எப்போதோ..... ஒரு அரசியல்வாதி சொல்லியிருந்தானாம்....."நாங்கள் மரம்....நீங்கள் எங்களைச் சுற்றிப் படர வேண்டியக் கொடிகள்.."என்று..! அந்தக் கொடிகளுக்குள்ள சக்தியை அந்த அரசியல்வாதி இந்த பரிதாபத்துக்குரிய கொய்யா மரத்தை வந்து பார்த்தால் அவன் மூக்கில் விரலை வைப்பான்.

இப்படி.... அந்தச் சூழல், இந்தியாவின் வாசம்....ஒரு கலாசாரப் பதிவு.... ஒரு பாரம்பரிய குணாம்சத்தின் அடையாளங்களைக் காட்டிக் கொண்டிருந்தன. இதே சந்தர்ப்பத்தில் அரை கிலோ மீட்டர் தூரத்தில், அந்த மலை மேட்டில் உள்ள சுப்பிரண்டன் பங்களாவைப் பார்த்தால் இங்கிலாந்து தேசத்தின் சூழலை காட்டும்.

பென்சன் பெருமாயி கிழவி வழமைப் போல இன்றைக்கும் வாயைத் திறக்க ஆரம்பித்தாள்.

"பென்சன் வாங்கி பத்து வருசமா கெழவி உசுரோடு இருக்கா...! மருமவள் கிட்டேயும் மகன்... பேரப் புள்ளைகள் கிட்டேயும் மொக்குப் பட்டு, மோழுப்பட்டு இன்னும் சாகாம இருக்கா... ஊத்தைப் பேச்சு பேசுறதுல்ல மன்னாதி மன்னி...." என்று ஊர் கிழவியைத் திட்டும்.

பெருமாயி கிழவி இன்றைக்கு மிக மோசமாக ஏசிக் கொண்டிருந்தாள்.

"நாசமாப் போக...! குட்டிச் சுவரா போக...! கொள்ளையிலே போக...எட்டு எடுக்க... எழவு எடுக்க...! கருமாதி வைக்க....! கண்ணு அவுஞ்சி போக....!" என்று "வாசாப்பு" விட்டுக் கொண்டிருந்தாள்.

"என்னா கெழுவி...! இன்னக்கி யார ஏசுர..?" என்றாள் வாயாடி முத்தம்மா.

"பன்னிரெண்டு முட்ட வச்சி பன்னிரெண்டும் பொரிச்சிச்சி.... லயத்துச் சக்காளத்திக கண்ணு வச்சாளுக ....ஒவ்வொரு நாளும் ரெண்டு மூனுன்னு அந்த நாசமத்த காக்கா தூக்கிக்கிட்டு போவுது..நான் காக்காவ ஏசுரேண்டி...!"

"அப்போ காக்காவத்தான் ஏசுறியா..?"முத்தம்மா வாயைக் கிளறினாள்.
"காக்காவையும் ஏசுவேன்...என் கோழிக் குஞ்சுக மேல கண்ணு வச்ச சிறுக்கிகளையும்
ஏசுவேன்....!" என்றாள் கிழவி.

"காக்கா கோழிக் குஞ்ச தூக்கிட்டுப் போனா...நீ காக்கா கிட்ட போறதுதானே..?
ஏண்டி ஊர் சனங்க கிட்டப் போறே...?"

"அடிப் போடி சக்களத்தி...! நீ போடி காக்கா கிட்ட...!"

"அடி கெழவி நீ போடி காக்கா கிட்ட...!"

சண்டை... பாலஸ்தீனம் - இஸ்ரேல் மோதல்...ஈராக் - அமெரிக்கப் படை மோதல்
போலாகி... யூத்த நிலைமை மோசமாகிக் கொண்டிருந்தது...!

" ரெண்டு பேரும் "காக்கா கிட்ட" போயி வேல இல்ல..! போங்கடி வூட்டுக்கு..!" என்று
எழுபத்தேழு வயசு ஆத்தா மத்தியஸ்தம் வகித்தாள், எரிக் சொல்ஹெய்ம் மாதிரி...!

"கோழி போனா மயிராச்சி...! நீ வூட்டுக்குப் போ...இன்னக்கி காம்பரா சங்கதிக்கு
தொரப்பயல ஒரு கை பாத்திட்டு வர்றேன்...!"என்று பெருமாயி கிழவியின் மகன் பல்லு
பெருமாள் சட்டையை மாட்டிக்கொண்டே தோட்டத்து ஆப்பீஸ்க்கு ஓடினான்.

அந்த தோட்டத்தில் ஏழெட்டு பெருமாள்கள் இருக்கிறார்கள்.அடையாளத்துக்காக
ஒவ்வொருவருக்கும் பட்டப் பெயர் உண்டு. விருந்தாடி பெருமாள், கொரங்கு பெருமாள்,
பீடி பெருமாள், நெட்ட பெருமாள் என்று பட்டங்கள் நீளும். இந்தப் பெருமாளுக்கு
பற்கள் யாவும் உதடுகளை மீறி வெளியே சிரித்துக் கொண்டிருக்கும்...! அதற்காகத்தான்
"பல்லு பெருமாளு" என்பார்கள்.

பெருமாளுக்கு உண்மையிலேயே வீடு போதாது. மனைவி....ஐந்து
பிள்ளைகள்...கிழவி.. இவனோடு எட்டுப் பேர்...பத்துக்கு பன்னிரன்டு அடி
காம்பிராவில்தான் அடங்க வேண்டும்.காம்பரா பிரச்சினை பேசி.. பேசி.. இன்றுவரை
முடிவு கிடைக்க வில்லை

அந்தத் தோட்டத்திலிருக்கும் ஏழு கட்சிகளிலும் ஏழு ரவுன்டு மாறி
வந்து....இப்போது அவனும் அவன் மனைவியும் ஒரு புதுக் கட்சியைத் தோட்டத்துக்கு
கொண்டு வந்து விட்டார்கள்...! அவன்தான் அந்தக் கட்சிக்கு தலைவர். அவன்
மனைவிதான் மாதர் சங்கத் தலைவி...! எட்டாவது கட்சி வந்ததில் தோட்டத் துரைக்கு
சற்தோஷம் அதிகமாகியது...!

பெருமாள் அடம் பிடிக்கும் ஒரு "குழப்பக்கார தொழிலாளி". அவனுக்கு மூனாம் நம்பர் லயத்திலேயே தான் வீடு வேண்டுமாம். அந்த டபல் சைட் லயத்தில்..தொங்க வீட்டில் வசிக்கும் ராமாயி கிழவியின் அரைக் காம்பராவை கேட்டுக் கொண்டிருக்கிறான்.கிழவியை அனுப்பி விட்டால், அந்த வீட்டை அவனுடைய வீட்டோடு இணைத்துக் கொள்ள முடியும். "கிழவியை எங்கே அனுப்புவது..?" என்று தோட்ட நிர்வாகம் கேட்கும் போது..."பென்சன் வேலு கெழவன் அடுத்த சைட் அரைக் காம்பிராவுல இருக்கான்...அந்த ஆளும் ஒரு ஒத்த கட்டை..அந்தக் கெழவனோட இந்த கெழவிய போட வேண்டியதுதானே...! வயசு போன காலத்துல என்னா நடக்கப் போவது..? ஒன்னுக்கு ஒன்னு தொணையா இருக்கும்...!" என்பது பல்லு பெருமாளின் வாதம்.

இன்று ஆப்பீஸ் நாள்..

பெருமாள் ஜன்னலில் எட்டிப் பார்த்தான். "சலாங்க தொர...காம்பரா விஷயம் முடியல்லீங்க தொர...!"

"டிவிஷன் மாறிப் போனா...நல்ல காம்பரா தாறேன்.. விருப்பமா..?" துரை பதில் சொன்னார்..

"என்னா மயிருக்கு நான் டிவிஷன் மாறனும்..?" என்று மனதுக்குள் முணகிக் கொண்டு "முடியாது தொர...! பரம்பர பரம்பரையா மூனாம் நம்பர் லயத்துலதான் எங்க குடும்பம் இருக்கு...எங்க தாத்தா பொறந்தது ..இதே காம்பரா...எங்க அப்பா பொறந்ததும் இதே காம்பரா.. எங்க அப்பா அம்மா கலியாணம் கட்டி புள்ள குட்டிகள பெத்து பூர்வீகம் கண்டதும் இதே காம்பரா..நானும் பொறந்து கலியாணம் கட்டி குடும்பம் ஆனதும் இதே காம்பராதான்...! இந்தக் காம்பராவ விட்டுப்புட்டு வேற எடத்துக்கு போக முடியாது...! ராமாயி கெழவி காம்பராவ குடுத்தா எங்க காம்பராவோட சேத்துக்குவேன்.." என்றான்.

"அது முடியாதுதானே..! ராமாயி கெழவி எங்க போவான்..அவன் இப்ப சாக மாட்டான்தானே..!" என்று பெண்பால் பதம் தெரியாமல் துரை "தமில்" பேசினார்.

"தொர...! எனக்கு இன்னக்கி முடிவ குடுக்காட்டி கொழுந்து மடுவத்துல போயி அடுப்பு போட்டு சோறு ஆக்குவேன்...!" என்று பெருமாள் சத்தமிட்டான்.

இவனது குடும்ப நிலையைத் தோட்டத் துரை நன்றாக விளங்கியிருந்தார். எட்டு பேர் அந்த டபல் சைட் லயக் காம்பராவில் குடியிருக்க முடியாது. துரையும் பெரிய கிளாக்கரும் ஆங்கிலத்தில் உரையாடினார்கள்.

"தவறணை பள்ளத்தில் சமதரையான "புல்லுக் கா்னு" இருக்கிறது. தண்ணீர் வசதி உண்டு. மரக்கறி தோட்டம் போட்டுக் கொள்ளலாம்...தனி இடம்..ஒரு கால் ஏக்கர் நிலத்தை சொந்தமாக்கிக் கொள்ளலாம்..வீடு கட்டுவதற்கு இருவது தகரம், மரங்கள், கட்டிடப் பொருட்கள், தோட்டக் கணக்கில் பத்து ஆட்கள், இந்த உதவிகளோடு அவன் தற்காலிக வீடு கட்டிக் கொண்டு.. பிறகு நிரந்தர வீடு கட்டிக் கொள்ளலாம்...''!

இந்த ஏற்பாட்டை மனதில் வைத்துக் கொண்டு பெருமாளிடம் கேட்டார் துரை. பெரிய கிளாக்கரும் விளக்கமாகச் சொன்னார். " இது ஒரு அதிஸ்டமான சான்ஸ்.." என்றார். பெருமாள் கேட்டபாடில்லை..

"தொர..! என்னய லயத்த வுட்டு வெரட்டப் பாக்குறீங்க...! எனக்கு விதியா..? புல்லுக் காணுல போயி அனாதரவா.. தனியா வீடு கட்டிக் கிட்டு வாழுறதுக்கு...? நான் என் சாதி சனத்தோட லயத்துலதான் இருப்பேன்...! என்று அடித்துச் சொல்லி விட்டான். "நீங்க சரியான மடையன்தானே...? ஒங்கட தல உள்ளுக்கு சாணி இருக்குது தானே...? அந்த எடத்துக்கு போனா பணக்காரன் ஆக முடியுந்தானே...,?" என்றார் தோட்ட நிர்வாகி. எந்த அறிவுறையையும் காதில் போட்டுக் கொள்ளாத பெருமாள் முகத்தை மறுபக்கம் திருப்பிக் கொண்டான். முகத்தில் எள்ளும், கொள்ளும் வெடித்தன.

பெருமாளின் பிடிவாதத்தை பார்த்துக் கொண்டு நின்ற மலைக் காவல்காரன் பண்டா மெதுவாக ஆப்பீஸ் ஜன்னலுக்குள் தலையை நீட்டினான். பண்டா, பெருமாள் வீட்டுக்கு மூன்றாவது வீட்டில் வசிப்பவன். அந்தத் தோட்டத்தில் 99 வீத தமிழர்கள் மத்தியில் அவன் ஒரு 'சிங்களோ தமிழனாக வாழ்கின்றவன். "அனே மஹத்தயா...மகே காமரய பெருமாள் ஐயாட்ட தீலா மம யன்னங் பில்லு காணு பெத்தட்ட..!" என்றான்.

"பண்டா வோச்சரோட ஒன்னரக் காம்பரா வூட்டுக்கு போக விருப்பமா..?" என்று பெருமாளைப் பார்த்து துரை கேட்டார்.

"ஓ..ரெடி..! இப்ப குடுத்தாலும் போக ரெடி..!" என்றான் பெருமாள்.

பெரிய கிளாக்கர் ஒப்பந்தக் கடிதத்தை டைப் செய்தார். பண்டாவும் பல்லு பெருமாளும் ஒவ்வொரு நினைப்பில் மகிழ்ச்சியோடு ஆப்பீசை விட்டுக் கிளம்பினார்கள்.

ராசையா கிளாக்கர் கவலைப் பட்டார். " நம்மப் பயல்களைத் திருத்த முடியாது...நாய் வால் மாதிரி நிமிர்த்தவும் முடியாது...புல்லு வெட்டவும்.. கொழுந்து

பிய்க்கவும்... தண்ணி அடிக்கவும் தான் தெரியும்...! திங்கக்கூடத் தெரியாது....!" அவரது இனத்துவ இருதயம் துடித்தது. 'பண்டா கால் ஏக்கர் நிலத்தை ஒரு ஏக்கர் நிலமாக்கி....தோட்டத்துக்குள்ளே "நாடு" உண்டாக்கி விடுவான்...! நம்ம மடையன்களுக்கு தலையிலே மண்ணுக் கூட கெடையாது...! பாலம் கட்டிக் குடுத்தா மரத்துண்டுகள எடுத்துடுவானுங்க..பைப் லைன் போட்டுக் குடுத்தா...பைப்பை வெட்டி வித்துப்புடுவானுங்க..கக்கூஸ் கதவையும் அப்படித்தான் கழட்டிப்புடுவானுங்க... ஒரு விஷயத்தில மட்டும் முன்னேற்றம்..லயத்துக்கு லயம் இரண்டு மூன்று நடமாடும் பார் இருக்கும்...சந்துக்கு சந்து கசிப்புக் கடை இருக்கும்...விடிந்து விட்டால் பொலிஸ் ஸ்டேஷனுக்கும் புரொக்டர் ஆப்பிஸுக்கும் ஓடிக் கொண்டிருப்பான்கள்... கருமம்..! கருமம்...! நான் "தானா புள்ளியா" பொறந்ததே கருமம்...!"

"சுப்பிரிண்டன் ஒரு "சீனாப் புள்ளி...." "தானாப் புள்ளி" யை ஏளனமாக பேசும் போது எனக்கு கால் சட்டையை மாட்டிக்கிட்டு ஆப்பீஸ் நாற்காலியிலே ஒக்காரவே வெக்கமா இருக்கு...!" பாவம் ராசையா கிளாக்கர்... இனரீதியாகவும் சமுதாய ரீதியாகவும் இதே குடும்பத்தில் உருவாகி மேலெழுந்த அவரால், இந்தக் கூட்டம் இப்படி சீரழிந்துக் கொண்டிருப்பதை தாங்கிக் கொள்ள முடியாமல் தவித்தார்..ஒரு நாள் ரகசியமாக பல்லு பெருமாளை வீட்டுக்கு வரச் சொல்லி புல்லுக் காணு நிலத்தில் வீடு கட்டிக் கொள்ளும்படி கேட்டார்..." என்னய்யா.. நீங்களும் தொரைக் கூட சேர்ந்துக்கிட்டு சதி செய்யப் பாக்குறீங்களா..?" என்று கோபமாகப் பேசி விட்டு போய்விட்டான்..

*****

மூன்று மாதங்களுக்குப் பின்.....

தவறணையில் தேயிலைக் கன்றுகளைப் பார்வையிடுவதற்கு, பெரிய கிளாக்கர் ராசையாவோடு, தோட்ட நிர்வாகி சென்றிருந்தார். தவறணை "புல்லுகான்'சமவெளியில் ஒரு அழகான மண் வீடு எழும்பியிருந்தது. சிங்கள பிரதேசத்தில் உள்ள ஒரு கிராமத்து வீடாகக் காட்சி தந்தது. வீட்டைச் சுற்றிய நிலத்தில் பீட்ரூட், கரட், லீக்ஸ், கோவா, உருளைக்கிழங்கு என்று மரக்கறி பயிர் பச்சைப் பசேல் என்று அறுவடைக்காக காத்திருந்தன. கொழும்பு மரக்கறி பக்கியில் நல்ல விலை கிடைத்தால் ஒரு லட்சம் ரூபாவுக்கு மேல் பணம் கிடைக்கும். "மிஸ்டர் ராசையா...ஐ யேம் ரியலி ஜெலஸ் ஒன் பண்டா வொச்சர்...!" என்று சிரித்தார். "ஹி இஸ் யென் இன்டலிஜன்ட் பகர்...!" என்றார்...

தூரத்தே பல்லு பெருமாளும் அவனது மனைவி பாப்பாத்தியும்...மகன் ஒருவனும் பண்டாவின் மரக்கறித் தோட்டத்துக்கு சாணி தூக்கிக் கொண்டிருந்தார்கள். தலை,

முகம், கழுத்து , உடல் முழுவதும் ஈரச்சாணியின் நீர் வடிய...வடிய..பெருமாள் தோட்டத் துரைக்கு சலாம் வைத்தான்.

"என்னா பண்றதூ...இங்கே..?" தோட்ட நிர்வாகி பெருமாளைக் கேட்டார்.

"பண்டய்யா...பகல் சாப்பாட்டுக்கு பாண் குடுத்து எரநூறு ரூபா சம்பளமும் குடுக்குறாருங்க....!" என்று பெருமையாகக் கூறினான் பல்லு பெருமாள். வாயின் இரு விளிம்பிலும் வெற்றிலைச் சாறு அசிங்கமாக வடிந்தன..

"கூலி பகர்ஸ்..! யூ கான்ட் கெரெக்ட் தீஸ் பகர்ஸ் மிஸ்டர் ராசையா...!" என்றார் சுப்பிரண்டன்..அவர் 'சீனா புள்ளி'யாக இருந்து கொண்டு சொல்ல வில்லை...! ராசையா கிளாக்கர்தான் தன்னை "தானா புள்ளியாக" இன்னும் நினைத்துக் கொண்டு பல்லு பெருமாள் "பகரை"... அந்த சாணிக் கூடையோடு தூக்கிப் போட்டு...குடல் குந்தானியெல்லாம் வெளியே வர மிதித்தால் என்ன...?" என்று சுப்பிரண்டனுக்குத் தெரியாமல் மனதுக்குள் கறுவிக் கொண்டார்.

அவர் ஆதங்கப் பட்டதிலும் நியாயம் இருக்கத்தானே செய்கின்றது.....?

✹✹✹✹✹

தினகரன் ஜ‛லை 2007

பிரிட்டிஷ் முகாம்கள் 11 தகர்க்கப்படுகின்றன...

"இங்க பாருங்க கன்ஞ்சாம்ணே..! நீங்க தண்ணி அடிச்சா.. கெட்டப் பேச்சுதான் பேசுவீங்க..! இந்த நெலமையில ஒங்கள ஒப்பீசுக்குக் கூட்டிக்கிட்டு போயி தொரைக்கிட்ட பேச்சு வார்த்த நடத்த முடியாது..! அடுத்த பொதன் கெழம போவோம்..! இப்ப வூட்டுக்குப் போங்க..!"

"ஏய் கோயின்ஞ்சாமி..! இந்த ஒலகத்துல எந்த வக்காளி தண்ணி அடிக்காம இருக்கான்..? தண்ணி அடிச்சாத்தான் எனக்கு தைரியம் வரும்..! இன்னைக்கி ஒப்பிஸ் நாளு.. தொர பயல ரெண்டுல ஒன்னு கேக்கத்தான் போறேன்.. காம்புரா தார்றீயா.. இல்லாட்டி ஓம் பொண்டாட்டிய தார்றீயா..ன்னு கேக்கத்தான் போறேன்..

"பெரிய மனுசங்களை யெல்லாம் இப்பிடி பேசலாமா அண்ணே..?"

"பெரிய பதவியில இருந்துட்டா எல்லாப் பயலுகளும் பெரிய மனுசனா ஆயிற.. முடியுமா..? எனக்கு எல்லாப் பயலுகளும் ஒன்னுதான்..! வரப் போற தேர்தல்ல எந்த குண்டிக் கழுவாத பயலுக்கும் நான் வோட்டுப் போட மாட்டேன்..! கந்தசாமி ஆக்ரோசமாக தோட்டக் கமிட்டித் தலைவர் கோவிந்தசாமியின் வீட்டு வாசலில் நின்று சத்தம் போட்டார்....

பாவம் கந்தசாமி.... அவர் பென்சன்காரர்....! புறா கூடு மாதிரி அந்த லயத்துக் காம்பிராவில் அவரது மனைவியுடன் மூன்று குமரிப் பெண்களும், இரண்டு வாலிபப் பையன்களுமாக ஏழு குடும்ப உறுப்பினர்கள் குடியிருக்கிறார்கள்.... அவர்களது குடியிருப்புக்கு 'லயம்' என்ற பெயரும், 'காம்பரா' என்ற பெயரும், 'முகாம்' என்ற பெயரும் உண்டு.. 'காம்பரா' என்ற பெயர் போத்துக்கீசருடையது.. "கேம்ப்" என்ற வார்த்தையிலிருந்துதான் "காம்பரா" உருவாகியதாம்....! இந்த நாட்டில் தோட்டப்புற மக்கள் வாழும் குடியிருப்புக்கு "வீடு" என்ற உரிமையுள்ள பெயர் கிடைக்கா விட்டாலும், "குடிசை" என்ற கௌரவமான பெயர்கூட இன்று வரை கிடைக்காத நிலை.... ஒரு சமூக அவமானமாகும்..

பெருந் தோட்ட வியாபாரிகளாக வந்த பிரிட்டிஷ்காரன்கள் கட்டிப் போட்ட முகாம்களில்தான் கந்தசாமியைப் போன்ற குடும்பங்கள் இன்னும் வாழையடி வாழையாய் வாழ்ந்து வருகின்றார்கள்.

*****

தோட்டக் கமிட்டித் தலைவர் கோவிந்தசாமி, கந்தசாமியை இன்று தோட்ட ஆப்பிசுக்குக் கூட்டிப் போவதற்குப் பதிலாக, அவரது மகன் மாதவனைக் கூட்டிக்கொண்டு போனார்..

மாதவனும், கமிட்டித் தலைவர் கோவிந்தசாமியும் ஆப்பிசுக்குப் போகும் வழியில் "எல்டி பெருமாளை"க் கண்டார்கள்.. "எல்டி பெருமாள்" என்றால், "லேபர் ட்ரைடூனல்" பெருமாளாகும்..! தொழில் நீதிமன்ற வழக்குகள் மூன்றுக்கு மேலாகத் தாக்கல் செய்து, பல வருசங்களாக.. பல கட்சிகளுக்கும் தாவி.. எந்த வழக்கிலும் இதுவரை வெற்றியடையாமல், தாடி வளர்த்து.... அதுவும் நரைத்து..... தவம் செய்த முனிவராய் உருமாறி.... வழக்கில் வெற்றி பெறாமல் தாடியை மளிக்க மாட்டேன்.. என்ற வைராக்கியத்தில் வாழ்ந்து வருகின்ற அந்தத் தொழிலாளிக்கு, தோட்ட மக்கள் சூட்டிய பட்டப் பெயர்தான் அது....!

பெருமாளின் முதல் வழக்கு, வீட்டுக் கோடியில் மனைவி, பெண் பிள்ளைகள், குளிப்பதற்காக மண் சுவரில் மறைவுக் கூடாரம் கட்டியதற்காகவும்.. அடுத்து.... வீட்டுத் தோட்டத்தில் மலசல கூடமும், சமையல் கூடாரமும் கட்டியதற்காகவும்.... தனித் தனி இரண்டு வழக்குகளும் நிர்வாகத்தால் போடப்பட்டது.... இந்த மூன்று வழக்குகளும் அடிப்படைத் தேவைக்காக கூடாரம் கட்டிய மனித உரிமை சம்பந்தப்பட்டது....

குற்றம் சாட்டப்பட்ட தொழிலாளி இன்று வரை மூன்று தண்டனைகளை அனுபவித்து வருகின்றான்.... ஒன்று.... வேலையிலிருந்து நீக்கப்பட்டும், இரண்டாவது... பொலிஸ் நடவடிக்கைக்கு உட்பட்டும், மூன்றாவது.... நீதிமன்ற விசாரணைக்கு ஆஜராக்கப்பட்டுள்ளதுமாகும்.... இந்த வழக்குகளில் தொழிலாளி வெற்றியடைந்தால், தோட்ட நிர்வாகம், மாவட்ட நீதி மன்றம் முதல், உயர் நீதி மன்றம் வரை வழக்கை அப்பீல் செய்து, நிர்வாகத்துக்கு வெற்றியைத் திருப்ப முடியும்.. சட்டம் ஒரு இருட்டறை.. என்பதற்கு எல்டி பெருமாளும் ஒரு சான்றாகலாம்....!

அந்தத் தோட்டத்தில் மட்டுமல்ல.... ஒவ்வொரு தோட்டத்திலும் மூன்னூறு தொழிலாளக் குடும்பங்கள் இருந்தால், அங்கே ஐம்பது, அறுபது குடும்பங்கள், குடியிருப்புக்காக கட்டப்பட்ட 'டெம்பரெரி ஷெட்' என்னும் தற்காலிகக் கூடாரங்கள் சம்பந்தமான வழக்குகளிலேயே மாட்டி, கோர்டு, நாடு என ஓடி, வக்கீல்மார்களுக்கு பணத்தைக் கொட்டிக் கொண்டிருப்பார்கள்..!

மாதவன், எல்டி பெருமாளின் நிலைமையை நினைத்துப் பாத்தான்.. "பெரிய பாவம்..! புள்ளக் குட்டிக்காரன்.. மூனு வருசமா வேல நிப்பாட்டி வீட்டுல இருக்கான்.. போன மாசம் அவன் சம்சாரத்துக்கும், நிர்வாகம் வேல நிப்பாட்டி இருக்கு..! குடும்பம், புள்ளக் குட்டி என்னாத்தத் திங்கிறது..! தோட்டத்தில இருக்கிற எந்தப் பயலுக்கும் புத்தி கெடையாது....! வீடு இல்லாத பெரச்சன, கக்கூஸ் இல்லாத பெரச்சன.. எல்லாருக்குமான ஒட்டு மொத்த பெரச்சன.... அஞ்சி கட்சிக்காரனும் ஒன்னா சேந்து, நிர்வாகத்த எதுத்துப் போராட வேண்டிய பெரச்சன.... ஒரு நாய்ப் பயலுக்கும் இந்த சங்கதி புரிய மாட்டேங்குதே....! நானும் மரக்கறி தோட்டத்துக்குள்ள தனி வீடு கட்ட போறேன்.... நடக்குறது நடக்கட்டும்....!"

மாதவன் ஏதோ புதிய முடிவை எடுத்தவனாக, கமிட்டித் தலைவர் கோவிந்தசாமியின் கையை இறுகப் பிடித்தான்.. "கோயின்ஞ்சாம்ணே..! நீங்க தலைவரா இருக்கிற காலத்துலேயே, நாங்க புரட்சிப் பண்ணி பாக்கணும்....! எனக்கு மானங் கெட்ட லயத்துக் காம்பரா வேணாம்..! மரக்கறி தோட்டத்துல ஒரு சின்ன வீடு கட்டிக்கப் போறேன்.... வீட்டுல.. தங்கச்சி மூனு பேரோட, தம்பியும் இருக்கான்.... அதுல அப்பா. அம்மாவும் ஒரு பக்கம்.... இந்த நெலமையில கலியாணம் கட்டி, நானும், சம்சாரமும் எங்க தங்குறது..?" மாதவனின் யோசனை தலைவருக்கு நல்ல யோசனையாகப் பட்டது.. அவனைப் போன்ற எத்தனை இளைஞர்கள் இப்படி வீட்டு வசதியில்லாமல் நாற்பது வயது வரை கலியாணம் முடிக்காது இளமையைப் பலி கொடுத்து வருகின்றனர் என்ற நிலைமையை எண்ணிப் பார்த்தார்..

"மாது..! தொரைக்கிட்ட மொதலாவது காம்பரா கேப்போம்..! குடுக்காட்டி, வீடு கட்டிக்கிற விசயத்த சொல்லுவோம்.." என்றார்.

"மாதவா..! ஏம்மாதிரி வீடு கட்டி.... தாடி வளக்கப் போறே..! இந்தத் தோட்டத்துல தாடிக்காரன் கூட்டம் கூடிக்கிட்டே போகுது..!" என்றான் எல்டி பெருமாள்.. மூவரும் சிரித்துக்கொண்டு தோட்டத்து ஆப்பீசை நோக்கி நடந்தார்கள்.

*****

தோட்டத்து ஆப்பீஸ், தோட்ட சுப்பரிண்டென்டன் பங்களாவின் அருகிலேயே கட்டப் பட்டிருக்கும்.

— தோட்ட பங்களா....

பிரிட்டிஷ் பெருந்தோட்ட அதிகாரிகள் வாழ்ந்து மகிழ்ந்த, மாளிகைதான் தோட்டத்து பங்களாவாகும்....! பீடபூமியைப் போன்ற பல மலைக் குன்றுகளுக்கிடையில், ஒரு அழகிய குன்றை, தெரிவு செய்து, இயற்கை அழகையெல்லாம் ஒன்றிணைத்து, பிரித்தானிய வெள்ளைக் கலாசாரத்திலான மாட மாளிகை ஒன்று அங்கு கட்டப்பட்டிருக்கிறது.. இந்த மாளிகையிலிருந்து எட்டுத் திசைகளையும் பார்வையிடலாம்.. இந்த கந்தர்வ மாளிகையை இருநூறு வருசங்களாக வாழும், அதே தோட்டத்து மக்களில் ஒரு சிலர்தான் பாத்திருப்பார்கள்.

தோட்டக்காரன், மாட்டுக்காரன், காவல்காரன், தபால்காரன், அப்பு, குசினி மேட்டி, போன்ற பங்களா பணியாளர்களே அவர்களாவர்..

இலங்கை மலைநாட்டில் ஒரு இங்கிலாந்து சூழலையும், இந்தியச் சூழலையும் காண்பித்துக் கொண்டிருக்கும் அதிசயத்தை இங்குதான் காணலாம். தோட்டத் துரை என்னும் நிர்வாகியின் இந்த அற்புத வாசஸ்தலம் குறைந்தது 32 முதல் 36 தொகையுள்ள பல ரகமான அறைகளைக் கொண்டிருக்கும்.. குளிர் படியா வண்ணம் சீமெந்து தரைக்குப் பதிலாக மரப் பலகைகள் நிலத்தில் பதிக்கப்பட்டிருக்கும்.. குளிர் காயும் அடுப்பு அறையிலிருந்து, வெந்நீர் குளியலறை இணைக்கப்பட்ட படுக்கையறைகள், இயற்கைக் காட்சிகளை ரசிக்கும் கண்ணாடிக் காட்சிக் கூடங்கள், இன்னும் படிப்பறைகள், விளையாட்டறைகள், கலைக் கூடங்கள், விருந்தினருக்குரிய பல வினோதமான அறைகள், என கட்டப்பட்டிருக்கும்.

அந்த மாளிகைக்கு வெளியே நந்தவனம், மலர்ப்பந்தல், பூங்கொடிகள், நீச்சல் தடாகம், பசும் புல் தரை, செயற்கை நீர் வீழ்ச்சிகள், மேலதிக வருமானத்தை வழங்கும்

ஆடு, மாடுகளின் பண்ணைப் பட்டிகள், மரக்கறி, பழ வகைத் தோட்டங்கள் என இரண்டு முதல் மூன்று ஏக்கர் வரையுள்ள நிலப் பரப்பே அந்த மாளிகைச் சூழலாகும்.. அந்த ஆடம்பரச் சூழலை மறைத்து வைப்பதற்காக வளர்க்கப்பட்டிருக்கும் சைப்ரஸ் மரக் காடுகள் வேலிகளாக உயர்ந்து நிற்கும். உயர்ந்த பீடபூமியில் அமைந்திருக்கும் இந்த மாளிகையை காற்று, மலைச் சாரல் தாக்காமல் இருப்பதற்காகத் 'தண்ணீர் விட்டான் மரங்கள்......' நாட்டுப்புற மொழியில் 'மூத்திரக் காய் மரங்கள்' அடர்ந்து படர்ந்து, சிவப்புப் பூக்களோடு அழகிய கானகச் சூழலை காட்டிக் கொண்டிருக்கும். பங்களா மாளிகைக்கு வரும் வாகனப் பாதையின் இருமருங்கிலும் தோரணங்களாகப் பூ மரங்கள் நாட்டப் பட்டிருக்கும்.

இந்த இங்கிலாந்து சூழலுக்கு எதிரான இந்தியாவின் சூழலை, தொழிலாளரின் லயன்கள் சேரிகளின் நினைவை ஞாபகப்படுத்திக் கொண்டிருக்கும். ஆய்.. ஊய்.. என கூக்குரல், ஜன சந்தடிகள், குப்பைக் கூழங்களின் புகைச்சல், காற்றில் மிதந்து வரும் சாக்கடை நாற்றத்தின் மூலம் உணரலாம்.

எந்தத் தோட்டப்புறத்திலும் தொழிலாளரின் வசிப்பிடங்கள் தேயிலை வளர முடியாத குளிர் தேங்கி நிற்கும் பள்ளத்தாக்குகளிலும், சூரிய வெளிச்சத்தைக் காண முடியாத மலைக் கிடங்குகளிலும், மண் சரிவை ஏற்படுத்தும் மலைச்சரிவுகளிலும், கட்டப்பட்டிருக்கும். அடை மழைக் காலங்களில் குறைந்தது ஒரு லயத்துக் குடும்பமாவது மண் சரிவில் புதைந்து மரணிக்கும் துயரச் சம்பவங்கள் சர்வ சாதாரணமாக சம்பவித்துக் கொண்டிருக்கும்....

மாளிகைவாசியான தோட்ட நிர்வாகியின் பங்களாக் கூரை பச்சை வண்ணத்தால் தீட்டப்பட்டிருக்கும். தோட்ட உத்தியோகத்தரின் பங்களா கூரைகள் சிவப்பு நிறத்தால் தீட்டப் பட்டிருக்கும். தொழிலாளரின் லயத்துக் கூரை மட்டும் கறுப்பு நிறத்தினால் தார் பூசப்பட்டிருக்கும்..! கறிய நிறத்தில் அவலட்சனமான அடையாளங்களைக் காட்டிக் கொண்டிருப்பவைதான் தொழிலாளரின் வசிப்பிடங்களாகும்.

*****

தோட்ட சுப்பரின்டென்டனின் பங்களா என்னும் மாளிகையை சிறிது நேரம் வெறிக்கப்பார்த்துக் கொண்டிருந்த மூன்று பேரின் மனதிலும் ஒரே சிந்தனை மேலெழுந்திருந்தது. ஒரு தனி மனிதனுக்கு இவ்வளவு பிரமாண்டமான வசிப்பிடம் தேவையா..? அவர்கள் மௌனமாக தோட்டத்து ஆப்பீசை நோக்கி உயர்ந்த படிக்கட்டுகளில் ஏறிக் கொண்டிருந்தார்கள்.

- தோட்டக் காரியாலயம்.....

சுப்பரின்டென்டன் அமர்ந்திருக்கும் காரியாலய அறையின் ஜன்னல், கதவுகளைப் படக் படக் என தபால்காரன் திறந்துக் கொண்டிருந்தான். பெரிய கிளாக்கர் ஜன்னல் வழியாக எட்டிப் பார்த்து "லேபர் டே" க்கு வந்திருக்கும் தொழிலாளர்களை ஜன்னல் அருகே வரும்படி சைகைக் காட்டினார். அந்த சுப்பரின்டென்டன் ஐந்து தோட்டப் பிரிவுகளுக்குப் பொறுப்பாக இருப்பதால், அவருக்கு மெனேஜர் என்ற பெரிய பெயரும் உண்டு..

ஜன்னலில் எட்டிப் பார்த்து ஒரு யூனியன் தலைவர் சத்தமிட்டுப் பேசிக் கொண்டிருந்தார். "லயத்துக் கக்கூஸ் எல்லாம் நெறைஞ்சி.... புளொக் ஆகி ரோட்டுக் காடெல்லாம் நாறிக்கெடக்குது.. மனுச மக்க நடக்க முடியாம இருக்குது.. நானும் பத்து மாசமா சொல்லிக்கிட்டே இருக்கேன்.. நீங்க எம்பேச்ச கணக்கெடுக்குறதே இல்ல தொர....!" என்று கோபமாகவும் பேசினார்.

"என்னா தலவர்..! தொழிலாளிக்கு சம்பளம் பத்தாது சொல்றது.... சாப்பாடு பத்தாது சொல்றது.... ஆனா கக்கூஸ் குழி மட்டும் எப்படி நெறையறது..?" மெனேஜர் ஜோக் அடித்தார். கோபம் அந்த தலைவரின் உச்சித் தலைக்கு ஏறியது....!

"கிண்டல்ல கொறச்சல் இல்ல தொர..!"

"சரி.. சரி.. மளக்காழம் நிக்கட்டும்.. வெயில் காழம் வரட்டும்.... கக்கூஸ் குழி துப்பரவு செஞ்சி தாரது..!" மெனேஜர் பதில் சொன்னார்.

மழக் காலம் எப்ப நிக்கிறது....? கக்கூஸ் குழி எப்ப செய்றது தொர....?"

"மளக்காழம் எனக்கு நிப்பாட்ட முடியுமா தலவர்..? ஓங்கட மினிஸ்டர் தலவருக்கும் அது முடியாத சங்கதிதானே..?"

"அப்போ மழக் காலம் நிக்கட்டும்.... வெய்யில் காலம் வர்ற வரைக்கும் நாங்க வேலைக்கு போகாம வீட்டுல இருக்கிறோம்..!"

"சரி.. சரி.. நாங் அடுத்த கெழமயில செஞ்சு தாரது.."

முனகிக் கொண்டு ஜன்னலில் இருந்து அந்த யூனியன் தலைவர் விலகினார்..

அடுத்து, கோவிந்தசாமி தலைவர் மாதவன் வீடு விசயமாகப் பேசினார். "மாதவனுக்கு வீடு வேணும் தொர.. ஆடி மாசம் முடிஞ்சி போச்சி.. கலியாணம் கட்டப் போறாரு...."

"ஐ சே மை கோட்..! அவருக்கு கலியாணங் கட்ட வாணாம் சொல்லுங்க..! பொம்பிளே கொண்டு வந்தா வூடு இல்லாமே எங்கே வக்கிறது....?"

"வீடு இல்லாட்டி வீடு கட்டிக்க எடம் குடுங்க..!"

"எடம் குடுக்க முடியாது....! மூனாம் நம்பர் லயத்துல காம்பரா குடுக்க முடியும்.. ஆனா அந்த பென்சன் கெழுவி இன்னும் செத்துபோனது இல்லதானே..? அவருக்கு சீரியஸ் கொஞ்சம் கொஞ்சம் தானே வாரது....? அவர் சுருக்கா செத்துப் போனா நல்லம்.....! அந்த வூடு இவருக்குத் தரலாம்....! மத்த சைட் லயத்தில வேலு பென்சன் கெழுவன் சுருக்கா செத்துப் போவான் எண்டு டாக்டரையா நமக்கு சொன்னது.... ரெண்டு பேரும் செத்து போனா ரெண்டு ஆளுக்கு வூடு தர முடியும்தானே....!"

தோட்ட நிர்வாகம் வீடற்ற தொழிலாளர்களுக்கு, வீடு ஏற்பாடு செய்து கொடுக்கும் முறை இதுவாகும்..! ஒரு தொழிலாளிக்கு வீடு வழங்க வேண்டுமானால், இன்னொரு தொழிலாளி சாக வேண்டும்..!

தோட்டத்துக்காக உழைத்து, அலுத்துப் போன இரண்டு பெரிய கட்டைகள் எப்படா சாகும்..? எப்படா நமக்கு வீடு கிடைக்கும்..? என்று லயத்துக் குகைக்குள்ளேயே நுழைந்துக் கொண்டிருக்கும் தொழிலாளர்கள் மத்தியில், லயத்தை விட்டு விலகி மண் குடிசையாவது தனியாகக்கட்டிக் கொண்டு, கிராமிய வாழ்க்கை வாழ்வதற்கு, மாதவனைப் போன்று அநேக இளைஞர்கள் இருக்கத்தான் செய்கின்றார்கள்.

*****

வீடு கிடைக்காத ஏமாற்றத்தில் கோவிந்தசாமி தலைவர் கோபமடைந்தார். அவர் மாதவனையும், எல்.டி பெருமாளையும் கூட்டிக் கொண்டு அந்தத் தோட்டத்தில் இருக்கும் ஐந்து யூனியன் தலைவர்களையும் சந்திப்பதற்குச் சென்றார்..

கோவிந்தசாமி தலைவரின் ஏற்பாட்டின்படி ஐந்து யூனியன் தலைவர்களும் அந்த இரவில் மாரியம்மன் கோவிலில் ஒன்று கூடினார்கள். அவர்களின் உரையாடல்கள் ரகசியமாகவே நடந்தன. அவர்களின் புதியத் திட்டங்களை தங்களது யூனியன் தலைவர்களாகிய மந்திரிகளிடம் கூட சொல்ல விரும்ப வில்லை..! மந்திரித் தலைவர்கள் தங்கள் நலன்களுக்கு குந்தகம் விளைவிக்கும் இவ்வாறான தொழிலாளர் எழுச்சிகளை ஒருபோதும் விரும்ப மாட்டார்கள்..!

நடந்துக் கொண்டிருக்கும் கூட்டத்தில் ஒரு தலைவர் எழும்பி ஆவேசமாகப் பேசினார்.

"தோட்டத் தொரைக்கு மட்டும் எம்பதுல இருந்து , நூறு பேர்ச்சஸ் வரைக்கும் பங்களா.... தோட்டந் தொரவோட ரெண்டு, மூனு ஏக்கர் காணியில ஒரு தனி மனுசன் குடியிருக்கான்.. நாங்க பத்தடி நெலத்தில குடியிருக்கோம்.. போற அன்னிக்கு ஆறடி குழி...! சுடு காட்டுக்கும் .. வீட்டுக்கும் நாலடி வித்தியாசத்திலதான் நாங்க குடியிருக்கோம்.... இந்த லயத்து வாழ்க்கைய அழிச்சாதான் எங்களுக்கு மனுச கௌரவம் கெடைக்கும்....!"

இவரது பேச்சைத் தொடர்ந்து இன்னுமொரு தலைவர் மிகவும் நிதானமாக ஒரு விசயத்தைச் சொன்னார்....

"தமிழ்த் தொழிலாளிங்களப் போல, சிங்கள சனங்க எரநூறு வருசம் இங்க இருந்திருந்தா, ஒவ்வொருத்தனும் எரநூறு பேர்ச்சஸ் காணிக்கு சொந்தக்காரனுங்களா ஆகியிருப்பானுங்க..! தோட்டமும் "நாடு" மாதிரி கிராமங்களா மாறியிருக்கும்....! அவங்க நம்ம மாதிரி லயத்துல வாழ விரும்ப மாட்டாங்க.. இந்த லயங்கள ஒடச்சி, சொந்தமா வீடு கட்டி வாழ்ந்திருப்பாங்க.."

"நெலத்துல சொந்தமா வீடு கட்டிக்கிட்டுத்தான் இனிமே வாழணும்..! கம்பெனிக்காரன்களுக்கு சொந்தமான லயத்து முகாம்ல வாழுறது என்னைக்குமே ஆபத்து....!" என்று இன்னுமொரு இளைஞன் சொன்னான்.

வீடு, காணி, விவசாயம் என்ற கலாசாரத்தில் இறங்கி, சுயமாக வாழ்வதற்கு பெருந் தோட்டத் தொழிலாளர்கள் இன்றுவரை பண்பட வில்லை.. இந்தியாவில் கூலி விவசாயிகளாக சேரியில் வாழ்ந்த முன்னைய வாழ்க்கையே, இன்றுவரை தொடர்கின்றது.. அந்த வாழையடி வாழையாகத் தொடர்ந்து வந்த நிலையை மாற்ற வேண்டிய சிந்தனை, அந்த இரவில் அவர்கள் மத்தியில் உருவாகியது..

- இன்று பௌர்ணமி.....

வட்ட வடிவமான மஞ்சள் முழு நிலா, நீல வானத்தில் ஆடாமல், அசையாமல் நின்றது.. அந்தத் தெளிவான வானத்தில் வெள்ளை மேகங்கள் மட்டும் வேகமாக ஓடிக் கொண்டிருந்தன.. பாடசாலை, சிறுவர் நிலையம், வாசிக சாலை, கோவில்கள், என தொழிலாளக் குடும்பங்கள் மூட்டை முடிச்சுகளுடன், லயத்தை விட்டு விலகிப்போய் தங்கின..

ஆண் தொழிலாளர்கள், இளைஞர்கள், சிறுவர்கள் எல்லோரும் லயத்துக் கூரைகளில் ஏறினார்கள். இருநூறு வருசத்து பிரிட்டிஷ் முகாம்கள் தகர்க்கப்பட்டன..!

கூரைத் தகரங்கள் சத்தமின்றி கழற்றப்பட்டன. இடிந்து விழுந்த சுவர்களில் இருந்த உறுதியான கற்கள் சேகரிக்கப்பட்டன.

- விடிந்தது......

தோட்டத்து லயன்கள் தரைமட்டமாகிக் கிடந்தன. காலை பத்து மணிக்கெல்லாம் ஆண், பெண், பிள்ளை குட்டிகள் யாவரும் ஒன்றாகச் சேர்ந்து மண் வீடுகளைக் கட்டி எழுப்பிக் கொண்டிருந்தார்கள்... இருநூறு ஆண்டுகளுக்குப் பிறகு ஓர் அழகான கிராமம், அங்கே உருவாகிக் கொண்டிருந்தது..! ஐந்து யூனியன்களைச் சேர்ந்த தோட்டத் தலைவர்கள் லயன்களை உடைக்கும் காரியங்களில் மும்முரமாக ஈடுபட்டுக் கொண்டிருந்தனர்..

தோட்ட மெனேஜர், டிவிசன் துரைமார்கள், தங்களது ஜீப், மோட்டார் சைக்கிள் வாகனங்களில் வந்து குவிந்தனர். யூனியன் பெருந் தலைவர்களாகிய மந்திரிமார்கள், பெஜிரோ, இன்டர் கூலர் வண்டிகளிலும், இன்னும் சமீபத்தில் அரசாங்கத்தால் இறக்குமதி செய்யப்பட்ட அழகழகான, நவீன வாகனங்களிலும் வந்து குவிந்தனர். அவர்களை அரசாங்கம்தான் அனுப்பியிருக்க வேண்டும்..! அவர்கள் அங்கே நடக்கும் செயல்களைக் கண்டு, பயந்து நடுங்கினார்கள்.. தொழிலாளர்கள் தோட்ட நிர்வாக சட்டத்துக்கு எதிராக பலாத்கார வேலைகளில் ஈடுபடுவதாக அதிர்ச்சியான செய்தி ஊர் முழுவதும் பரவியிருந்தது. வந்து குவிந்தவர்கள் வியப்படைந்த நிலையில் அங்கே வேடிக்கை பார்த்துக் கொண்டிருந்தார்கள்.

பென்சன் கந்தசாமி சுறுசுறுப்பாக மண் குழைத்துக் கொண்டிருந்தார். அவர் காலையிலேயே 'போட்டிருந்தார்'..! "தொழிலாளி எல்லாரும் ஒன்னாயிட்டா.. எவன் மயித்தையயும் எந்த கம்மனாட்டியாலும் புடுங்க முடியாது....!" என்று சத்தமிட்டார்.... வீடமைப்பு மந்திரி பதவிகளை பொறுப்பேற்று, பத்து, பதினைந்து வருசங்களாகியும் வீடுகள் கட்டிக் கொடுக்காத மந்திரி தலைவர்களை, பென்சன் கந்தசாமி வெறியோடு நோட்டமிட்டார்....

அவர்களைப் பார்த்து ஆத்திரம் தாங்காத அவர், "அந்தாண்டி.... இந்தாண்டி.." என்று வாயில் வந்தபடி விலாசித் தள்ளினார். "கன்ஞ்சாமி தாத்தா பேச்ச யாரும் நிப்பாட்டாதீங்க..!" என்று ஒரு இளைஞன் ஒவ்வொரு தொழிலாளியிடமும் போய் குசு குசுத்தான்..!. அங்கே மரியாதை தேயவும், வந்திருந்த மந்திரி பிரதானிகள், யூனியன் தலைவர்கள் யாவரும், தங்களது பொடிகார்ட், கோர்டினேட்டர், பி.ஆர்.ஓ,

இன்னும் பல மொட்டை கழுத்துச் சட்டைக்காரர்கள் எல்லோரையும் கூட்டிக்கொண்டு அந்த இடத்தை விட்டு மெதுவாக நழுவினார்கள்.....!

ஐ காண்ட் எலவ் திஸ் நொன்ஸென்ஸ்..! ஐ வில் ப்ரிங் த பொலிஸ்..!" என்று தோட்ட மெனேஜர் ஆங்கிலத்தில் சத்தமிட்டார்....!

பென்சன் கந்தசாமி மண்வெட்டியைத் தூக்கிக்கொண்டு ஆக்ரோஷமாக மெனேஜரை நோக்கி ஓடினார்..! கோவிந்தசாமி தலைவர் பென்சன் கந்தசாமியைத் தடுத்து நிறுத்தினார். லயத்துக் கூரையை கழற்றிக்கொண்டிருந்த எல்டி பெருமாளும், மாதவனும் கோவிந்தசாமி தலைவரை நோக்கி ஓடி வந்தார்கள். இத்துப்போன இருநூறு வருசத்துக் கூரைத் தகரங்களில் ஒட்டியிருந்த ஒட்டடைக் கரித் தூசிகள் படிந்து பிசாசு உருவங்களாய் மாதவனும், எல்டி பெருமாளும் காட்சிக் கொடுத்துக் கொண்டிருந்தார்கள்!..

"மடையன் மாதிரி வழக்குப் போட்டுக்கிட்டு, தாடி வளத்துக்கிட்டு காலத்த நாசமாக்கின ஏம்மாதிரி தொழிலாளிங்க இப்ப இல்ல தொர..!" என்று எல்டி பெருமாள் மிக நிதானமாகத் தோட்ட மெனேஜரைப் பார்த்துச் சொன்னான்.

காலை வெய்யிலோடு, குளிர்ந்த இளந் தென்றலும் மெதுவாக வீசிக்கொண்டிருந்தது. வாகை, சவுக்கை, முருங்கை, கருப்பந்தைல மரங்கள் தலையசைத்துக்கொண்டிருந்தன. அந்தச் சூழல் ஓர் புதிய உத்வேகத்தையும், புதிய மாறுதலையும் உணர்த்திக் கொண்டிருந்தது..!

தோட்ட மெனேஜர் மிக வேகமாக நடந்து ஜீப் வண்டிக்குள் ஏறினார்.

✻✻✻✻✻

(யாவும் ஆசைகள்..)

வீரகேசரி நவம்பர் 2009

நகை ஈடுபிடிக்குமிடம் (12)

"**வை**குண்ட ஏகாதசி அன்று சொர்க்க வாசல் திறக்கப்படுமாம். லிங்க சிவம் அண்ணாச்சி தன் பொதுக்கை உடலில் சட்டை உடுத்தாது, பட்டு வேட்டியோடு மட்டும் காட்சி தருகிறார். அவரது படர்ந்து தொங்கிய மார்பு குழியிலும், புஜங்களிலும் சந்தனத்தை அள்ளிப் பூசிக் கொண்டு, நெற்றி நிறைய திரு நீறு பட்டை இழுத்திருக்கிறார். இரண்டு காதுகளிலும் செம்பருத்திப் பூக்கள் ஒலிபெருக்கிகளைப் போன்று காட்சி கொடுத்துக் கொண்டிருக்கின்றன. இரண்டு கரங்களிலும் தேங்காய்

கும்பம் ஏந்தி, ஆலம் குச்சியில் எரியும் தீபத்தை வலம் சுற்றி வருகிறார். அவரத அன்பு மனைவி புனிதவதி அம்மாளும் குளியலறையிலிருந்து வந்த குறை ஈரத்தோடு, கூந்தல் நீர் சொட்டச் சொட்ட தேங்காய் கும்பத்தோடு அவரைப் பின் தொடர்கிறாள்.

சிவநேசக் குருக்கள் தன் குடுமி அவிழ்ந்து விட்ட கவனத்தையும் மறந்து, தெய்வ கீர்த்தனை பாடியருளுகிறார்.

சாம்பிராணியின் திவ்விய மணம், அந்த அழகிய வீட்டு அறைகள் முழுவதும் கமழ்கின்றன. அடுக்கடுக்காக தேங்காய் கும்பங்களோடு பக்தி லாவண்யத்தை அள்ளி வீசிக்கொண்டிருக்கும் வெண்கலக் கலசங்கள் பதினெட்டும் பரிபூரணமாகக் காட்சி தருகின்றன.

தீப வழிபாடு முடிவடைய, லிங்கசிவம் அண்ணாச்சியும், அன்பு மனைவி புனிதவதி அம்மாளும் நூற்றி எட்டு தோப்புக்கரணங்கள் எண்ணிப் போட்டார்கள்.

"இனி உங்கள் சித்தம் போல் நடைபெறும்.. சிவ.. சிவ.." என்ற குருக்கள் மேலும் தொடர்ந்தார். "சித்திரை முடிந்து.. வைகாசி வளர்ந்து.. ஆனி.. ஆடி.. முடிய, பங்குனியில் இங்கே கரு பாக்கியம் கிட்டும்.. ஜயமுண்டு.. பயமில்லை.. சரவண பவ..." என்று சிவநேச குருக்கள் வாக்கருளினார். லிங்கசிவம் அண்ணாச்சியும், புனிதவதியம்மாளும் குருக்களை வணங்கி, அவர் பாதங்களைக் கழுவி, கண்களில் ஒற்றிக் கொண்டார்கள்.

வேட்டி, குடை, செருப்பு, பூஜை பணத்துடன் அங்கு அடுக்கி வைத்திருந்த பதினெட்டு செப்புக் குடங்களிலும் பதினெட்டு முறை முத்து சம்பா அரிசியும் அளந்து அவரோடு அனுப்பி வைத்தனர்.

புத்திர பாக்கியத்துக்கு...

இந்த முயற்சியிலும், ஏற்பாட்டிலும் கணவன், மனைவி இருவரும் திருப்திபட்டனர். புனிதமான இந்த நாளில் சொர்க்க பூசை செய்து, தங்கள் வேண்டுதலை இறைவனிடம் முறையிட்டப் பெருமையில் லிங்கசிவம் அண்ணாச்சி புளகாங்கிதம் அடைந்தார்.

– லிங்கசிவம்...

அவரை லட்சாதிபதி என்று சொன்னால், அவர் மானத்தை வாங்குவதாகும்..! அவர் கோடீஸ்வரர்..! நாடு, நகரம், வீடு, தோட்டம், ஈ, எறும்பு, காக்கை, குருவி எல்லாம் அவர் பெயரை உச்சரிப்பதில் தனி இன்பம் காணும். அப்படிப்பட்ட மனுஷன் வாழ்க்கையிலும் ஒரு குறை.. அது அவரது நிம்மதியைக் குலைத்து, சுக போகங்களில் பங்கம் விளைவித்துக் கொண்டிருக்கிறது.

பாவம் அண்ணாச்சி...

இந்த ஊரிலேயே அவரைப் போன்ற ஒரு பணக்காரரைக் கழுவித் தேடினாலும் ஒரு கால் தம்படிக்கு ஆள் அகப்படமாட்டான்! மாட மாளிகைகள், கூட கோபுரங்கள், சரித்திர காலத்து மகா ராஜாக்கள் அனுபவித்தவை போன்று, இன்றைக்கும் அவர் சொந்த ஊரிலேயே கட்டிப் போட்டு, நூற்றுக் கணக்கில் வாடகைக்கு விட்டிருக்கிறார். அது மட்டுமல்ல.. ஊரை விட்டு வந்த அவர் பிஸ்னஸ் நடத்தும் பட்டினத்திலேயும் அவரேதான் நாலு பெரிய மனுஷன்களுக்கு ஒரு நல்ல மனுஷன்..! பட்டினத்தில் தேர், திரு விழா

காலங்கள் ஆரம்பித்து விட்டால், தன் கையும், மெய்யும் சோர்ந்து விடும்படி காசை அள்ளி வீசுவார். அப்படிப்பட்ட ஒரு தர்மகர்த்தாவின் வாழ்க்கையிலும் இப்படிப்பட்ட ஒரு மனக்குறை இருக்கிறதென்றால், அது நல்ல மரத்தில் ஒரு புல்லுருவி படர்ந்தது போலத்தான் ஆகும்..

லிங்கசிவம் அண்ணாச்சியும், புனிதவதியம்மாளும் குருக்கள் கூறியபடி அன்று அந்த புதிய அறைக்குள் புகுந்தனர். சந்தன மரத்தாலான அவ்வழகிய கட்டிலுக்கு புனிதவதியம்மாள் பட்டு துப்பட்டி விரித்தாள்..

சாம்பிராணி மணம் கம கமக்கிறது..

லிங்கசிவம் அண்ணாச்சி டியூப் பல்பை அணைத்து விட்டு, பச்சை நைட் பல்பை போட்டார். தலையணையை எடுத்து காலுக்கு வைத்துக்கொண்டார்... புனிதவதியம்மாள் முதலிரவு பெண்ணாய் வெட்கி, முகங் குனிந்து கட்டிலருகே வந்து நின்றார்கள். அண்ணாச்சி வாஞ்சையுடன் புனிதவதியை வாரி அணைத்தார்.

அலாரம் அலறியது..

மணி பன்னிரண்டு..

'இன்னும் தூக்கம் வரல்லே..?'

'உ_ஹூம்... உ_ஹூம்...'

புனிதவதியம்மாள் குழந்தையைப் போல சிணுங்கினாள். அண்ணாச்சி அவளை அள்ளி அணைத்து உச்சி மோந்தார்... பிறகென்ன..?

அவருக்கு இனி குழந்தையும், செல்வமும் தன் மனைவியைத் தவிர வேறு யார் இருக்கிறார்கள்..? 'இனி' என்று சொன்னால், அந்த அம்மாவுக்கு இனிமேல் குழந்தையே கிடைக்காதா..? 'மலடி' என்று சொல்லுமளவுக்கு அந்த அம்மாவிடம் என்ன குறையை கண்டு விட்டார்கள். புனிதவதிக்கு வயது இருபத்தேழு.. அண்ணாச்சிக்கு ஐம்பது.

பேதமை மாறாத இளமை லாவண்யம், மலர்ந்து கமழ்கின்றது. அந்த பச்சை இரத்தத்தைப் போய் மடையன் கூட 'மலடி' என்று சொல்ல மாட்டான்.

புனிதவதியம்மாளின் பூக்கரங்கள் லிங்கசிவம் அண்ணாச்சியின் மார்பை வருடின. ஆலையில்லா ஊரில் இழுப்பைப் பூ சர்க்கரை..! சந்தனமும், குங்குமமும் தர முடியாத குளுமையை, அவருக்கு நெஞ்சின் மேல் படர்ந்த பூக்கரங்கள் கொடுத்தன.

"புனிதம்.."

"ஹூம்.."

அலாரம் டிக்.. டிக்.. என பாடுகிறது. அங்கே ஊஞ்சலாடும் பெண்டுலத்தில் ஒட்டப்பட்ட இலட்சுமி தேவியும் ஊஞ்சலாடுகிறாள்.

அமைதி அமரத்துவம் அடைகிறது. வியர்த்துக் களைத்திருக்கும் புனிதவதியின் முகத்தைத் துடைத்து விடுகிறார் அண்ணாச்சி. அவருக்குள் ஒரு நீண்ட பெருமூச்சு கரையுடைந்த வெள்ளமாய் எழும்புகிறது.

நமக்கென்று ஒரு வாரிசு கிடைக்காத வரை நம்ம வாழ்க்கை, பரம்பரை இல்லாததுதான்... புனிதவதியம்மாள் விம்முகிறார்கள்..

அலாரம் அடித்து ஓய்ந்தது.

*****

காலை மணி ஐந்து...

"புனிதம்... முட்டக் கோப்பி போடு..!" போர்வைக்குள் புகுந்து கொண்டார் லிங்கசிவம்.

தாகத்துக்காக ஓடி வந்த மான், சகதி நிலத்தை நக்கிய நிலை... நேற்றிரவு நடந்து முடிந்த சம்பவத்தைக் கொஞ்சங்கூட விருப்பமுடன் நினைக்க விரும்பாதவளாய், புனிதம் கேஸ் குக்கரைத் திருகினாள். தணலின் வெப்பத்தால் சூடேறிய கேத்தலில் நீர் கொதித்து, குமுழியிடுவது போல், அவளது இதயத்தில் கொந்தளித்த எண்ணக் குமுழிகள் எத்தனையோ ஆயிரங்கள் உடைந்து நொறுங்கின..

பெண்ணொருத்தி என்றைக்குமே மனம் விருப்பப்பட்ட ஆணோடு இல்லறத்தில் இறங்க வேண்டுமே தவிர, பலவந்தமாக ஒருவனுக்கு ஒருத்தி வாழ்க்கைப் படக் கூடாது..! இப்படி வாழ்க்கைப் படும் பெண்களின் அந்தரங்க உணர்வுகள், ஜீவன் உள்ளவரை செத்து செத்து உயிர் பெறுகின்றன..!

புனிதவதிக்கு.. லிங்கசிவம் அண்ணாச்சிக்கு வாழ்க்கைப்பட்ட காரணத்தினாலே தான் கடந்த ஐந்து வருடங்களாக பிள்ளைப் பேறு இல்லாத 'மலட்டு' வாழ்க்கை கிடைத்திருக்கின்றதோ..?

பாவம் அவர்..

ஈட்டுக் கடை லிங்கசிவம் அண்ணாச்சி என்றால், ஒரு நாட்டு பிரதம மந்திரி மாதிரி..! புதிய அரசியல் யாப்புக்குப் பின்னால் வந்த, நிறைவேற்று அதிகாரம் கொண்ட ஜனாதிபதி மாதிரி..! அவர் அடைவு வாங்காத பொருட்களே கிடையாது.. ஆரம்ப காலத்தில் அவரது கடையில் "நகை அடகு பிடிக்கும் இடம்" அல்லது "நகை ஈடு பிடிக்கும் இடம்" என்றுதான் ஒரு சிவப்பு துணியில் வெள்ளை எழுத்தில் எழுதி விளம்பரத் துணி தொங்க விடப்பட்டிருக்கும்... இந்த காலத்தில் எல்லாக் கடைகளிலும் ஈடு பிடிக்கின்றார்கள். 'கையில்.. மடியில்..' இல்லாதவர்கள் தங்களை அறியாது.. தங்களோடு ஒட்டிக் கொண்டிருக்கும் உடைமைகளை அடைமானம் வைத்து வாழும் பொருளாதார சீரழிவுக்குள் வீழ்ந்து கிடக்கும் மக்களுக்கு இந்த ஈட்டுக் கடைகள்தான் அபயமளிக்கின்றன.

லிங்கசிவம் அண்ணாச்சி தன் கடைக்குள் இரும்புக் கம்பிகளினால் ஒரு சிறைக் கூடம் கட்டி, உள்ளே இருப்பார். வெளியில் இருந்து பார்ப்பவருக்கு, அவர் 'கம்பி எண்ணிக் கொண்டிருப்பது' போலத்தான் தெரிவார்... அந்தக் கம்பிக் கூட்டுக்குள்ளும் திருநீறு பூசி, சந்தனக் குங்கும பொட்டோடு, 'தீர்க்க சுமங்களிப் பொம்பளையாய்' சிரித்த முகத்தோடு உட்கார்ந்திருப்பார்.. வெளி வாசம் கிடையாது... வெய்யில், மழை படாத உடம்பு, தங்க நிறமாக பிரகாசிக்கும்.. கம்பிக் கூட்டுக்குள்ளே.. தன் சிரசுக்கு மேலே பிள்ளையார், லெச்சுமி, சரஸ்வதி, சிவக் குடும்பம் என பல படங்களும் சிறை வைக்கப்பட்டிருக்கும்.. கடவுள் எங்கும் இருப்பார்.. தூணிலும் இருப்பார்.. லிங்கசிவம் அண்ணாச்சியோடு கம்பிக் கூட்டுக்குள்ளும் இருப்பார்..

அவரிடம் லெச்சுமி சகவாசம் செய்வதால், சரஸ்வதி அண்டுவதில்லை...! பணத்துக்கு இன்னும் இரண்டு சுழி 'னானா' போட்டே எழுதும் அவர், இருந்த இடத்திலேயே குபேரனாகிக் கொண்டிருப்பவர்.. தவளை தன் பசிக்கு உணவைத் தேடித் திரிவதில்லையாம்.. பசை நிறைந்த அதன் நாக்கை நீட்டிக் கொண்டே, இருந்த இடத்திலேயே இருக்குமாம்... 'பாவப்பட்டதுகள்' ஒட்டிக் கொள்ளும் போது நாக்கை உள்ளே இழுத்துக் கொள்ளுமாம். இப்படித்தான் லிங்கசிவம் அண்ணாச்சியும் ஒரு தவளை மனிதர்..!

லிங்கசிவம் முன்பெல்லாம் தங்கம், வெள்ளி நகைகளை மட்டுமே அடகு பிடிப்பதை வழக்கமாக்கிக் கொண்டிருந்தார்.. இதுவே இந்த வியாபாரக் குடும்பத்தின் பாரம்பரிய பழக்கமாகவுமிருந்தது. நாட்டில் பண வீக்கம் ஏற்பட்டதும்.. தட்டு முட்டுச் சாமான், ஓட்டை ஒடைசல், லொட்டு லொசுக்கு என்று போத்தல் கடை வியாபாரத்தைப் போல ஆரம்பித்தார். "இவர் என்னடா நாடார் கடை பிஸ்னசும் ஆரம்பிச்சுட்டாரு..!" என்று வெளி விமர்சனம் வந்தாலும்.. வியாபாரம் சூடு பிடித்தது..

கீழ் மட்டம், மத்திய தர மட்டமென்று, டி.வி., கெஸட் ரேடியோ, சைக்கிள், தையல் மெஷின் என்றும், பெறுமதியான மர வகைத் தேக்கு அலமாரி, கட்டில், தொட்டில் என்றும் அடைவு வாங்கினார். இவரது பாட்டன், பூட்டன் காலத்து அடைவு சாமான்கள் அடைத்து வைக்கப்பட்டிருக்கும் அறைக்குள்ளே நுழைந்துப் பார்த்தால், தேசிய புராதன பொருட்காட்சி சாலை போல தோன்றும். லிங்கசிவம் முதலாளி காலத்துக்கு ஏற்றபடியும் காரியங்கள் செய்பவர்.. திருவள்ளுவர் சொன்னாராம் 'உலகம் எப்படி போகுதோ.. அப்படியே நாங்களும் போறதுதான் அறிவு.." என்று..! இப்போது எதுவுமே இல்லாதவனின் டொக்கியுமென்ஸ்களையும் அதாவது தேசிய அடையாள அட்டை, வாகன அனுமதிப் பத்திரம், பாஸ்போட், காணி ஒப்பனை என்றெல்லாம் அடைவு பிடித்தார். "இதெல்லாம் ஒரு அடைமானம்தானே...! பணம் குடுத்த நம்பிக்கைக்கு ஒரு பிடிமானம்தானே..! கடைசியில் னானா இதையெல்லாம் கட்டி ஆளப் போறேன்..? நான் ஒரு யாவாரி.. இதுதான் என் தொழில்.. அம்புட்டுதான்..!" என்று தத்துவம் பேசுவார்.

லிங்கசிவம் பிள்ளை 1948 லிருந்தே டபல் சிட்டிசன்காரர்..! இப்போதுதான் 'டுவல் சிட்டிசன்' என்று நவீன பெயர் வந்திருக்கிறது. வழக்கமாகவே லிங்கசிவம் அண்ணாச்சி இந்த நாட்டில் உள்ளூர் தேர்தலுக்கும், பாராளுமன்றத் தேர்தலுக்கும் வாக்களித்து விட்டு, அக்கரைக்குப் போய், சட்ட மன்றத் தேர்தலுக்கும் வாக்களித்து விட்டு, மறுநாள் இரவு சாப்பாட்டுக்கு இங்கே பறந்து வந்து விடுவார்..

முதலாளிக்கு கொழும்பும், சென்னையும்... நமக்கு வீடும், வீட்டுக்கு வெளியே இருக்கும் 'கக்கூஸ்' தூரமும் மாதிரி..! இந்தியாவும், இலங்கையும் அவருக்கு அவ்வளவு கிட்டடி.. அவர் நினைத்தால், மசாலா தோசையை இங்கே சாப்பிட்டு விட்டு, இரவு, வெங்காயத் தோசையை அங்கே வைத்துக் கொள்வார். அவருக்கு அங்கேயும் இங்கேயும் இரண்டு வீடுகள்.. இரண்டும் பெரியப் பெரிய வீடுகள்..! ஆரம்பத்தில் அவைகள் சின்னச் சின்ன வீடுகளாகத்தான் இருந்தன..!

அண்ணாச்சி.. அரசியல்வாதிகளைப் போல சாணக்கியம் நிறைந்தவர்.. எப்போதும் தனது கடைக்குள் மூன்று நிறங்களில், தேசியக் கட்சிகளின் கொடிகளை ஒளித்து வைத்திருப்பார். பச்சைக் கட்சிக்காரர்கள் தேர்தலில் ஜெயித்து விட்டால், முதல் ஆளாக அந்தத் தெருவில், இவரது கடையில்தான் பச்சைக் கொடி பட்டொளி வீசிப் பறக்கும்..! நீலமும், சிவப்பும் சேர்ந்து ஜெயித்து விட்டால்... அந்த இரண்டு கலர் கொடிகளும், கட்டியணைத்துக் கொண்டு பறக்கும்.!

*****

லிங்கசிவம் அண்ணாச்சியின் 'அடைவுகடை ஸ்டோர் ரூமில் ஓர் அழகான மர ஊஞ்சல் உடைந்து, குப்புறக் கிடந்தது, ஒரு நடுத்தரக் குடும்பத் தம்பதிகள் தங்களது முதல் குழந்தைக்காக மனதில் பூத்த கொள்ளை ஆசைகளையெல்லாம் ஒன்றாகக் குவித்து, வாங்கிய முதல் ஊஞ்சல் தொட்டில் அது...

முதல் குழந்தையின் அந்த ஊஞ்சல் தொட்டிலை அவனது முதலாண்டு பிறந்த நாள் வருவதற்கு முன்பே பொருளாதார முடைகள் வந்து விட்டன.. ஊஞ்சலை அடகு வைத்து, பணம் வாங்கியதும் அந்த இளஞ் ஜோடியின் ஆசைக் கனவுகள் சிதறி விட்டதாக உணர்ந்தனர். "கவலப் படாத..! மூனு மாசத்தில திருப்பிடலாம்..!" என்று மனைவியிடம் ஆறுதல் சொன்ன கணவன், அடைவு பிடிக்கும் பழக்கம் சரித்திர காலத்து வழமை என்று விளக்கமும் சொல்லிக் கொண்டு போனான்.

மூவாயிரம் வருசங்களுக்கு முன்பே ஏகாதிபத்திய நாடுகளில் அடைவு கடை நடத்தும் பாரம்பரியம் இருந்ததாம். சீனாவிலும் இந்த வழமை இருந்ததாம். வருசத்துக்கு மூன்று வீதத்துக்கு அதிகமாகாமல் வட்டி எடுக்கலாமாம், மூன்று வருசங்களுக்குள் அடைமானப் பொருளை மீட்டெடுத்துக் கொள்ளவும் சட்டம் இயற்றியிருந்தார்களாம்.

மேற்கு நாடுகளில் ஏழை விவசாயிகள் தங்களது குளிர் கோட்டுகளையும், கம்பளிப் போர்வை, சட்டைகளையும் கூட அடைமானம் வைத்தார்களாம்..! ஸ்பெயின் நாட்டு இஸபெல்லா மகாராணி, புதிய நாடுகள் கண்டு பிடிக்கும் கிறிஸ்தோப்பர் கொலம்பஸுக்கு, கடல் பயணச் செலவுக்காக தனது நகைகள் அனைத்தையும் அடகு வைத்துதான் பணம் பெற்றுக் கொடுத்தாளாம்.. இந்த சரித்திரக் கதைகளைச் சொல்லி, ஊளஞ்சலை அடகு வைத்து அழுது கொண்டிருக்கும் மனைவிக்கு ஆறுதல் கூறிக் கொண்டே, அந்த இளம் கணவன் வீட்டுக்குச் சென்றான்..

*****

லிங்கசிவம் அண்ணாச்சி, யால சரணாலயத்து யானைக் குட்டி போன்று ஊதியிருப்பார். இந்தியப் பெண்கள் சிலர் அரிசி, உழுந்து மா உணவுகளையே அதிகமாகத் தின்று, வயிற்று பாகத்தையும், பிருஷ்ட பாகத்தையும் வாகன "பொனட்' மாதிரி முன்னாலும், பின்னாலும் தள்ளிக் கொண்டு, தாராவைப் போல் அசைந்து.. அசைந்து .. கஷ்டப்பட்டு நடப்பதைப் போலவே அண்ணாச்சியும் நடப்பார். அவருக்கு இந்த நாட்டு ரெடிமேட் சட்டை எதுவுமே சேராது. பதினேழுரை சைஸ், 'டபல் எக்ஸ் எல்' எல்லாமே உடம்பை இறுக்கிப் பிடிக்கும். குடும்ப டாக்டர் மாதிரி அவருக்கென்றே ஒரு குடும்ப டெயிலரும் மூன்றாம் குறுக்குத் தெருவில் இருக்கிறார்..!

இந்த குறுக்குத் தெருக்காரர்களுக்கென்றே இப்படி உடம்பு விருத்தியடைகிறது..! 'குறுக்க மறுக்க' கிடக்கும் லொரிகள், அசைகின்ற மூட்டைகள், நாட்டாமைகள்... தள்ளு வண்டிகள்... இந்த இடைஞ்சல்களுக்குள்ளே கோடிக் கோடியாகக் கொட்டிக் கொண்டிருக்கும் பணக் கட்டுகளைப் போன்றே, இவர்களது உடற் கட்டுகளும் ஊதிக் கொண்டிருக்கும்... "புறக் கோட்டை குறுக்குத் தெரு யாவாரிகளே இந்த நாட்டுச் செல்வங்களைச் சுரண்டி இந்தியாவில் கொண்டு போய் சேர்க்கிறார்கள்." என்று இந்திய எதிர்ப்பு வாதத்தை, புதிய சிந்தனை இனவாதிகள் கிளப்பினார்கள். இந்த ஆவேசம் இன வாத அரசியலில் சுடர் விட்டு எரிந்தது. இந்த குறுக்குத் தெரு தாக்கத்தால், நாட்டுக்கு செல்வங்கள் தேடிக் கொடுத்த பெருந் தோட்ட உழைப்பாளர்களே பலியாகினார்கள். இலங்கையை உருவாக்கிய குற்றத்துக்காக, முக்கால் நிர்வாணத்தோடு இந்தியக் கடலை நோக்கி விரட்டப்பட்டார்கள்..!

*****

இன்றைக்கு காலையிலேயே அண்ணாச்சி சுறு சுறுப்பாக உடுத்திக் கொண்டு புனிதவதி அம்மாளை அவசரப்படுத்திக் கொண்டிருந்தார். புனிதவதி அம்மாளும் உடுத்தி ரெடியாகி விட்டார். சிம்பு நடித்த 'விண்ணைத்தாண்டி வருவாயா' படத்தை தியேட்டரில் பார்த்தால் சுப்பரா இருக்கும்... என்று புனிதவதி ஆசைப்பட்டதே இந்த திடீர் தியேட்டர் பயணத்திற்குக் காரணமாகும்.

கலியாணம் ஆகி இன்று வரை ஆஸ்பத்திரியையும், டாக்டர்மார்களையும், கோயில் பூசைகளையும் தவிர வேறு உலகம் அறியாத புனிதவதிக்கு, சினிமாவுக்குப் புறப்படுவது சந்திரனுக்கு மனிதன் போகும் பயணம் போல் ஆகியது. புனிதவதி அம்மாள் தங்கச் சிலை போல அங்கம் மறந்து நின்றாள். அவளுக்கு உலகமே மறுபக்கம் திரும்பி சுற்றுவது போல் இருந்தது..

*****

காலம் கடுகதி கோச்சியாக ஓடியது. லீங்கசிவம் அண்ணாச்சி காசி, ராமேஸ்வரம், திருப்பதி, பழனி போன்ற புண்ணிய ஸ்தலங்களுக்கெல்லாம் காணிக்கை கொடுத்தனுப்பினார். தபால் மூலம் திருநீறு பெற்றார்.

இலங்கையிலும் கதிர்காமம், நல்லூர் கந்தன், கோணேஸ்வரம், திருக்கேதீஸ்வரம், மடு மாதா, சிவனொலிபாதமலை இப்படி எல்லா திருத்தணிகளுக்கும், தான் அண்மையில் வாங்கிய மிட்சுபிஸி மொன்டேரோ கார் மூலம் பவனி வந்தார். ஒவ்வொரு ஆண்டவன் சந்நிதிக்கும் தங்கத்தாலும், வெள்ளியாலும் குழந்தைகள் செய்து அர்ப்பணம் கொடுத்தார்.

முன்பெல்லாம் வெள்ளிக்கும், செவ்வாய்க்கு மட்டுமே கோயிலுக்குப் போகும் புனிதவதி, இப்பொழுது அனு தினமும் காலை, மாலை போவதற்கு ஆசைப்பட்டாள்..! அந்த ஆசையை மிக ஆவலுடன் அண்ணாச்சி நிவர்த்தி செய்தார். புனிதவதி அம்மாள் பால் குட பவனியில் கலந்து கொள்வதில் கொள்ளை ஆசை கொண்டார். வீட்டுக் கட்டிடங்களுக்குள் அடைப்பட்டு, சூரிய வெளிச்சம் காணாத குடும்பப் பெண்கள், வெளியில் வந்து, சூரிய குளியலோடு, பால் குடம் சுமந்து, பாதை நிறையப் பவனி வரும்போது, அவர்களது மஞ்சள் உடல் வண்ணங்கள் எம்.ஜி.ஆர். நிறமாக பொன்மனச் செம்மல்களாய் பிரகாசம் கொடுத்தன!

ஆணாதிக்க சமூக அமைப்பில் குடும்பப் பெண்களெல்லாம் கணவன், பிள்ளைகளென்று அதே வீடு, அதே கிணற்றடி, அதே அடுப்படி, அதே சமையல் கட்டு என்று கைதி வாழ்க்கையில் கட்டுண்டு கிடக்கிறார்கள்.. அவர்கள், பல ரகத்தில் பகவான் சாமிகளின் பஜனை, கச்சேரிகளில் கலந்து, பாட்டுப் பாடிக் களிப்பதில், இன்பம் காணுகிறார்கள்.. பகவான்கள் படங்களில் சந்தனம், குங்குமம், விபூதி கொட்டும் அதிசயங்களைக் கதை கதைகளாய் கதைத்து, நேரத்தைப் போக்குவதில் எவ்வளவு "ரிலீஸ்" அவர்களுக்குக் கிடைக்கிறது..! மறுபுறத்தில் பாரம்பரிய கட்டுப்பாடுகள் உடைக்கப்பட்டு, அளவை மீறிய பெண் சுதந்திரம், சமூகத்தில் விபரீதங்களையும் உண்டு பண்ணி வருவது மறுப்பதற்கில்லை...

தெய்வங்கள் அருகில் மனித சாமிகளையும் கடவுளாக வைத்து பூஜித்து வரும் நம்பிக்கையை குறை கூறும் கணவன்மார்களை விட்டு ஒதுங்கும் எத்தனையோ நவீன

பக்தைகளையும் நாம் அறிந்து வருகிறோம். பல சீமாட்டி பக்தைகள் மனித சாமிகளிடம் மாட்டுப் படும் அசுத்தக் கதைகளையும் அறியாமலில்லை...

அண்ணாச்சிக்கு முன்பு போல் இப்போதெல்லாம் ஓய்வு கிடைப்பதில்லை.. வியாபாரம் எக்கச் சக்கமாக நடக்கிறது.. "ஆடிக் கழிவு," இப்போது புடவை கடைகளில் மட்டுமல்ல.. நகை கடைகளிலும், பலசரக்குக் கடைகளிலும் அறிமுகமாகி விட்டன...! காற்றுள்ள போதே தூற்றிக் கொள்ள வேண்டுமல்லவா..! அண்ணாச்சி இப்போதெல்லாம் கடையை விட்டு வெளியே வருவதில்லை.. வீட்டில் மனைவி இருக்கிறாள்.. மனைவிக்கு கார் இருக்கிறது.. காருக்கு டிரைவர் இருக்கிறான்.. சௌகரியத்துக்கு என்ன குறைச்சல் இருக்கிறது..? கோயில், குளங்களே என்று குடியாய் கிடக்கும் புனிதவதி அம்மாளை, நவீன பகவான் சாமிகளின் பஜனைகளுக்கும் அவரது பஜனைத் தோழிகள் பாதை காட்டினார்கள்...

*****

சிலு சிலுப்பாக சில மாதங்கள் ஓடி மறைந்தன...

ஒரு நாள் முகிலைக் கிழித்துக் கொண்டு முழு மதி வெளியில் வந்தது...

இரவு மணி எட்டு... ரசம் தாளித்த புனிதவதி அம்மாள் சமையலறைக்குள்ளேயே குமட்டல் எடுத்தார்கள்....! லிங்கசிவம் அண்ணாச்சி துள்ளிக் குதித்தார்..! புனிதவதி வாழ்க்கையில் புதுக் கோலம் பிறந்திருக்கிறது...

"கொஞ்சம் பொறு..! வந்திர்றேன்.." என்று ஓடிய லிங்கசிவம், ரத்மலானை விமான நிலையத்தில் போய் நின்றார். விமானம் வந்தது.. பலாலி விமான நிலையத்தில் இறங்கினார். யாழ்ப்பாணத்து மாம் பழங்களோடும், மாங்காய்ப் பிஞ்சுகளோடும் மறு விமானத்தில் வந்திறங்கினார்.

நதியோட்டம் இல்லாத நாட்டில்... மலைத் தென்றல் வீசாத மண்ணில் – காய்த்துக் கனிந்த மாங்கனியின் தீஞ்சுவைக்கு ஈழ நாடே ஈடாகுமா..? அண்ணாச்சி மாம்பழங்களை புனிதவதியின் கரங்களிலே புகுத்தினார். ஒரு கனியை, எச்சில் படுத்திக் கடித்துக் கொடுத்தார் குறும்புக்காரக் கண்ணனைப் போல...!

வீடு முழுவதும் துள்ளி ஓடினார்... குதித்தார்... ஆடினார்... பாடினார்....பிள்ளை இல்லாத வீட்டில் கிழவன் துள்ளிக் குதித்தக் கதையை, அன்றுதான் அனுபவபூர்வமாகப் புனிதவதி அம்மாள் அறிந்தாள்.

*****

வீட்டு வாசலில் மல்லிகைச் செடி அரும்பு கட்டி, மொட்டுகள் குவித்து நின்றன..

மலர்ந்தவை மணம் பரப்பிச் சிரித்தன..

புனிதவதி அம்மாள் ஒரு வாரிசைப் படைத்து விட்டாள்..!

ஆண் குழந்தை...! தங்க விக்கிரகம்..!

லிங்கசிவம் அண்ணாச்சி, வேண்டுதல் செய்து கொண்டபடி, தன் வீட்டில் ஒரு வைபோகம் நடத்தினார்.. நண்பர்கள். உறவினர்களை வரவழைத்து, பால் சோறு படைத்தார். கற்கண்டும், சர்க்கரையும், கடலையுடன் கலந்தன.. தித்திக்கும் இனிப்புப் பண்டங்களை அண்ணாச்சி அள்ளி அள்ளி பறிமாறினார். தனக்கிருக்கும் சுகரையும்' கொன்ட்ரோல் பண்ணாமல், அவரும் வாயில் கொட்டிக் கொண்டார்.

வைபோகம் ஆஹா...! ஒஹோ..! வென்று நடந்தது. தனது கடையில் வேலை செய்யும் சிப்பந்திகளுக்கு புது உடை கொடுத்தார். திடீர் போனஸ் கொடுத்தார். சம்பள உயர்வுக்கும் ஏற்பாடு செய்தார்.

அந்த மூன்றே நாள் குழந்தையிடம் கிலு கிலுப்பை ஆட்டினார்... யானைக் குட்டியைக் காட்டினார்... பூனைக் குட்டியைக் காட்டினார்... பிப்பீ ஊதினார்... வீடே அமர்க்களமாக.. வந்தவர்கள் குழந்தைக்கு ஆசீர்வாதம் வழங்கிச் சென்றார்கள்.

அந்த மங்களகரமான நன்னாளில் தனது வர்த்தக நிறுவனத்துக்கு, புதிய வாரிசு கிடைத்திருக்கும் பொன்னாளில் லிங்கசிவம் அண்ணாச்சியின் நெஞ்சில் ஒரு முள் தைத்தது..

அவர் வாழ்க்கையில் எது நடக்க வேண்டுமோ... அது நன்றாகவே நடந்தது... எது நடக்கக் கூடாதோ.. அதுவும் நன்றாகவே நடந்து விட்டது...

தன்னிடம் ஒரு வருட காலமாக, எந்த வித விபத்துக்களிலும் சிக்காமல், தனது புத்தம் புதிய காருக்கு எந்த பழுதும் ஏற்படாமல், விசுவாசமாகத் தொழில் செய்து வந்த கார் டிரைவரை, காரணம் காட்டாமல் வேலையிலிருந்து நீக்கினார்...!

*****

தினக்குரல் – 29.08.2010

நுவரெலியா முதல் சுன்னாகம் வரை (13)

தமிழ் சினிமா கதாநாயகன் ஒருவனின் இலட்சியத்தை விட ஒருபடி உயர்ந்திருந்தான் குமரேசன்.

குமரேசனின் ஆத்மார்த்தமான அந்த நோக்கத்தை சினிமா கதாநாயகனோடு ஒப்பிட்டுப் பேசியது மிகப் பெரிய தப்பென உணர்ந்து கொண்டான் செந்தில்.

குமரேசன் நுவரெலியாவுக்கும் வவுனியாவுக்கும் மரக்கறி கொண்டு செல்லும் லொறி டிரைவர். செந்தில் பருத்தித்துறையைச் சேர்ந்தவன். லொறியின் கிளீனர்..

சமூகத்தில் கொஞ்சம் குறையாக விமர்சிக்கப்படும் தொழில்காரர்களான வாகனம் ஓட்டும் டிரைவர், கிளீனர் போன்றவர்களுக்கு மிக எதிர்மறையான கண்ணிய மிக்க அந்த இரண்டு இளைஞர்களும், பெருத்த பணக்கார வியா பாரிகளின் நம்பிக் கைக்கும், மரியா தைக்கும் உரியவர் களாகவும் இருந்தார்கள்.

குமரேசன் ஒரு வித்தி யாசமான கொள்கையில் பிடிப்பாக இருந்தான்.. அந்த அவனது கொள்கை ஒரு சமூக அக்கறையா கவும் மாறலாம். அந்த மாற்றங்களுக்கு இந்த யுத்தச் சூழ்நிலையால் சாதகமான வாய்ப்புகளும் ஏற்படலாம்.

யுத்தக் கொடூரத்தில் சிதைந்து, அகதி முகாம்களில் நிர்க்கதியாகவிருக்கும் ஒரு விதவைப் பெண்ணை, அவளுடைய பிள்ளைகளோடு மனைவியாக ஏற்று, வாழ்க்கையை உருவாக்கிக் கொள்ள வேண்டும் என்று குமரேசன் விரும்பினான். குமரேசனின் அந்த நோக்கம் நாளடைவில் ஒரு கொள்கையாக, ஒரு சமூக அக்கறையாக மாறலாம். அந்த மாற்றங்களுக்கு இந்த யுத்த சூழ்நிலையால் சாதகமான வாய்ப்புகள் ஏற்படலாம்.

இந்த எண்ணம் அனுதாபத்துக்காக ஒரு பெண்ணுக்கு வாழ்க்கை கொடுக்க வேண்டும் என்ற தியாக மனப்பான்மைக்குரியதல்ல. அவனுக்குள் ஓர் ஆதங்கம்... எங்கோ எப்படியோ பல சமூகப் பிரிவுகளாக ஒதுங்கி வாழும் தமிழர் இனம் ஒட்டு மொத்தமாக அழிக்கப்படும்போது தோன்றும் அந்த வலியும், வேதனையும் அவனுக்குள்ளும் இருக்கின்றது. அந்த வேதனையையும், துயரத்தையும் பகிர்ந்து கொள்வதில் தனக்கும் ஒரு பொறுப்பும், கடமையும் இருப்பதாக அவன் எண்ணினான். அவன் அரசியல் சிந்தனையாளனோ, சமூகவாதியோ கிடையாது. சராசரி சமூகத்தில் வாழுகின்ற ஒரு சாதாரண பிரஜை.

குமரேசன் முப்பத்தைந்து வயது வரை கலியாணம் செய்து கொள்ளாமல் இருந்ததற்கு குடும்பச் சுமையே காரணமாகும். இரண்டு சகோதரிகளுக்குத் திருமணம் முடித்து கொடுத்தவன். இப்போது அப்பா, அம்மாவை ராசா ராணியாகக் காப்பாற்றி சுதந்திரமாக வாழ்ந்து வருகின்றான். கந்தப்பளை சொந்த ஊர். ஒரு ஏக்கர் வரை மரக்கறி விவசாயம். தோட்டத்தை அப்பா, அம்மா பொறுப்பில் விட்டு விட்டு, வியாபாரம் படிப்பதற்காக சம்பளத்திற்கு வேலை செய்கிறான். அவன் உயர்தர வகுப்பில் பல்கலைக் கழகம் செல்வதற்கான வெட்டுப் புள்ளி பெற்றிருந்தும், படிப்பைத் தொடர விரும்ப வில்லை.

குமரேசனின் கொள்கைப் பிடிப்பில், பழக்க வழக்கங்களில் ஆகர்ஷிக்கப்பட்டு, நல்ல நண்பனாக அன்னியோன்னியமாக இருப்பவன்தான் செந்தில். அப்பா, அம்மா, தங்கச்சி இரண்டு பேர்களையும் இராணுவ செல் வீச்சுக்கு இரையாக்கிப் பறி கொடுத்தவன்.

நுவரெலியாவிலிருந்து வவுனியாவிற்கு மரக்கறி கொண்டு போகும் வழியில் தம்புள்ள டவுனில் லொறியை நிறுத்திவிட்டு சாப்பிடும்போதுதான் தன் மன எண்ணத்தை குமரேசன் செந்திலிடம் சொன்னான்.

செந்தில் வவுனியா வரும்வரை மௌனமாகவே வந்தான். தனது விருப்பத்தை ஏளனமாக அவன் நினைத்துக்கொண்டானோ... என்று யோசித்தபடி குமரேசன் லொறியை செலுத்திக்கொண்டிருந்தான். ஆரம்ப காலந்தொட்டு யாழ்ப்பாணச் சமூகம் தங்களின் பாரம்பரிய மண்ணுக்குள்ளேயே... சக குடி மக்களுடன் சாதித்துவ வேறுபாடுகளில் பிளவு பட்டு ஒவ்வொரு தனித்தனி கோணங்களில் வாழ்ந்து வரும் சமூகமாகும். ஒரு காலத்தில் யாழ்ப்பாணம் சாதிக்கலவரங்களால் நர்த்தணமாடி நாறிப்போன ஒரு காலகட்டம் 64 களில் சர்வதேச செய்தியாகப் பரபரப்பை உண்டாக்கிய சம்பவங்களை நினைத்துப்பார்த்தான். இன்றும் கூட நாட்டில் இவ்வளவு யுத்தக்கொடூரங்கள் நடந்துகொண்டிருந்தாலும் பேதங்கள் பிரிவுகளை இன்னமும் பேணி பாதுகாத்து வருகின்றார்கள்...

இனவாதிகள் தமிழுச்சாதியை ஒட்டுமொத்தமாக உதைத்து நிர்க்கதியாக அகதி முகாமுக்குள் தள்ளியபோதும் அங்கேயும் இனசனம் ஊர் உறவு என்று தனித்தனியாக குந்தி கஞ்சிக்கோப்பையை நீட்டிக்கொண்டிருந்த குணாதிசயங்களையெல்லாம் நினைவூட்டிப்பார்த்தான். இந்த நிலைமையில் நான் மலைநாட்டான்.... ஒரு யாழ்ப்பாணத்துப் பெண்ணை காதல் கத்தரிக்காய்களுக்கு அப்பால் சம்பிரதாய பூர்வமான பேச்சுவார்த்தை மூலம் கலியாணம் வரை வந்துவிட முடியுமா...?

"என்னடா செந்தில்....! நான் உன்ட பாஷையில் 'விசர் கதை' கதைக்கிறேனா...?" என்று அவனது மௌனத்தைக் கலைத்தான் குமரேசன்..

"இல்ல மச்சான் உன்ட நோக்கம் பெரிசு. இந்த யுத்தச் சூழ்நிலையில் ஒவ்வொரு தமிழனும் ஏதோ ஒரு வழியில தங்கட பங்களிப்ப குறிப்பாக அகதிகள் வாழ்க்கைக்கு உதவி செய்தானென்டால் அது பெரிய காரியம்.." என்றான் செந்தில்.

குமரேசனுக்கு பொருத்தமுள்ள ஒருத்தியை தேட வேண்டும். அவன் மனதுக்குள் கந்தப்பு வைத்தியர் மனைவி சீதேவி குடும்பமே ஞாபகத்துக்கு வந்தது. கந்தப்பு யுத்தம் கருக்கட்டாத காலத்துக்கு முன்பே காடு போய் சேர்ந்தவர். சீதேவி கிழவி அந்தக்காலத்திலேயே பெரிய நடப்பு காட்டியவள்.

கந்தப்பு என்ற கந்த சுவாமி தபால் நிலைய அதிகாரியாகவிருந்து பதவி உயர்வு பெற்று பென்ஷன் ஆகியவர். சீதேவி வயதாகி நோயாகி ஒரேயொரு மகனுக்கும் அமர்க்களமாக கலியாணத்தை முடித்துவைத்து போன வருசம் ஆமிக்காரனாலேயே

அவனையும் பறிகொடுத்து மருமகளோடும் பேரக்குழந்தைகளோடும் அகதி முகாமில் ஒரு வருஷமாக சீரழிந்து போய் இருக்கின்றவள்.

செந்தில் மனம் நிம்மதியடைந்தது. சீதேவி கிழவியின் மகன் அச்சுதன் ஒரு பத்திரிகையாளன். சோக்கான மனுசன், முற்போக்கானவன். மனித நேயம் உள்ளவன். நாட்டு நடப்பை பத்திரிகைகளுக்கு எழுதிய குற்றம் அவனைக்கொன்றது. பத்திரிக்கை தர்மத்தோடு புதைந்து போன அச்சுதனின் மனைவி அந்த அக்காள் சிவமணி தங்கமானவள்.... குணவதி.... அறிவு நிறைந்தவள்.... நல்ல படியாக இது நடந்தால்... குமரேசனின் குணத்துக்கும் இது பொருந்தும்... அவளுக்கும் புனிதமான மறுவாழ்வு கிடைக்கும்.

குமரேசன் சொல்வதைப்போல எந்த விதவைப் பெண்ணையும் முன்பின் அறியாமல் மனைவியாகக் கொள்வது என்பதும் முரண்பாடான விடயம். யுத்தத்தில் அழிந்து நிர்க்கதியாகி அகதி முகாமுக்குள் வந்த விட்டாலும் சுயத்தன்மையில் குணாம்சமுள்ளவளாய் இருக்கின்ற ஒருத்தியைத்தானே தேட வேண்டும். சீதேவி கிழவி குடும்பம் சாதியில் உயர்ந்த குடும்பம் என்று தம்பட்டம் அடித்த குடும்பமாகும். அவர்கள் கல் வீட்டுக்காரர்கள். ஊர்த் தெருவில் சீதேவி கொஞ்சம் பந்தா காட்டும் தாதாவாகவும் இருந்தவள். அவள் வியாபாரக் குடும்பத்தைச் சேர்ந்தவள்.

அதே தெருவில் இருந்த செந்திலின் குடும்பமும் கல் வீட்டுக்காரர்கள்தான். ஆனால் சீதேவி கிழவி காட்டிய திமிர் நடப்பு செந்தில் குடும்பத்தில் இருந்ததில்லை. அவனது அம்மாவும், அப்பாவும் கல்லூரி அதிபர்களாக.. ஓர் கல்விசார் சமூகத்தினர்களாக வாழ்ந்தவர்கள்.. இரண்டு குமரிப் பெண்களோடு குண்டுகளுக்கு இரையாகினார்கள். தற்கொலைக்கு முயற்சி செய்த செந்தில் குமரனை அவனது நண்பர்கள் தடுத்து மூளைச் சலவை செய்தபடியால், இன்று விரக்திக்கு மத்தியில், நண்பர்களின் உறவுகளால் வாழ்ந்து கொண்டிருக்கின்றான்.

குமரேசனின் நிலைப்பாட்டை மனப்பூர்வமாக ஏற்றுக் கொண்ட செந்தில், இன்னும் இந்த விசயத்தில் மனம் குழம்பிய நிலையில்தான் இருந்தான்.

யுத்த அகதி முகாமுக்குப் போய், சீதேவி ஆச்சியை சந்தித்து கதையை எப்படி தொடங்குவது என்று யோசித்தபடி இருந்தான். குமரேசன் செந்திலின் மௌனத்தைக் கலைத்தான். "செந்தில் என்ன யோசிக்கிறாய்..?"

"ஒன்டுமில்ல..! சாமான்கள இறக்கி போட்டிட்டு முகாமுக்குப் போவம்.." என்றான்.

*****

யுத்த அகதிகளின் வாழ்க்கை இன்னும் அவலமாய் இருக்கின்றபோது... கடல் அனர்த்தத்தால் சுனாமி அகதிகளும் ஆயிரக் கணக்கில் அவலமாய் குவிந்து நிர்க்கதியாகி கிடக்கின்ற நிலைமைகளை கண்ணார. மனதார பார்க்கின்றபோது... மனிதாபிமானமுள்ள எவனுடைய மனமும், அவனது ஆத்மாவும் பரிதவித்து அழத்தான் செய்யும்.

செந்தில்... சீதேவி ஆச்சியிருக்கும் முகாம் இலக்கத்தை அறிந்துக் கொண்டு குமரேசனுடன் போனான்... ஆச்சியைக் கண்டு சுக சேமங்களை விசாரித்தான்.

"ஆச்சி..! நான் பிரின்சிபல் சோமசுந்தரத்தார்ட மகன் செந்தில் குமரன்..! எப்படி சுகமா இருக்கியளோ..?" என்றான்.

"என்ரை அப்பு..! நீயா ராசா..! முகாமுக்குள்ள இருக்கிற என்னட்ட வந்து சுகம் விசாரிக்கிறியோ..?" என்று சிரித்தாள் ஆச்சி.

ஆச்சி, தன்னுடைய நிலை பற்றியும் மருமகள், பேரப்பிள்ளை பற்றியும் அழுது அழுது கதை சொன்னாள்.. வெகு நேரத்துக்குப் பிறகு, ஆச்சியிடம் விசயத்தைப் போட்டான் செந்தில். அவள் அதிர்ச்சி அடைந்தாள். சிறிது நேரம் தலையைக் கவிழ்த்து நிலத்தையே பார்த்துக் கொண்டிருந்தவள், பேசத் தொடங்கினாள்.

"கெட்டழிஞ்சி போனாலும்.. சாதி, சனம்.. குலம், கோத்திரம் என்டு இருக்குத்தானே மவன்..? எந்தக் காலத்திலும் அவங்களுக்கும், நமக்கும் எட்டாத உறவுதானே தம்பி..!" என்றாள்.

"ஆச்சி..! அந்தக் காலத்து யாழ்ப்பாணத்தானும், அந்தக் காலத்து மலை நாட்டானும் இப்போ இல்லை.. கேட்டியளோ..! காலம் எவ்வளவோ மாறிப் போச்சுது ஆச்சி..! காசு பணத்தோட.. சொத்து சுகத்தோட.. பெரிசா இல்லாட்டாலும் நடுத்தரக் குடும்பங்கள், நல்ல குடும்பங்கள் எவ்வளவோ அங்கு இருக்குதானே.. யுத்தம் ஆரம்பிச்சு, குண்டு சத்தம் கேட்டவுடனேயே பிராண்ஸ், ஜெர்மனி, சுவீஸ் என்டு ஓடியவைகள் எல்லாம். இண்டைக்கு சாதி, சம்பிரதாயம் பார்த்தா, போய்ச் சேர்ந்த நாடுகள்ல கலியாணம் செய்றாங்கள்..? மனசுக்கு ஒத்துப் போற மாதிரி பெடியல், பெட்டைகள் கூடிக் குடும்பம் நடத்துதுகள்தானே..? நீ என்ன இன்னும் யுத்தக் காலத்துக்கு முன்னுக்கு சாதி காலத்தில நிற்கிறியள்..?" என்றான்.

"நீ என்னடா தம்பி..! மண்ணுக்குப் போற காலத்துல மனசப்போட்டு குழப்புறாய்..!" என்ற ஆச்சி, செந்தில் குமரனின் கதையிலும் அர்த்தம் இருப்பதை உணர்ந்தாள்.

சீதேவி ஆச்சி நீண்ட நேரத்துக்குப் பின்பு மீண்டும் பேசினாள்.

"அந்தப் பெடியனைப் பற்றி என்னத்த அறிஞ்சிருக்க..?"

"பத்து வருசம் தொழிலோட பழக்கம்.. அவன்ட குடும்பமும், சகலமும் எனக்குத் தெரியும்.. நான் உங்களிட்ட படம் போட்டுச் சொன்ன மாதிரி, அவன் அச்சுதன் மாதிரி குணம் கொண்டவன்..." என்றான் செந்தில்.

"இல்லடா தம்பி..! எனக்கு என்னவோ.. இது கூடாத சங்கதியா தெரியுது.."

"அப்போ எங்கட குமரிப் பிள்ளைகள ஆமி, நேவிக்காரன் குதப்பிப்போட்டு... உசிரையும் வைக்காமல் பிணமாக்கிப்போட்டுப் போகிற காரியங்கள் உமக்கு சம்மதமே..? உனக்குக் காலம் முடிஞ்சுது.. போய் சேர்ந்துருவாய்..! சிவமணி அக்காள், அவள்ட நாலு வயசு பொடியன்ட எதிர்காலச் சீவியம் எல்லாம் என்னாகும்..? நல்லா யோசி..! அடுத்த மாதம் மரக்கறி கொண்டுவார நாங்கள்..! வவுனியாவுக்கு வந்தால்.. இங்க ஒருக்கா வருவம்.. அக்காட்ட கதைச்சிப் பாருங்கோ..! சிவமணி அக்காவ பாக்க ஆசையா கிடக்கு..! ஒருக்கா கூட்டிக்கொண்டு வாருங்கோ ஆச்சி..!" என்றான்.

"ஆச்சியோடு ஆரோ கதைச்சிக்கொண்டு இருக்கினம் ரெண்டு ஆம்பிளையள்..! என்று முணு முணுத்துக்கொண்டு, தயக்கத்தோடு சிவமணி முன் வந்து நின்றாள்.

"அக்கா..! நான் செந்தில்..! அப்பா சோமசுந்தரம் பிரின்சிபல்.. அம்மா.. கனகம்..!"

சிவமணி ஓடி வந்து அவனது கைகளைப் பிடித்துக்கொண்டாள்.. கண்கள் குளமாகி கொதி நீரைக் கொட்டிக்கொண்டிருந்தன... தன்னைச் சுதாகரித்துக் கண்களை துடைத்துக் கொண்டவள். "நீ தனிச்சுப் போன பிள்ள.. என்ன செய்றாய்..? எங்க இருக்கிறாய்..? அப்பா, அம்மா, தங்கச்சிகளுக்கு திதி செய்ற பழக்கம் உண்டா..? எங்க இருந்தாலும் அதச் செய்யோனும்..!" அவள் அந்த நிலையில் இருந்து கொண்டும்.. அவனுக்கு புத்திமதி சொன்னாள்.. இருவரும் உணர்ச்சிவசப்பட்டு, மௌனத்தில் ஆழ்ந்திருந்தனர்..

சிவமணி அக்காள் அம்மன் பதுமைப் போல் அழகாய் இருந்தவள்.. செந்தில் ஊருக்குள்ளே படித்து.. வளர்ந்து.. வாழ்ந்து வந்த காலங்களை மீட்டிப் பார்த்தான்.. இறுதியாய் அழிந்தும், மிஞ்சிய உயிர்கள்.. அழிவின் விளிம்பில் தொங்கிக்கொண்டிருந்தாலும்.. வாழ்ந்த காலங்கள் மீட்டப்படும்போது.. "கெட்டாலும் மேன் மக்கள் மேன் மக்களே.." "சங்கு சுட்டாலும் வெண்மை தரும்..!" என்ற

ஒளவையாரின் பாடல் நினைவுக்கு வந்தது.. சிவமணி அக்காள் குடும்பம் பாசம் நிறைந்த குடும்பம்.. ஊர் மக்களோடு கூடி வாழ்ந்த குடும்பம்..

சிவமணி அக்காள் பேசத் தொடங்கினாள்.. "உனக்குக் கல்யாண வயசு..! தொழில் செய்ற ஊர்ல உனக்கேத்த குடும்பத்துல.." என்று இழுத்தவள்.. "கனகம் மாமியின் குடும்பம் அழியக் கூடாது.. தளைக்கனும்.." அவள் மீண்டு:ம் மௌனமாகினாள்..

சிவமணி நினைவு தெரிந்த காலத்திலிருந்து கொடுத்தே பழகிப் போனவள்.. இன்று எல்லாம் இழந்து, அகதி முகாமுக்குள் இருந்துகொண்டு "கையில உள்ளதக் குடுக்கிறன்.." என்று பாரதப் போரில் கர்ணன் சாகும் தருவாயில் ரத்தத்தை தாரை வார்த்துக் கையில் கிடைத்தது இதுதான் என்றது போல.. ஓடியல் கட்டைக் கொடுத்தாள்..! "போகும்போது கொறித்துக்கொண்டு போங்கள்.." என்றாள்.

ஓடியலை வாங்கிக்கொண்ட செந்தில் "அக்கா..! குஞ்சு தம்பி எங்க..?" என்று கேட்டான். "இங்க ஒரு மூலையில அகதிகளே பள்ளிக்கூடம் நடத்துறாங்கள்.. அங்க இருக்கான்.. நாலு வயசு.. அவரைப்போல நெடுவல்..!" அவள் முகத்தில் மலர்ச்சி தவழ்ந்து மறைந்தது.. வேரறுந்தச் செடியில்... வெட்டிப்போட்டச் செடியில் பூத்திருக்கும் பூவைப் போல அவள் முகம் சிரிப்பைக் காட்டியது..

"அக்கா..! இவர் குமரேசன்.. நுவரெலியாக்காரர்.. மரக்கறி விவசாயம் செய்றவர்.. வாரா வாரம் வவுனியா மார்க்கட்டுக்கு வந்து போறவர்.. ஆச்சிட்ட சில கதைகள் சொல்லியிருக்கிறன்.. நாங்க அடுத்த வாரம் இங்க திரும்பவும் வருவம்.. சின்னவெனுக்கு எதுவும் வாங்கி வரல்ல.." என்ற அவன், சிவமணி கையில் பணம் கொடுக்கத் தயங்கியவன், ஆச்சியின் கையில் "வெத்தில, பாக்கு வாங்க சில்லறை இந்தா ஆச்சி..!" என்று ஆயிரம் ரூபா நோட்டை சிறிதாக மடித்து ஆச்சியின் கையில் வைத்தவன்.. சிவமணி அக்காவிடம் சொல்லிவிட்டுத் திரும்பினான். குமரேசனும் சிவமணியிடமும். ஆச்சியிடமும் கூறிவிட்டுத் திரும்பினான்.

*****

காலங்களும் சில காலங்களில் வேடிக்கைக் காட்டும்.. எந்த வரலாற்றில்.. இலக்கியத்தில்.. சினிமாவில்.. அகதி முகாமில் பெண் பார்க்கும் படலம் ஆரம்பமாகியது..? மனம் குளிர்ந்தவனாய் குமரேசன் செந்திலை அணைத்தபடி நடந்தான்.

"ஒரு துண்டு ஒடியலைத் தாடா..!"

"உனக்கு இனிமேல் ஒடியலும் கருத்தக்கொழம்பான் மாதிரி இனிக்கும் போல..!"

அவர்கள் இருவரும் வடக்கிலும், கிழக்கிலும் நிகழும் யுத்த நிலைமை பற்றியும்.. இந்த காலத்தில் இராணுவத்துக்கும், போராளிகளுக்கும் இடையில் நடக்கும் கொடூரமான மோதலில், பூச்சிப் புழுக்களைப் போல பாமர மக்களின் உயிர்கள் அனு தினமும் மடிந்து சிதறுவதையும் நினைத்து வருந்தினார்கள். தொலைக் காட்சி, வானொலி பெட்டிகளைத் திறந்தால், இழவு செய்திதான்..!

செந்திலும், குமரேசனும் உரையாடிக்கொண்டு தம்புள்ள வந்துவிட்டார்கள். இருவரும் தேநீரைக் குடித்துவிட்டு மாத்தளையை நோக்கிச் சென்றார்கள்..

*****

கண்டியிலிருந்து, ரம்பொடை வழியாக நுவரெலியாவுக்குப் போகும் பாதை, வளைவுகளையும், மலைச் சரிவுகளையும் கொண்ட ஆபத்தான பாதையாகும். குமரேசன் 'ஹைலெவல்' பாதையில் ஓடுவது போல் லொறியை ஓட்டினான்..!

இந்த வாரம் கரட், பீட், லீக்ஸ், கறி கொச்சிக்காய் விளைச்சல் அதிகம்.. விலையும் நல்ல நிலையில் இருக்கிறது.

*****

லொறி நுவரெலியாவிலிருந்து வவுனியாவுக்கு மீண்டும் புறப்பட்டது.

குமரேசன் தான் கொண்ட கொள்கைக்கு ஒரு வடிகாலாக நின்று செயல் படும் செந்தில், எவ்வளவு பக்குவம் நிறைந்த இளைஞனாக இருக்கிறான் என்று நினைத்து மகிழ்ச்சியடைந்தான். இந்நேரம் சீதேவி ஆச்சி சிவமணியிடம் கதைத்து, பதில் எடுத்து வைத்திருப்பாள்.. என்று இருவரும் பேசிக்கொண்டே சென்றார்கள்.

வவுனியா மார்க்கெட்டில் மரக்கறி மூட்டைகளை இறக்கிய பின்னர், யாழ்ப்பாணத்துக்குக் கொண்டு போக வேண்டிய மூட்டைகளோடு லொறி புறப்பட்டது. ஓமந்தைச் சோதனைச் சாவடியில் அவிழ்த்துக் காட்டிய மரக்கறி மூட்டைகள் முகமாலை சோதனைச் சாவடியிலும் சித்திரவதை செய்யப்பட்டன. அந்த உணவுப் பொருட்கள் பழுதாக்கப்பட்டு, மீண்டும் மூட்டைக்குள் நுழைக்கப்பட்டன.

"இரண்டு நாடுகளுக்குமிடையில் குடியேற்ற, வெளியேற்ற திணைக்களத்தின் பரஸ்பர பரிசோதனைகள்" முடிந்து பயணிகள் நீட்டி நிமிர்ந்து.. ராஜ நடை நடந்து யாழ்ப்பாணத்தை நோக்கினர். வாகனங்களும் உயிர்ப் பெற்று உறுமியவாறு நகர்ந்தன.

*****

சிவமணி அக்காவைப் பற்றி செந்தில் நன்கு அறிந்தவன். இப்படியொரு யோசனையை ஆச்சி சொல்லியிருந்தால், அவள் நெருப்புத் தனலாகிக் கொண்டிருப்பாள்..! இந்த எண்ணத்தை அவள் மனதில் தூண்டியதை அவமானமாகக் கருதிக் கொண்டிருப்பாள்..! செந்தில் வீரனாகத் தலை நிமிர்ந்து குமரேசனுடன் சென்றவன், அகதி முகாமுக்கு அருகில் சென்றதும் நடை தளர்ந்தது. ஆச்சிக்கும், சிவமணி அக்காவுக்கும் சேலை, புடவைகள், சின்னவனுக்கு உடுப்புகள், கந்தப்பளை மரக்கறி கட்டு, பழங்கள், தின்பண்டங்கள்.. இவைகளுடன் உள்ளே நுழைந்தான்..

ஆச்சி செந்திலை கண்டதும், அவள் முகத்தில் முதல் வாரத்து முக மலர்ச்சியைக் காணவில்லை.

செந்தில் கொடுத்த பொட்டலங்களை வாங்கிக்கொண்டு, சிவமணியைக் கூட்டி வருவதற்கு முகாமுக்குள் சென்றாள்.

சிவமணி வேகமாக வருவதை செந்திலும், குமரேசனும் கவனித்தார்கள்.

"செந்தில்..! மாமி சொன்னவ நீ சொன்ன கதைகளெல்லாம்...! இது நடக்கிற சங்கதியா தம்பி..! நாசமத்து போயிருக்கிற எனக்கு, இன்னொரு குடும்ப வாழ்க்கையா..? என்ர மகன்ர கதி என்னவாகும்..? மாமியின்ர நிலம என்னவாகும்..? சனங்கள் திரும்பவும் ஊருக்குத் திரும்புறாங்கள்.. நான் போய் மாமியோட, அவர்ட நினைவோட.. மகன வளத்து ஆளாக்குறதுதான் என்ர கடம.. இனி மாமிதான் எனக்குத் தாயும், தேப்பனும்.. அவரும்..!" என்றவள் மூச்சு விடாமல் பொரிந்து தள்ளினாள்.. யுத்தம் தொடங்கிய காலத்திலிருந்து, இண்டக்கி வரை இருவதாயிரம் விதவைகள் இருக்குறாங்கள்.. அம்பது, அறுவதாயிரம் அநாதை பிள்ளைகள் இருக்குறாங்கள்.. ஆயிரக் கணக்கில் பைத்தியமாகி மனநல காப்பகத்தில் இருக்கிறாங்கள்...! எனக்கு மட்டும் என்ன புது வாழ்க்கை வேண்டிக் கிடக்கு..!

"மணி அக்கா..! நீங்க நினைக்கிற மாதிரி, யுத்த சூழல்ல இனி பாதுகாப்போட உயிர் வாழ முடியாது..! ஒவ்வொரு நாளும் அஞ்சு, பத்து என்டு உயிர்கள் அழியிறது தெரியாதோ..? கடத்தல், காணாமல் போதல், தெரியாதோ..? உங்கட குணத்துக்கும், அறிவுக்கும் பொருத்தமான கணவனா அமையிற ஒரு ஆம்பிள்ளையைத்தான் நான் தேடியிருக்கிறன்.. உங்கட பிள்ளைக்கோ, மாமிக்கோ எந்த கேடும், குறையும் நடக்காது..! நீங்க இந்த வயசுல பாதுகாப்பு இல்லாம வாழுறது முடியாத காரியம்.. எந்த நேரம் என்ன கொடுமை நடக்குமென்டு யாருக்கும் தெரியாது..! நீங்களும், சின்னவனும், ஆச்சியும் பாதுகாப்போட வாழுறதுக்கு, நான் எடுத்த யோசனைதான் சரியாய்ப்படுது.. மகன்ர எதிர்காலத்த யோசிச்சுப் பாருங்க..! அகதி முகாம்ல என்ன பாதுகாப்பு இருக்கு..? ஊருக்குப் போகப் போறன் என்று சொல்றது எவ்வளவு பெரிய முட்டாள்தனம்.. நான் அங்கத்திய மனுசன் ஒருவர சம்பந்தம் பேசியத குறையா எடுத்திட்டீங்க அக்கா..! அவர் ஆயிரத்தில ஒரு மனுசன்..! உங்கட தம்பியா நின்டு இதச் சொல்றன்.." என்று உணர்ச்சிவசப்பட்டவன் மெதுவாகப் பேச்சை நிறுத்தினான்.

"மாமி விவரமெல்லாம் சொன்னவ.. நான் அந்த எண்ணத்துல கதைக்கல்ல...என்ர...அப்பர், சாதிக்குள்ளேதானே எனக்கு கலியாணம் பார்த்தவர் அவர்ட அப்பரும் பிசாசுதானே..? மட்டக்களப்பும் வேணாம்.. மன்னாரும் வேணாம்.. ரிங்கோவும் வேணாம்.. என்று காலத்தக் கடத்தியபோது.. நானே இவரத் தேடி முடிக்காமல் இருந்திருந்தால், எனக்கு எந்தக் காலம் கலியாணம் நடந்திருக்கும்..? நீ என்ர வாழ்க்கையில அக்கற கொண்டிருந்தால், ஒரு உதவி செய்.. மூன்று குமர்ப் பெட்டைகள் இந்த முகாமுல இருக்குதுகள்.. கலியாணம் ஆக வேண்டியதுகள்.. அவங்கட அப்பா, அம்மா, சகோதரங்கள் எல்லாரும் கிளைமோர் தாக்குதல் நடந்தப்போ செத்துப் போனவங்கள். இவங்கள மலை நாட்டுக்குக் கூட்டிப் போய், ஆதரவு குடுத்தனீங்களென்டால், அது தர்மமா போகும்.. சமூகத்துக்குச் செய்த கடமையாகவும் இருக்கும்.." என்றவள்.. அந்த மூன்று இளம் பெண்களையும் கூட்டி வந்து காட்டினாள்..

மௌனமாக உரையாடலைக் கேட்டுக்கொண்டிருந்த குமரேசனுக்கு, அந்த மூன்று இளம் பெண்களைக் கண்டதும் அவர்களுக்கும் ஓர் நல்ல தொழிலைத் தேடிக் கொடுத்து, நல்ல வாழ்க்கையையும் அமைத்துக் கொடுக்க முடியுமென்று மனதுக்குள் தீர்மானம் எடுத்தான். சீர்திருத்தவாதம், இலட்சியம், சமூக சேவை என்பதற்கெல்லாம் அப்பால், மனித நேயம் என்ற பண்புக்குள் வளர்ந்த குமரேசனுக்கு, சிவமணியினுடைய நினைப்பும், நிலைப்பாடும் நியாயமாகப் பட்டது. இருந்தாலும்

அவன் எப்படியான ஒரு மன உறுதி கொண்ட, தெளிவான சிந்தனை கொண்ட பெண்ணை எதிர்பார்த்தானோ.. அவள் இவளாகத்தான் இருக்க முடியும் என்று திடமாக நம்பினான்.

அவன் செந்திலிடம் சம்மதம் வாங்கிக்கொண்டு, சிவமணியிடம் பேசத் தொடங்கினான். "ஓங்கள மனைவியாக்கிக்கொள்ள விரும்பும் அந்த ஆள் நான்தான்.." என்று சொன்னான். இரக்கப்பட்டு, அனுதாபத்தின் பேரில் ஒரு அபலைப் பெண்ணுக்கு புதிய வாழ்க்கை கொடுக்க வேண்டும் என்று சீர்திருத்த வசனம் பேசும் கொள்கைவாதி தான் அல்ல என்றும்.. தமிழ் இனம் அநியாயமாக அழிக்கப்படுவதையும், அவர்களைக் காப்பாற்ற.. வேறு நாதி இல்லை என்பதை உணர்ந்ததாலும், அவனது உள்ளுணர்வைக் குடைந்த ஆத்மாவின் வெளிப்பாடே இந்த எண்ணம் என்றும், அத்தோடு என்றுமே அன்னியப்பட்டு வாழும் எமது இனத்துக்கிடையில் இவ்வாறான புதிய சிந்தனைகள் உறவுப் பாலமாக அமையலாம் என்றும் விளக்கமாகச் சொன்னவன், அவளது பதிலுக்காகக் காத்திருந்தான்.

இவர்தான் தன் விசயத்தோடு சம்பந்தப்பட்டவர் என்பதை அறிந்துக்கொண்ட அவள், கொஞ்சம் சங்கடப்பட்டாலும், மனதைத் திடப்படுத்திக்கொண்டு குமரேசனிடம் பேசினாள்.

அவள் விதவையானாலும் தன்னிடம் இளமையும், அழகும் இருக்கின்றபடியால்தான்... குமரேசன் தன்னை விரும்பலாம். தன்னுடைய உறவுகளான பிள்ளை, மாமி பற்றிய அக்கறை அவருக்கு எந்தளவு இருக்க முடியும்..? என்று பண்பட்ட அனுபவத்தோடு வினவினாள். அதற்கு குமரேசன் நிதானமாகப் பதில் சொன்னான். அவனது பதிலிலும் முதிர்ச்சி நிறைந்திருந்தது..

"ஒரு விதவையை மனைவியாக்கிக்கொள்ளணும்ங்கிற கொள்கை இருந்தாலும்.. அவ எம் மனசுக்கு பிடிச்சவளா இருக்கணும்.. நான் தியாகியாகி.. என் வாழ்க்கைய பாழாக்கிக்க விரும்பாதவன்..! அதே நேரம் ஓங்கள வற்புறுத்தி, சம்மதிக்க வச்சி,மனைவியாக்கிக்கொள்றது, உண்மையான வாழ்க்கையா எனக்கும் அமையாது.. ஓங்களுக்கும் அமையாது..! ஓங்களுக்கு செந்தில்குமரன் மேல் நம்பிக்கையிருந்தா.. என்னை புரிஞ்சிக் கொள்ளுங்க.. அவசரமில்லாம, யோசிச்சு பதில் சொல்லுங்க.. ஓங்க வெளிப்படையான பேச்சும்.. நிதானமும் எனக்கு பிடிச்சிருக்கு...! நாங்க வர்றோம்..!" என்று பேசிவிட்டு, அவளது பதிலுக்காகக்

காத்திருக்காமல், அவளது முகத்தைக்கூட ஏறிட்டுப் பார்க்காமல், முகாமை விட்டு வெளியில் வந்து விட்டான்...

அந்த மூன்று இளம் பெண்களின் முகங்களும் பூத்துச் சிரித்தன. உறுதியான பேச்சும், குரலும், சுபாவமும் அச்சுதனை அச்சு வார்த்ததாக அவர்கள் உணர்ந்தார்கள்."அக்கா..! அச்சுதன் அண்ணரைப் போலவே இருக்கும் இவர் அவரின் மறுபிறவி..!" என்றார்கள். "நீங்கள் சம்மதியுங்கள்.. நாங்கள் மலையகத்துக்குப் போக ரெடி..! யுத்தம் முடிஞ்சதும் நுவரெலியா, சுன்னாகம் வந்து போய் வாழ்றதுக்கு சொந்தம் இருக்குதானே..!" என்றார்கள்.

செந்தில் சிலையாக நின்று கொண்டிருந்தான்..

"தம்பி..! அடுத்த வாரம் மாமியோடையும், இந்தப் பெட்டைகளோடையும் கதைச்சிப்போட்டு, யோசிப்பம்..!" என்றாள் சிவமணி அக்காள்.

"அக்கோய்..! அடுத்த வாரம் வருவன். இந்தக் கதையயள் "சமாதான பேச்சு வார்த்தைகள்" மாதிரி போய்க்கொண்டிருக்கக் கூடாது..! சரியோ..!" என்று செந்தில் சொல்ல, பிள்ளைகள் எல்லோரும் சிரித்தார்கள்..

சிவமணி அக்காவின் முகத்தில், ஒரு இனம் புரியாத மலர்ச்சியைக் கண்டுபிடித்தான் செந்தில்..

*****

போகும் வழியில் செந்திலும், குமரேசனும் யுத்தத்தை ஒரு பக்கம் வைத்துவிட்டு, அகதிகள் படும் துயரங்களைப் பற்றி பேசிக்கொண்டு சென்றார்கள். .

*****

மீண்டும் நுவரெலியாவுக்குப் போய் திரும்பிய லொறி வவுனியா மார்க்கெட்டில் மரக்கறி மூட்டைகளை இறக்கியது. மீதி மூட்டைகள் யாழ்ப்பாணத்துக்கு..

ஓமந்தை சோதனை சாவடியிலும் கொட்டி, இறைத்து மூட்டைகளைக் கட்டினார்கள். முகமாலையில் வெய்யிலில் காயும் 'இன்னொரு நாட்டு இராணுவம்', பச்சைக் கரட் கிழங்கு இரண்டொரு கிலோ கேட்டார்கள்... பச்சையாக கடித்துச் சாப்பிடுவதற்கு...! "முருகா..! பச்சையாய் கடித்து சாப்பிடுறதுக்கு அத போய் நாங்கள் குடுக்கவும்.. பெடியன்கள் அதைப் பாக்கவும்.. ச்சே..! ச்சே..! வம்ப சும்மாதான்

வாங்கனும்.. வில குடுத்து வாங்கக் கூடாது..!" என்று செந்தில் முகமாலையை நெருங்கும் போது குமரேசனிடம் சொன்னான்.

*****

அகதி முகாமுக்கு வந்து விட்டார்கள்..

சீதேவி ஆச்சி முகாம் வாசலில் இவர்களைப் பார்த்துக்கொண்டிருந்தாள். சிவமணியைக் காணவில்லை..

மூன்று இளசுகள் குதூகலத்துடன் ஓடி வந்து, ஒரு வாரமாகக் கதைத்தப் "பேச்சு வார்த்தைகளின் பயனாக, எடுத்த இறுதித் தீர்மானத்தைக்" கூறினார்கள்..!

"சிவமணி அக்கா மகனை கோவிலுக்குக் கூட்டி போயிருக்கா.. இப்ப வருவா..!" என்கின்ற போதே, சிவமணி மகனோடு வந்து கொண்டிருந்தாள். கையில் கணவன் அச்சுதனின் கண்ணாடி பிரேம் போட்ட படத்தில் சந்தனம், குங்குமம் இட்டிருந்தாள்.. மானசீகமாகக் கணவனோடு கோயிலுக்குப் போயிருந்த அவளது உணர்வுகளின் பெருமிதம் முகத்தில் தெரிந்தது..

சீதேவி ஆச்சி பேசினாள். "மகன் குமரேசா..! நீ அச்சுதன்ட மறு பிறவியாய் வந்திருக்கிறாய்..! முருகண்டி ஆலயத்தில மகள் சிவமணிக்கு குங்குமம் வச்சு, கைப்பிடிச்சுக்கோ ராசா..!" என்று...கண்...கலங்கினாள்...அந்தத்...தாய்.. அரசியாய்.. மகாராணியாய்.....வாழ்ந்தவள், இன்று... கட்டிய சேலையோடு, உடலையும்,உயிரையும் மட்டுமே உடைமையாக வைத்துக் கொண்டு நிற்கும் அவள் எவ்வளவு தாழ்ந்து போனாள்..!

பிறந்து, வாழ்ந்த அந்த மண்ணில் அனுபவித்த கொடுமைகளுக்கெல்லாம் கண்ணீர் விட்டு.. கண்ணீர் விட்டு.. அழுது வரண்டு போன அவளது கண்கள், இன்று பன்னீரைக் கொட்டுவதாகத் தெரிந்தது..

அந்த மூன்று குமரிப்பிள்ளைகளும் முகாமின் இன்றைய நிலையைச் சொன்னார்கள்.. விடியற்காலையிலிருந்து இரண்டு முறை இராணுவ விமானங்கள் முகாமை நோக்கித் தாளப் பறந்து சென்றனவாம்.. எந்நேரமும் குண்டுகள் போடப் படலாம்.. "சனங்கள் எல்லோரும் காட்டுக்குப் போயிட்டாங்கள்.." என்றார்கள்.

குமரேசன், செந்திலிடம் கேட்டான். "இப்போதே இவர்கள் நம்மோடு வரத் தயாரா..?" என்று.

145

செந்தில் அந்தக் கேள்வியை சிவமணி அக்காவிடம் கேட்டான். அவள் கண்கள் பனித்தன..! அது சம்மதமாக இருந்தது.

குமரேசன் அவளிடம் சென்று "சிவமணி..! நான் கடைசி வரை ஓங்களை காப்பாத்துவேன். ..!" என்று அவள் கையிலிருந்த அச்சுதனின் படத்தை வாங்கிக் கொண்டான்..! "இவர என் அண்ணனா ஏத்துக்குவேன்.." என்று அவள் கரங்களைப் பிடித்தான்.

லொறியில் அவர்கள் அனைவரும் ஏறினார்கள். செந்தில் ஆச்சியை முன் சீட்டில்...அமர வைத்துக்கொண்டு.. டிரைவர் ஆசனத்தில் அமர்ந்தான். குமரேசனும் லொறிக்குள் சிவமணியோடு அமர்ந்துகொண்டான்.

கொலைகளும்.. கொடூரங்களும் நடக்கும் அந்தப் பிணவாடை வீசும் பூமியை விட்டு.. குளிர்ந்த மலையகத்தை நோக்கி லொறி பறந்தது....!

✴✴✴✴✴

தினக்குரல் நவம்பர் 2008

(அவுஸ்திரேலியா வானமுதம் தமிழ் ஒலிபரப்பு சேவை நடாத்திய சர்வதேச சிறுகதைப் போட்டியில் இரண்டாவது பரிசு பெற்ற கதை- 2008 ம் ஆண்டில இலங்கைத் தமிழ் கதைஞர் வட்டம் (துகவம்) தெரிவு செய்த பாராட்டுக் கதை)

மார்கழிப் பூக்கள்

இரவில் பனி கொட்டினாலும், பகல் முழுவதும் வெய்யில் நெருப்பாய் காய்கிறது.. இது மார்கழி மாதத்தின் சுவாத்தியக் குணமாகும்....

கொழுந்து மலை.. சோளக் கதிர்ச் சோலையாகச் செழிப்பாய் கொழித்திருக்கிறது.. ஒவ்வொரு தேயிலைச் செடியும் சீர் நிறைந்த தாம்பூலமாய் தளிர்கள் நிறைந்து, கிளை பரப்பி நிற்கின்றன.. ஒவ்வொரு செடியிலும் ஒவ்வொரு கிலோ தளிர் கொய்யலாம்..

கொழுந்தெடுக்கும் இளம் பெண்களின் விரல்கள், வீணையில் மேய்வது போல... மத்தளத்தில் புரளுவது போல யந்திர வேகமாகின்றன... படக்.. படக்.. சொடக்... சொடக்.. என தளிர்களை ஒடித்துக் கூடையில் போடுகின்றனர். இப்போதெல்லாம் பெண்கள், கொழுந்து கூடையை தலையில் மாட்டி சுமப்பதில்லை..! தேயிலைச் செடியில் வைத்துவிட்டே, உறை களில் தளிர்களை சேகரிக்கின்றனர்.

கொழுந்து கொய்யும் வேகத்திலும் பெண்கள் கேலியும், கிண்டலும் பேசி, ஆரவாரம் செய்து கொண் டிருந்தனர்...! அந்தக் காலத்தைப் போல கங்காணி "வாய் போட"

முடியாது... கங்காணி 'கப்..சிப்..'பென்று மெளனமாகக் குடையைப் பிடித்துக்கொண்டு நின்றார்... "போடி... வாடி..." என்று இந்த நவீன காலத்தில் பேசினால், கங்காணிகளின் வாய் கிழிந்து போய்விடும்..! அவர்கள் இன்று அடக்கி வாசிக்க வேண்டிய காலம் இது...!

ஆறு நாட்களுக்கு ஒரு முறை கொய்யப்படும் கொழுந்திலிருந்துதான் தரமான தேயிலைத் தூள் தயாரிக்க முடியும்...! சம்பள உயர்வு போராட்டம் நடந்து, ஒரு மாதத்தையும் தாண்டிவிட்டது.. கொழுந்துகள் கொம்புகளாகி விட்டன... தளிர்களைக் கொய்த பின் தொழிலாளப் பெண்களுக்கு மேலதிகமாக வேலையும் ஏற்பட்டு விட்டது...! "நாலெலை"... "அஞ்செலை" என கிளைகள் முளைத்து விட்டன.. இப்போது கிளைகளையும் வெட்டித், தேயிலைச் செடிகளைப் பண்படுத்த வேண்டும்.. தேயிலைத் தொழில் இன்று வரை நவீனப் படுத்தப்பட வில்லை.. கொழுந்து கொய்யும் தொழிலில் பெண்கள், தங்கள் விரல்களையும், நகங்களையும் பாவிக்க வேண்டும்.. தேயிலைக் கொய்யும் பெண்களின் விரல்கள் வெடித்தும், நகங்கள் பழுதாகித் தேய்ந்தும் போயிருக்கும்...

*****

காலை பத்து மணி... ஜில்லென்ற காற்று தென்றலாய் வீசினாலும்.. பெண்கள் வியர்த்து களைப்படைந்திருந்தார்கள்... "ரொட்டியும், சாயத் தண்ணியும்" அவர்கள் களைப்பைப் போக்கின...

முருங்கை இலையில் குவளை செய்து சாயத்தை ஊற்றிக் கொடுத்த ஒருத்தி, வாயைத் திறந்தாள்...

"கங்காணி கங்காணி
கறுப்புக் கோட்டு கங்காணி..
நாலு ஆளு வரல்லேன்னா..
நக்கிப் போவான் கங்காணி..."

என்ற நாட்டார் பாடலைப் பாடினாள்... இது கலி காலம்....!

அந்தக் காலத்தில் தோட்ட நிர்வாகத்தைக் கங்காணிகளே கட்டிச் சுமந்தார்கள்... கங்காணி ஏஜண்டுகள், கூலிப் பெண்கள் வேலைக்கு வராவிட்டால், "கோப்பியும் போச்சி... தேயிலையும் போச்சி...!" என்று தலையில் கை வைத்துக் கொள்வார்கள்.

"போன மாசம் நடந்தது என்ன...? முப்பது நாளுக்கு மேல நாங்க வேலைக்குப் போகல்ல... இப்போ கங்காணிக்கு பதிலா கம்பெனியே நக்கிப் போச்சி...!" என்றாள் மாதர் சங்கச் செயலாளர் ரஞ்சனி...

ஆமா அக்கா...! நம்ம குடும்பங்கல்ல நம்ம அண்ணன், தம்பிங்க தொழில் செய்றதுனாலத்தான், நம்ம ஸ்ட்ரைக் தாக்கு பிடிச்சிச்சி..! அடுத்தப் போராட்டம் வரட்டும்...

ஒரு மாசம் என்னா... ஒரு வருசம் போராட்டம் நடந்தாலும், நம்மலால தாக்குப் பிடிக்க முடியும்...! இனி பஞ்சப் பாட்டே கெடையாது..!" என்றாள் இன்னொருத்தி..

வாய்ச் சவடால்கள் ஒலிக்க, கொழுந்து மலை வேலைகள் சுறு சுறுப்பாகின.. ஒரு மணித்தியாலத்தில், ஒரு கூடை கொழுந்து நிறைகின்றது.. இது.. வேலை நிறுத்தம் கொடுத்த விளைச்சல்...

அடுத்த நிறைக்காரி நிர்மலா கேட்டாள். "ரஞ்சனியக்கா..! என்னம்மோ கண்டாக்கு முணு முணுக்குறாரு.. இப்போ பேருக்கு கொழுந்து பதினைஞ்சி கிலோ இல்லையாம்... இருவத்தஞ்சி கிலோ எடுக்கணுமாமே...?" "எந்தக் குருட்டு பய சொன்னான்...? வெளக்குமாரு வெறி எடுத்துருமுன்னு சொல்லு...!" என்றாள் ரஞ்சனி. வேலை நிறுத்தத்துக்கு பிறகு தோட்ட நிர்வாகம் தொழிலாளரின் வேலைப் பளுவை அதிகரித்துள்ளது...! ஒரு நாள் சம்பளத்துக்கு கொய்து வந்த 15 கிலோ கொழுந்தை, 25 கிலோவாக உயர்த்தியுள்ளது...!

பிடி கொழுந்தை உரைக்குள் போட்ட மேனகாவும், வாயைத் திறந்தாள்.. "பேரு கிலோவில கைய வச்சா.. அப்புறம் எடுத்த கொழுந்தை இடிச்சி, வறுத்து, "வங்கெடி தூளு" செஞ்சிப்புடுவோமுன்னு சொல்லு...!" என்றாள்.

"வங்கெடி தூளு" என்றால், தேயிலைக் கொழுந்தை உரலில் இடித்து அடுப்பிலே தகரத்தில் வறுத்து, தூள் செய்து விடுவார்கள்...! இந்தத் தூள், ஒரு புதிய 'டேஸ்ட்டை' கொடுக்கும்... "லோக்கல்" வியாபாரிகள் வாங்குவார்கள்.... இந்தப் பழக்கம் சில தோட்டங்களில், வேலை நிறுத்தப் போராட்டக் காலங்களில் இன்றும் நடை பெறுவதுண்டு..!!!

"தொழிலாளிக நிமுந்து நிக்கிறாணுக...! நாலெழுத்துப் படிச்ச எந்த நாய்களையும், இனிமே தோட்டத்துல பேர் பதியக் கூடாது..!" எப்போதும் தோட்ட நிர்வாகத்துக்குத் துணை போகும் உத்தியோகத்தர்கள் பேசிக்கொண்டார்கள்.. அந்த ரகசியத்தை ஆங்கிலத்திலும், சிங்களத்திலும் மெனேஜரிடம் மொழி பெயர்த்தார்கள்..

"எஸ்.. மிஸ்டர். டேவிட்..! இப்போ லேபர்ஸ் பகர்ஸ் நமக்கு ரெஸ்பெக்ட் குடுக்கிறது இல்லைதானே...! இப்போ நமக்கு "தொரே" சொல்றது இல்லைதானே...? மெனேஜர் சொல்றது... சுப்பிரண்டன் சொல்றது...! எஸ்.டி.சொல்றது...! பி.டி. சொல்றது...! ச்சே.. நமக்கு இனிமே எஸ்டேட் வேலே வேணாம்... கொழும்பு பக்கம் கம்பெனி வேலைக்குப் போறது..!" என்று, தோட்டத்தின் அந்த சீனியர் நிர்வாகி ஆத்திரமாகச் சொன்னார்..

"தொரையாவது... கிரையாவது... சாமி தொர... தங்க தொர... போட்டதெல்லாம் அந்தக் காலம்...!" என்று "சோம்பேறி ராஸ்கல்" பழனிமுத்து பேசிய பேச்சு கண்டக்டருக்கு ஞாபகத்தில் வந்தது...

தோட்ட நிர்வாகி மீண்டும் பேசினார்.. "இப்போ பெரிய லீடர்பகர்ஸ் எல்லாம் வெரி குட்... எங்கட கம்பெனி பெடரேஷன் தலைவருக்கும், கவர்மெண்டுக்கும் ரொம்ப ரெஸ்பெக்ட் குடுப்பாங்க... இந்த சம்பளப் போராட்டத்துல ஹெல்ப் குடுத்த அவங்களுக்கு, கிறிஸ்மஸ் எம்பர்ஸ் பார்சல் எல்லாமே வெறும் 'டொலர்ஸ்' .. 'அமெரிக்கன் டொலர்ஸ்..!" என்று ஆத்திரத்தில் உண்மையைக் கக்கினார்.. தோட்ட சுப்பிரண்டன்மார்கள் எதற்கெடுத்தாலும் "பகர்ஸ்" போட்டுத்தான் பேசுவார்கள்.. இதுவும் ஓர் ஏகாதிபத்திய மொழி...!

*****

நேரம் பன்னிரண்டு மணி...உச்சி வெய்யில்...

சாக்குக்காரன், மெனேஜரும், கண்டக்டரும் பேசிக்கொண்டிருந்த இடத்துக்கு மேல் மூச்சு, கீழ் மூச்சு வாங்க ஓடி வந்தான்..

"என்னா சுப்பிரமணி...! ஏதும் பிரச்சினையா...?" என்று கண்டக்டர் கேட்டார்..

"பகல் கொழுந்த அப்படியே இஸ்டோர்ல கொண்டுவந்து நிறுக்க சொன்னதுக்கு, மாதர் சங்கத் தலைவி தேவிகா மறுத்துட்டாளுங்க...!" என்றான் சுப்பிரமணி.

"யாரு அந்த ஓ.எல். குட்டியா...?" கண்டக்டர் கடுமையாகக் கேட்டார்..

"ஆமாங்க..! கொழுந்து கிள்ளுறது மட்டும்தான் எங்க வேல... ட்ரான்ஸ்போட் வேல செய்ய நாங்க வரல்லேன்னுட்டாங்க...!" என்றான் சுப்பிரமணி..

"ஹூஸ் தட் ஓ.எல். கேள்..?" என்று சுப்பிரண்டன் கேட்டார்..

க.பொ.த. சாதாரணப் பரீட்சையில் ஆறு பாடங்கள் சித்தியடைந்த, அதே தோட்டத் தொழிலாளியின் பிள்ளையான தேவிகாவுக்கு, 'கிரச் எட்டென்டன்' வேலை கொடுக்காமல், கொலனியிலிருந்து வரும் நாட்டுக் குட்டி ரம்ய லதாவுக்கு, அந்த வேலையைக் கொடுத்து, அவளையே "கீப்" பாகவும் வைத்துக் கொண்ட சுப்பிரண்டனிடம் எப்படி ஞாபகப்படுத்துவது...? என்று கண்டக்டர் தயங்கினார்.

எட்டாம் நம்பர் காட்டுத் தொங்கல் மலையிலிருந்து ஆறு கிலோ மீட்டர் வரை, கொழுந்துக் கூடையை சுமந்து வந்து தொழிற்சாலையில் கொட்டுவதற்கு, கொழுந்தாயும் பெண்கள் எல்லோரும் மறுத்துவிட்டார்கள்.

தோட்ட நிர்வாகிக்கும், கண்டக்டருக்கும் மீண்டும் "வங்கெடி தூள்" (உரலில் இடித்த தூள்) ஞாபகத்துக்கு வரவே, கடைசி ட்ரிப்பாக லொறியையும், ட்ரெக்டரையும் வரச் சொன்னார்கள்.. கொழுந்து நிறுத்துவிட்ட பெண்கள், கூடைகளை மலையில் வைத்துவிட்டு, மெதுவாக பகல் சாப்பாட்டுக்கு வீட்டுக்குச் சென்றார்கள்...

*****

மாதர் சங்கத் தலைவி தேவிகாவும், செயலாளர் ரஞ்சனியும் ஒரு புதிய வேண்டுகோளை தோட்ட நிர்வாகியிடம் முன் வைத்தார்கள்..."இது மார்கழி மாசம்.. திருவெம்பாவை பூசை செய்றோம். விடியறதுக்கு முன்னே எழும்பி... சாணி தெளிச்சி.. கோலம் போடனும்.. அதுனால பேருக்கு வேண்டிய கொழுந்த எடுத்ததும், எங்கள வீட்டுக்கு அனுப்பனும்..!

ஒரு நாள் பேருக்கு கொழுந்தெடுத்தும், அஞ்சி மணி வரைக்கும் எங்கள மலையில நிப்பாட்டி வைக்கிறத நாங்க விரும்பல..!" என்றாள் தேவிகா.

"எங்களுக்கு தோட்ட நிர்வாகம் டாஸ்க் வேல குடுத்தா அந்த டாஸ்க் வேல முடிஞ்சதும் எங்கள வீட்டுக்கு அனுப்பனும்.. அது இல்லாம அஞ்சு மணி வரைக்கும் மலையில நிப்பாட்டக் கூடாது .." என்றாள் மேனகா

"ஆமா..! நாங்க ஒரு நாளைக்கி இருவது, முப்பது கிலோ மீட்டர் தேயிலைக் காடு முழுவதும் நடந்து மாயிறோம்...!" என்றாள் ரஞ்சனி. வயல்களிலும், தொழிற்சாலைகளிலும், நாட்டின் ஏனைய தொழிலாளர்கள் தொழில் செய்யும்போது, இவர்கள் மட்டும் காடுகளில் தொழில் செய்யும் துயரத்தை, அந்தப் பெண்கள் ஆவேசத்தோடு சொன்னார்கள்..

"சம்திங் ரோங் சம்வெயார்.." என்று வாய்க்குள் முணகிக்கொண்டு, கண்டக்டரைப் பார்த்தார் சுப்பிரண்டன்.

"நல்ல கொழுந்து காலம்... டீ சீசனும் கூட....! இந்த நேரத்தில 'லேபர் ட்ரபல்' வச்சிக்கக்கூடாது...!" என்று இருவரும் டிஸ்கஸ் பண்ணினார்கள்.

"மார்கழி, தை ரெண்டு மாசத்துக்கு மட்டும் இந்த சலுகையை தருவோம்..!" என்றார் கண்டக்டர்.

"ரொம்ப தேங்ஸ்ங்க..!" என்று அவர்கள் ஆங்கில வார்த்தையோடு சொன்னதும், சுப்பிரண்டனுக்கும், கண்டக்டருக்கும் அவமானம் தாங்க முடியவில்லை...!

"சம்பளப் போராட்டத்துக்குப் பொறக, தோட்டத்துப் பயலுகளுக்கெல்லாம் கொழுப்பு கொந்தளிச்சிக்கிட்டு இருக்கு! இதுலேயும் பொம்பளைகளுக்கு கூடிப் போய்ச்சு...!" கண்டக்டர் முணு முணுத்தார்.. அவரை மோட்டார் சைக்கிளில் ஏறும்படி மெனேஜர் கூப்பிட்டார். கண்டக்டர் பின்னால் தொத்தினார்.. சைக்கிள் பங்களாவை நோக்கிப் பறந்தது...!

*****

மார்கழிக் காலை...

பத்து தொடர் வீடுகளைக் கொண்ட அந்த லயத்தின் வாசலில் சித்திர வேலைப்பாடுகள் கொண்ட, வெண் கம்பளம் விரித்த அழகாய், மாக் கோலம் போடப்பட்டிருந்தது..!

திருவெம்பாவை பஜனை மேட்டு லயத்தில் பாடி முடித்து, பனிய லயத்துக்கு வருகின்றது... கோல மாச் சிரட்டையோடு கோலம் போட்டுக்கொண்டிருந்த இளம் பெண்கள், அவசர அவசரமாக குடத்து நீரைச் சுமந்து வந்து பஜனை கம்பத்தின் காலில் வார்த்தார்கள். கம்பத்தில் எரியும் விளக்கிற்கு எண்ணெய் ஊற்றினார்கள்.

"திவ்ய தரிசனம் தரலாகாதா..?

கண்ணனின்....

திவ்ய தரிசனம் தரலாகாதா...?"

மார்கழிப் பனியில் பூத்த மலர்களாய் மணம் கமழ்ந்து நிற்கும் அந்தக் குமரிகளைப் பார்த்த பஜனைக் குமரர்களின் பக்தி பரவசமாகியது...! ராதைகளின் தரிசனத்துக்காக ஏங்கும் அவர்கள் கண்ணனின் தரிசனத்தைக் கேட்டார்கள்...

பஜனை ஆற்றங்கரை லயத்தை நோக்கி நகர்ந்தது...

கோல மாச் சிரட்டையுடன் நின்ற பெண்கள் தங்கள், எதிர்கால மாப்பிள்ளைகள் வெற்றுடம்போடு, திருவெம்பாவை பக்தர்களாய் வந்து தரிசனம் தந்து சென்றதை மனதுக்குள் நினைத்து மகிழ்ந்தார்கள்..

"திவ்ய தரிசனம் வேணுமாடி ஓங்க ஆளுக்கு...?" என்றாள் ஒருத்தி. காலம் முழுவதும் காடுகளிலேயே யந்திரங்களாய் தொழில் செய்து மாயும் அவர்களுக்கு, பொங்கல், தீபாவளி பண்டிகைகள் வந்துவிட்டால், மனமும், உணர்வும் இன்பமயமாகி விடுகின்றன.. மாரியம்மன் திருவிழா வந்துவிட்டால், மாமன் முறை, மச்சான் முறை என்று மஞ்சள் நீராடி, குதூகளிக்கும் அவர்களின் எளிமையான சந்தோஷங்கள் எத்தனை கோடி இன்பத்தைக் கொட்டுகின்றன...!

இது திருவெம்பாவைக் காலம்.. மார்கழி முடிந்ததும் தை பிறக்கும்.. "தை பிறந்தால், வழி பிறக்கும்...!" என்ற நம்பிக்கை அவர்களின் மனதில் ஆழப் புதைந்திருந்தது.. அவர்கள் உழைப்பாளர் திருநாள், பொங்கல் பண்டிகையின் மகத்துவத்தையும், சித்தாந்தத்தையும் எண்ணிப் பார்த்தார்கள். உழைப்புச் சக்தியை மிருகங்கள் வழங்கினாலும், அவைகளையும் மதிக்க வேண்டும். அவைகளை ஆதரித்து, நன்றி

செலுத்த வேண்டும்.. என்று பொங்கல் வைக்கின்றோம்.. பொங்கலின் தத்துவமே உழைக்கின்றவர்கள் பலனைப் பெற வேண்டும் என்பதே...! ஆனால், தோட்டத் தொழிலாளர்களாகிய நாங்கள், எந்தப் பலனை அனுபவித்தோம்...? என்று அவர்கள் பெருமூச்சு விட்டார்கள்...!

*****

இன்று புதன் கிழமை... "ஆப்பீஸ் நாள்" அல்லது லேபர் டே..!

பெரிய கிளாக்கர் காரியாலய ஜன்னல் கதவுகளைத் திறந்து விடுகிறார்... ஜன்னலின் உள் பக்கம் தோட்ட சுப்பிரண்டன்டன் அமர்ந்திருக்கின்றார். ஜன்னலுக்கு வெளியே அந்தத் தோட்டத்திலிருக்கும் பத்துக் கட்சித் தலைவர்களும் வந்து நின்றார்கள்.. ஏதோ சர்வ கட்சி மகாநாடு நடக்கவிருப்பது போன்ற சூழல்...!

இருபது, இருபத்தைந்து இளம் பெண்கள் பாவாடை, தாவணி உடுத்தி வந்திருந்தார்கள்.. சிலர் பாவாடை, டீ சேர்ட்டோடும் வந்திருந்தார்கள். சிலர் சுரிதார் உடுத்தி வந்திருந்தார்கள்.. கண்டக்டர், கங்காணிமார்கள், கார்த்திகைச் சுடலையில் குதித்து. வெந்து துடிப்பது போல் துடித்தார்கள். "இது அநியாயம்..! இது அநியாயம்..! தோட்டத்து ஆப்பிசுக்கு கொங்காணி போடாம, படங்கு கட்டாம வரலாமா...?" என்றார் கண்டக்டர்.

"ஆமாங்க..! ஆமாங்க..! காலம் மாறிப் போச்சிங்க..! 'ஸ்ட்ரைக்குக்கு' பொறகு, இந்தப் பக்கிகளுக்கு கொழுப்பு சூடிப் போச்சுங்க..!" என்று சுப்பிரண்டனுக்குக் கேட்கும்படி 'கஞ்சாமி' கங்காணியும், (குந்தசாமி), 'கொய்ஞ்சாமி' கங்காணியும் (கோவிந்தசாமி) கத்தினார்கள்..

"இது கொங்காணி போடுறதுக்கு, கங்காணி காலமில்லே தாத்தா..!" கிண்டலாகச் சிரித்தாள் ஒரு பச்சைத் தாவணி. "ஆமா..! கொங்காணி மட்டுமில்லே.. இனிமே இடுப்புல படங்கு சாக்கு கட்ட மாட்டோம்...! தலையிலே கூட போட மாட்டோம்..! இனிமே தேயிலைக் காட்டுக்குள்ள கொழுந்து பறிக்க, டெனிம் டவுசர் வேணும்..! தொப்பி வேணும்..! கைக்கு க்ளவுஸ், காலுக்கு பூட்ஸ் எல்லாம் தோட்ட நிர்வாகமே வாங்கித் தரணும்...! அது மட்டுமில்லே.. அரசாங்க ஊழியருக்கு குடுக்கிற குளிர் அலவன்சையும் நாங்க இனிமே வாங்காம வட மாட்டோம்.." என்றாள் சிவப்பு பாவாடை.

அங்கு நின்ற அத்தனை பெண்களும் கோசமிட்டுச் சிரித்தார்கள்.

கண்டக்டர் "இனிமே, இந்த அஞ்சு பாடம், நாலு பாடம், மூனு பாடத்துக்கெல்லாம் தோட்டத்துல வேல குடுக்க மாட்டோம் தலைவர்மார்களே...!" என்று ஆத்திரத்தோடு சத்தமிட்டார்.

தோட்டத் தலைவர்கள், பழைய பயந்தாங்கொள்ளி மனப்பான்மை எல்லாவற்றையும் வீசிவிட்டு, சத்தமாகச் சொன்னார்கள் "இன்னும் இருவது புள்ளைக இருக்காங்க..! அவங்களையும் பேரு பதியணும்...! ஏலாதுன்னு சொன்னா, நாளைக்கே 'டோக்கன் ஸ்ட்ரைக்கு'தான்...!" ஒரு இளைஞன் ஆக்ரோசமாகச் சொன்னான்.

தேவிகா, ஜன்னல் அருகே வந்து, தோட்ட மனேஜரிடம் சில கோரிக்கைகளை முன்வைத்தாள்.. "தேயிலை நிறைக்குள்ள நுழையக் கஷ்டமா இருக்கு...! இரு பக்கமும் வாதுகள வெட்டி, நட பாத வெட்டித் தரணும்..! இப்போ, ஒவ்வொரு நாளும், பின்னிக் கெடக்கிற தேயிலைக்குள்ள நுழையும்போது, வாதுகள் கீறி ஒவ்வொரு நாளும் ரத்தம் சிந்துறோம்..!

வெறும் காலோட தேயிலைக் காட்டுக்குள்ள எறங்க முடியாது..! அட்டை, அஞ்சு, பத்துன்னு கடிக்குது..! பாம்பு கடிச்சி போன மாசம் நாலு பேர் செத்திருக்காங்க...! எங்களுக்கு, வெளிநாட்டுல மாதிரி, பூட்ஸ் வேணும்...! தேயிலைக் காட்ட புல்லு வெட்டி சுத்தமாக்கித் தரணும்...! கையில கொழுந்து கிள்ளி.. கிள்ளி.. நகங்க ஒடஞ்சி போகுது.. வெரல்கள் வெடிச்சி ரத்தம் கசியுது...! நவீன கொழுந்து பறிக்கிற மெசின் வேணும்...!

தலையில கயிறு மாட்டி, முதுகில கூட மாட்டி, கொழுந்து பறிக்க முடியாது...! தல அழுத்தி, மூள பாதிக்குது...! முதுகில பாரம் தூக்கி, முதுகெழும்பு சூன் விழுகுது..!

எங்களுக்கு, அஞ்சு கிலோ கொழுந்து சுமக்கிற மாதிரி, ஒடம்ப வருத்தாத 'பேக்' வேணும்..! நாங்க தொழிற்சால உள்ளுக்கு வேலை செய்யிற தொழிலாளி இல்ல... தேயிலைக் காட்டுக்குள்ளேயே பத்து, இருவது கிலோ மீட்டர் நடந்து, வேல செய்யிற தொழிலாளிங்க...

எங்களுக்கு வேல நேரத்த கொறைக்கணும்..! ஏழர மணிக்கு வேலைக்குப் போக முடியாது...! மூனு கிலோ மீட்டர் தூரத்து மலைக்கு, வீட்டலயிருந்து ஆறர மணிக்கு புறப்பட்டாதான், ஏழர மணிக்கு வேல செய்யிற மலைக்கு போக முடியும்..!

குளிர், பனியில ஆறர மணிக்கு மலையேற முடியாது..! காலையில ஏழர மணிக்கு வேலைக்கிப் போயி, அஞ்சர மணிக்கு வீட்டுக்கு வர்றோம்...! பகல் சாப்பாட்டுக்கு ஒரு மணிநேரம் கழிச்சாலும், பத்து மணி நேரம் வேல செய்யிறோம்...!

இனிமே இப்படி வேல செய்ய முடியாது..! எங்களுக்கு இனிமே, ஆறு மணி நேரம் வேல குடுக்கும்படி கேக்குறோம்..!" தேவிகா பேச்சை முடித்து, ஒரு மகஜரை மனேஜரிடம் நீட்டினாள். "இதெல்லாம் நடக்கிற காரியமா...?" என்று வாயைக் கொடுத்த கண்டக்டர், எதையோ புண்ணாக்கிக்கொண்ட கதையாகினார்..!

ஓரளவு படித்த, இளைஞர், யுவதிகள் தோட்டத்தில் தொழிலாளர்களோடு இணைந்துவிட்டப் பிறகு, சமுக மாற்றங்கள் வேகமாக வளரத் தொடங்குகின்றன..!

பிரித்தானிய கட்டமைப்பு, ஏகாதிபத்திய உணர்வுகள் கொண்ட உள்ளூர் சிங்கள, தமிழ் அதிகாரிகளின் ஆதிக்கங்கள் யாவும் தகர்ந்து வருகின்றன..! தொழிலாளர்களின் தொழிலும், வாழ்க்கையும் நவீனமயப்பட வேண்டுமென்று, அவர்கள் நினைப்பது, மனித அறிவின் பரிணாம வளர்ச்சி என்பதை கண்டக்டர், சுப்பிரன்டன் போன்ற அதிகார வர்க்கத்துக்கு எங்கே விளங்கப் போகின்றது...?

அன்றைய ஆப்பிஸ் நாளில், தொழிலாளர் - நிர்வாகஸ்தர் சந்திப்பு, பேச்சு வார்த்தைகள் யாவும் முடிவடைந்தன. தொழிலாளர்கள் வீட்டுக்குத் திரும்பினார்கள.

*****

அழகு மலை...

கவ்வாத்து வெட்டி, மூன்று மாதங்களில் தேயிலைச் செடிகள் தளைத்து விடும். தளைத்துவிட்ட புதிய தண்டுகளை மட்டமாக வெட்டுவார்கள். அது மட்டத்து மலையாகிவிடும்...!

மட்டத்து மலையில் தளிர்கள் வளர்ந்து, காற்றில் அசைந்தாடும்போது, கடல் அலைகளை ஞாபகமூட்டும். கண்ணுக்கு எட்டிய தூரம் வரை, பச்சைக் கம்பளம் போர்த்திய மலைகள், பசுமையின் சௌந்தரியத்தைக் காட்டின..!

வேலை நிறுத்தத்தால், மட்டத்து மலையிலும், கொழுந்துகள் முற்றி, கிளைகள் படர்ந்து விட்டன..!

கொழுந்தைக் கிள்ளி, மட்டம் ஒடிக்க வேண்டும்....

அழகுக் கொழுந்து மலைக்கு, குமரிப் பெண்களைத்தான் வேலைக்கு அமர்த்துவார்கள். தேவிகாவும், ரஞ்சனியும் முதல் பிடி கொழுந்தைக் கொய்து, "பொலியோ பொலி..!" என்றார்கள். நிறையில் நின்ற அத்தனைப் பெண்களும் "பொலி.. பொலி.." என்று தங்கள் கையுறைக்குள் பிடி கொழுந்தைப் போட்டார்கள். இது கூடை மாட்டாத காலம்..!

தேவிகா, ஒன்பது மணி கொழுந்து நிறுவைக்குப் பின், "தேத்தண்ணி குடிக்கும்" நேரத்தில், அந்த உச்சி மலையில் கொழுந்து பறிக்கும் முப்பது பேரையும் ஒன்றுகூட்டி உரையாடினாள்..!

"தொழிலாளியே ஒன்னா சேர்ந்து வேலை நிறுத்தம் செஞ்சோம்... மெதுவாக பணி புரியும் போராட்டமும் செஞ்சோம்...! சம்பள உயர்வுதான் கெடைக்கல்ல..! இருந்தாலும் நம்ம போராட்டத்துக்கு நாடு பூராவும் ஆதரவு கொடுத்தது பெரிய காரியம்...!" என்றாள் தேவிகா.

தோட்ட நிர்வாகத்தின் ஒடுக்கு முறைக்கு எதிராகக் கிளர்ந்தெழும்பும் அவர்கள், 'வேலியே பயிரை மேயும்' கதையாக தொழிற்சங்கங்கள், அவர்களைக் காட்டிக் கொடுக்கும் துரோகங்களுக்கு, எதிராகவும் போராட வேண்டிய நிலைமையை எண்ணி வேதனைப் பட்டார்கள்...!

"நம்மகிட்டே யூனியன் போட்டு, நம்மகிட்டே சந்தா சேத்து, நம்மகிட்டே வோட்டு வாங்கி மந்திரியாகும் தலைவர்மார்க, நம்ம போராட்டத்தக் காட்டிக் குடுத்தாங்க...! நமக்குச் சொந்தமான தொழிற்சங்கத்தக் கூட, அவங்க சொந்த சொத்தா வச்சிக்கிட்டாங்க...! அவங்களுக்கு கொடும் பாவி எரிச்சி, கருமாதியும் செஞ்சிட்டோம்... இனிமே 'யூனியன்' வேணாமுன்னு சந்தாவ தோட்டம் தோட்டமா நிப்பாட்டுவோம்...!" என்றாள் ரஞ்சனி.

"வழக்கு, வம்பு வந்தா என்னா பண்ணுறது..?" மேனகா கேள்வி கேட்டாள்.

"யூனியன் இல்லாட்டி, தொழிலாளிக்கு பாதுகாப்பு ஏது...?" என்றாள் சரஸ்வதி.

"அம்பது வருசமா யூனியன் இருந்துதான், என்னா பாதுகாப்பு நமக்கு கெடைச்சிச்சி...?" என்று சரஸ்வதியை திருப்பிக் கேட்ட ரஞ்சனி, "அப்படி வழக்கு வம்பு வந்தா, லோயர் புடிச்சி பேசுவோம்..!" என்றாள்.

நமக்குன்னு சொந்தமா ஒரு யூனியன் உண்டாக்கிற வரைக்கும், கொஞ்ச காலத்துக்கு சந்தாவ நிப்பாட்டி, டெஸ்ப்பண்ணி பாப்போமா...?" என்றாள் தலைவி தேவிகா.

"எலக்சன் வந்ததும், தலைவர்மாருங்க நோட்டை நீட்டுவானுங்க.. போத்தல நீட்டுவானுங்க...! அதுக்கெல்லாம் இனிமே மயங்கக் கூடாது.!" என்றாள் பார்வதி.

"இனிமே எந்த எலக்ஷன் வந்தாலும், ஒவ்வொரு தோட்டத்திலேயும் தொழிலாளிகளையே சுயேட்சையா போட்டிபோடச் செய்யணும்...!" என்றாள் ரஞ்சனி

"இனிமே, யூனியன் தலைவரும் மந்திரியாக முடியாது..! கீனியன் தலைவரும் மந்திரியாக முடியாது..!" என்றாள் கோகிலா.

வறுமை, விரக்தி, ஏமாற்றம், ஏக்கம் என்றிருந்த அவர்களின் மனதுக்குள்ளிருந்து அக்கினிப் பிழம்பாய் உணர்ச்சிகள் கொப்பளித்தன..

பனியில் மலர்ந்த மார்கழிப் பூக்களாய் கொழுந்துக் காட்டில் குவிந்திருக்கும் அவர்களை, குளிர்ந்த மலைத் தென்றல் ஆரத் தழுவிச் சென்றது...!

✕✕✕✕✕

தினகரன் டிசம்பர் 2007

வழித்துணை ⑮

அந்த அழகிய நீல நிறக் கார் வீட்டு வாசலில் வந்து நின்றது. மலைக் குன்றிலிருக்கும் அந்த வீடும் அழகானதாகவே இருந்தது.

ரவி காரை விட்டு இறங்கினான். இரண்டு பாட்டிமார்களும் ஓடி வந்து காரின் கதவருகே நின்றார்கள். வழமையாக அவர்கள் அவனது ஆப்பிஸ் பேக்கையும், வீட்டுக்கு ஏதாவது சாமான்கள் வாங்கி வந்திருந்தால், அந்த பொட்டலங்களையும் எடுத்துச் செல்வதற்கு, சின்னப் பிள்ளைகளைப் போல கல கலப்பாக வந்து நிற்பார்கள்.

ரவி அவர்களை அன்பாக அணைத்தபடி வீட்டுக்குள் நுழைந்தான். அவன் ஒரு பாட்டியை 'அப்பாயி' என்றும், இன்னொரு பாட்டியை 'அம்மாயி' என்றும் அழைப்பதில் ஆசை கொண்டவன். அப்பாவுடைய தாயாரும், அம்மாவுடைய தாயாருமே 'பெரிய கட்டைகளாக' அந்த வீட்டை அலங்கரித்துக் கொண்டிருக்கிறார்கள்.

அவன் வந்ததும் வராததுமாக தனது ஆப்பிஸ் பையயைத் திறந்து அதற்குள்ளே இருந்த படத்தை எடுத்து முன்னறை வாசல் நிலைக்கு மேலே மாட்டினான். அந்தப் படம் ஓர் அழகிய, வசீகரம்

நிறைந்த மனிதரின் புகைப் படமாகத் திகழ்ந்தது. ராஜ பார்வையுடன் கம்பீரமாக தோற்றமளிக்கும் அவர் அமரராகி விட்டவர் என்பதை அறிய முடிந்தது. படத்தை மாட்டிவிட்டு, நாற்காலியிலிருந்து இறங்கிய ரவி, தன் வாடிய முகத்தோடு வணக்கத்துக்குரிய பார்வையை அப் படத்தின் மேல் செலுத்தினான்.

அந்த உயர்ந்த மனிதர் எங்கள் ஊர் பாடசாலையின் கல்வி வளர்ச்சிக்காகத் தனது உடல், பொருள், ஆவி அனைத்தையும் அர்ப்பணித்துத் தொழில் புரிந்தவர். அவரின் மரணத்தின் போது ஊரே கூடி அழுதது. ஓர் அரசியல் தலைவரின் மரணத்தில் கூடும் மக்கள் வெள்ளத்தைப் போன்று, ஊர் மக்கள் கூடி இறுதி அஞ்சலி செலுத்தினார்கள்.. ஒரு நல்லாசிரியரின் இழப்பு, ஒரு சமுதாயத்தின் இழப்பாக இருந்ததை என்னால் அறிய முடிந்தது..

அவரிடம் கல்வி கற்று வாழ்க்கையில் உயர்ந்த ரவிக்கு, அவரின் இழப்பைத் தாங்கிக் கொள்ள முடியாமல், இன்னும் அதிர்ச்சியிலிருந்து மீளாதவனாக இருக்கின்றான்.

*****

ரவி ஒரு பொறியியலாளராக அந்த நீர் மின் திட்ட நிர்மான வேலைத்தளத்தில் தொழில் புரிகின்றான். சென்ற வருடம்தான் இந்த அழகிய புதிய வீட்டை வாங்கியிருந்தான்.

பிறந்த காலத்திலிருந்து வசதியற்றச் சூழலில், அவமானத்துக்குரிய நாமத்தில் பிரிட்டிஷ் பெருந் தோட்ட வியாபாரிகளால் அன்று கட்டிப் போட்ட இருட்டு முகாம் அறைகளில் குடியிருந்த அப்பா, அம்மா, தம்பி, தங்கை, பாட்டிமார்களுக்கு இந்த வீடு சொர்க்கபுரியாக தோன்றியது. "இப்படியொரு வாழ்க்கை இந்த ஜென்மத்தில் கிடைக்குமா...?" என்று கனவு கூட காணாத அவர்களுக்கு, ரவியின் சாதனை இன்னும் புதிராகவே இருக்கின்றது. இந்தப் பெருமைக்கெல்லாம் அந்தப் படத்திலுள்ளவரே காரணமாவார்.

ரவி அடிக்கடி அப்பா, அம்மாவிடம் 'ஜோக்' அடிப்பான். 'தவமாய் தவமிருந்து' என்ற சினிமா படத்தின் கதாநாயகன் சேரனை விட ஒருபடி தான் உயர்ந்த சாதனை செய்திருப்பதாகச் சொல்வான். அந்த படத்தின் ஞாபகம் திடீரென எல்லா ரசிகர்களுக்கும் வரும். 75 வருடத்து சினிமா வரலாற்றில் ஓர் உருப்படியான சமூக சேதி சொன்ன படம் அதுவாகத்தான் இருக்க முடியும்..!

இன்றைய இளைஞர்கள் ஊதாரிகளாக மாறாமல் குடும்பத்துக்கும், பெற்றோருக்கும் செய்ய வேண்டிய கடமைகளைச் சித்தரித்துக் காட்டிய அந்த சினிமா படம், ஒரு சினிமா பாடமாகவே இன்றும் நினைவில் இருக்கின்றது.

அந்த படத்தின் கதாநாயகன், தன்னை ஏழ்மை நிலையிலும் படிக்க வைத்து, உருவாக்கியப் பெற்றோருக்கு புதிய வாழ்க்கை மாறுதலை கொடுத்து, அழுக பார்க்கிறான்... அவர்களை வறிய கிராம வாழ்க்கையிலிருந்து விலக்கி, நகர வாழ்க்கைக்கு அழைத்து வருகின்றான்... அம்மா, அப்பாவுக்கு மருத்துவ சோதனைகள் செய்து கவனிக்கின்றான்... அழகிய கட்டில், மெத்தைகள், மின்சார விளக்குகள் அலங்கரித்த படுக்கை அறை, அழகிய மலசல கூடம், இது வரை காலமும் உண்டு சுவைக்காத பெறுமதியான உணவு வகை... என்று... ஒரு தாழ் நிலை குடும்பத்தினருக்கு... துயரம், வறுமையைத் தவிர வேறொன்றும் அறிந்திராத அவர்களுக்கு, ஓர் உயர் மத்தியதர குடும்பத்தின் சொகுசு வாழ்க்கையைக் கொடுத்து மகிழ்ந்த அந்த சேரனின் கனவை தனது குடும்பத்திலும் நடைமுறைப் படுத்தியதில் ரவி பூரிப்படைந்தான்.

சேரன் கதையில் பெற்றோரை மட்டும் கவனிக்கும் ஒரு கதாநாயகன் காட்டப் படுகின்றான்.. ஆனால் ரவி பெற்றோர்களோடு இரண்டு பாட்டிமார்களையும் கவனிப்பதில் ஒரு படி உயர்ந்து நிற்கின்றான்.

"பேராண்டி..! இது கக்கூஸ் காம்பராவா சாமி..? ஐயையோ..! பீங்கான், கோப்ப மாதிரி பள பளக்குதே..! கண்ணக் கூசுதே..! இதுல போயி ஒக்காரச் சொல்லலாமா..? இதுல போயி 'வெளிக்குப்' போகலாமா..? முடியவே முடியாது சாமி..!" என்று வெட்கப்பட்ட அம்மாயியை பலவந்தப்படுத்தி 'கொமடில்' உட்காரச் செய்து, "அம்மாயி..! கக்கா இருந்ததும், இதப் புடிச்சி அமுக்குங்க..! தண்ணி வந்து எல்லா சரக்கையும் கொண்டு போயிரும்..! அப்புறம் அந்த கோப்பையில ஒக்காந்து அத அமுக்குங்க..! தண்ணி பூ மாதிரி வந்து கழுவிவுடும்..!" என்று அப்பாயிக்கும், அம்மாயிக்கும் 'டொயிலட் பாடம்' சொல்லிக் கொடுத்த நிகழ்வுகள்.. சேரனை மிஞ்சிவிட்ட நிகழ்வாக தனக்கு ஏற்பட்டுள்ள சமூக மாறுதலின் திருப்பத்தை உணர்வதில் ரவி பெருமையடைந்தான்.

*****

அவனது நிலைமை உயர்ந்து விட்டதற்கு சில காரணிகள் உயர்ந்து நிற்கின்றன.. அரைப் பட்டினியோடு, தங்களது தினக் கூலி வாழ்க்கையை இழுத்துக் கொண்டு,

தங்களது வீட்டுத் தோட்டத்து வருமானத்திலேயே தன்னைப் படிக்க வைத்த பெற்றோரின் சாதனைகள்.. தன்னுடைய அக்கறையான படிப்பு... தன்னை வழி நடத்திய அந்த ஆசிரிய மனித தெய்வத்தின் அறிவுக் கொடை.. யாவும் அவன் முன் வந்து நின்றன.

ரவி திடீரென தனது பள்ளி வாழ்க்கையைப் பின்னோக்கி அசை போடத் தொடங்கினான்.

சாதாரண தர பரீட்சையை சொந்த ஊரில் முடித்துக் கொண்டு, உயர் தரக் கல்விக்காக நகரப் பாடசாலைக்கு வந்து விட்டப் பிறகு, அவனது குடும்பப் பொருளாதார நிலை தாக்குப் பிடிக்க முடியாமல் தடுமாறியது. அவன் இன்னும் இரண்டு வருடங்கள் பரீட்சை முடியும் வரை போராட வேண்டியிருக்கின்றது. தனது படிப்போடு, தம்பி, தங்கையின் படிப்பு நிலையும் தன்னால் பாதிக்கப்பட்டுவிடக் கூடாது,... என்று வேதனையோடு யோசித்தான்.

ரவி நகரப் பாடசாலையில் சேர்ந்ததும் ஒரு சாதாரண வீட்டில் போர்டிங் கிடைத்தது. அந்த வீட்டுக்காரர்கள் போர்டிங் பிள்ளைகளின் வருமானத்தில்தான் தங்கள் வாழ்க்கையைத் தள்ளிக் கொண்டிருந்தார்கள்..! வாழ்க்கையில் வாழ்வது வேறு.. வாழ்க்கையைத் தள்ளுவது வேறு...! ரவி துக்கத்திலும் சிரித்தான்..

இது மழைக் காலம்... ஆடி மழை தொடங்கி விட்டது.. காற்று சீறி சீறி வீசுகின்றது. மண் சரிவுகள்... பாதை, பாலங்கள் சேதம்.. மரங்கள், மின் கம்பங்கள் உடைந்து விழும் விபத்துக்கள்... இவை மழைக் காலத்து சாதாரண சம்பவங்கள்...

ரவி போர்டிங் வீட்டு வாசலில் நின்று தூரத்துப் பாதையை நோட்டமிட்டுக் கொண்டிருந்தான். இன்று ஞாயிற்றுக் கிழமை.. அம்மா குளிரில் நடுங்கிக் கொண்டு, அந்த உடைந்து போன சின்னக் குடையைப் பிடித்துக் கொண்டு, காய்கறி பார்சலோடு வரும்... அதை காய்கறி பார்சல் என்று சொல்ல முடியாது.. மூட்டை என்றுதான் சொல்லவேண்டும்.. அம்மா சுமந்து வரும் அந்த காய்கறி மூட்டை இன்றைய மார்க்கட் விலைக்கு ஐநூறு, அறுநூறு ரூபாய் பெறுமதியாகும்.... மரக்கறி வகைகளோடு தேயிலைத் தூள் பக்கட்டுகளையும் போர்டிங் வீட்டுக்கு அம்மா கொண்டு வரும்.. இவைகளோடு போர்டிங் பீஸ் மூவாயிரம் கொடுக்கும். போர்டிங் வீட்டுக்காரர்கள், மற்ற மாணவர்களை விட என்னோடு கொஞ்சம் அதிகக் கதை வைத்துக் கொள்வார்கள்..!

பாடசாலை செலவு, போர்டிங் செலவு.. இவைகளுக்கு மத்தியில் குடும்பம் எனக்காகத் திண்டுவதை நான் நன்றாக உணர்ந்தேன்.. இந்த நிலைமையில் நான்

கணிதப் பாடத்தில் வீழ்ந்து விட்டது என் மார்பை அடைத்தது... கெமிஸ்ட்ரி, பிஸிக்ஸ் பாடங்களில் ஏ, பி, எடுத்தும், இன்னும் ஒரு பாடத்துக்கு இன்னும் ஒரு வருசத்தை வீணடிக்க விரும்பவில்லை.. செகன்ட் ஷையும் வேணாம்.. ஒரு மண்ணும் வேணாம்.. இன்னொரு புதிய ஜூனியர் பெட்சோடு உட்கார்ந்து டியுஷன் படிப்பது எனக்கு மானப் பிரச்சினையாகவிருந்தது... வேலை தேடுவது என்ற முடிவுக்கு வந்தேன்.

"பல்லக் கடிச்சிக்கிட்டு இன்னும் ஒரு வருசத்த ஓட்டப் பாரு சாமி..!" என்று அம்மா கெஞ்சவும் "பாதியில் படிப்ப நிப்பாட்டப் போறானே..." என்று அப்பா கலங்கவும் என் மனதை மாற்றிக் கொண்டேன்.

கண்டியில் 'ஓஹோ' என்று ஒரு டியுஷன் சக்கரவர்த்தி இருப்பதாக அறிந்து கண்டிக்கு டியுஷன் எடுக்கச் சென்றேன். கொட்டகலையிலிருந்து விடிய நான்கு மணிக்கு கொழும்பு பஸ்ஸில் ஏறி, கினிகத்தேனையில் இறாங்கி, கண்டி பஸ் பிடிக்க வேண்டும், அதி காலையிலே சென்றால்தான் டியுஷன் மண்டபத்தில் டியுஷன் ஆசிரியர் அருகில் அமரலாம்.. இல்லாவிட்டால், மைக் செட்டில் லெக்சர் பண்ணும் அவரது ஓசையைத் தூர இருந்துதான் கேக்க வேண்டும்.. டவுட் கேட்பது... டியுஷன் சேருக்கும், எங்களுக்கும் அசௌகரியமாக இருக்கும்..

மூன்று மாதங்கள் பஸ் பயணத்தில் எனது டியுஷன் வகுப்பு நடந்தது.. எவ்வளவுதான் அறிவு இருந்தாலும்... பாடங்களைப் புரியும்படி கற்பிக்கும் ஆற்றல் அநேக ஆசிரியர்களுக்கு இருப்பதில்லை..! கல்வி, தொழிலாகவும், கடமையாகவும், தர்மமாகவும் இருந்த நிலை மாறி... வருவாய் தேடும் வர்த்தகமாகத் திசை மாறிய போது, டியுஷன் மாஸ்டரும் ஒரு பிரைவேட் ஆஸ்பத்திரி ஸ்பெஷலிஸ்டாக நம்பர் வழங்கி, நோயாளியைப் பார்ப்பவராகவே மாறிவிடுகிறார். மாணவருக்கும், ஆசிரியருக்கும் பாரம்பரியமாக இருந்து வந்த ஒட்டுறவு, டியுஷன் வர்த்தகத்தால் காணாமல் போய் விட்டது..!

டியுஷன் கடைகளின் விளம்பரச் சுவரொட்டிகள், தேர்தல் கால சுவரொட்டிகளை மிஞ்சியிருப்பதைக் காணக் கூடியதாகவிருக்கின்றது... பாட ஆசிரியரின் பெயர் கண்ணைப் பறிக்கும் வண்ண எழுத்துக்களால் போஸ்டரில் அச்சிடப் பட்டிருக்கும்...

ஒரு டியுசன் ஆசிரியர் பாடசாலை வகுப்பறையில் கடுகடுப்பாகவே இருப்பார். தான் செய்யும் வேலைக்கு அதிகமாகவே அரசாங்க சம்பளம் வாங்கும் அவர், ஏதோ தர்மத்துக்கு வந்து உதவுவது போல் வகுப்பறையில் நடந்துக்கொள்வார். அவரது பாட விளக்கங்கள் வகுப்பறையில் மப்பும் மந்தாரமுமாகவே இருக்கும். அவர் அங்கே அடக்கியே வாசிப்பார். "விளங்காதவர்களுக்கு பின்னேர வகுப்பில்

விளக்கப்படுத்துவேன்" என்று பீரியட் முடியுமுன்னே எழுந்து போய்விடுவார். அவரது டியூசன் வகுப்பில் அகமும் முகமும் மலர்ந்து முதலாளியாக அமர்ந்திருப்பார்.

விடிய இரண்டு மணிக்கு எழும்புதல்..., பஸ் பிடித்தல்... பயணமாதல்... வீடு திரும்புதல்... இந்த அலைச்சல் எனது உடல் நிலையைப் பாதித்தது..

படிக்கப் போகிறேன் என்று புத்தகம் சுமந்த ஐந்து வயதிலிருந்து, பத்தொன்பது வயது வரை பாடப் புத்தகங்கள், பள்ளிக்கூட கட்டிடங்கள், பயமுறுத்தும் ஆசிரியர்கள், என்பதைத் தவிர, வேறு உலகம் தெரிய வில்லை. வாரத்தில் ஏழு நாட்களும் அரை குறை சாப்பாட்டோடு பாடசாலையே கதியென்று காலம் கழிந்தது.. இந்தக் காலத்தில் உடல் அசதி, மன அசதி என்று போராடும் ஒவ்வொரு மாணவரும் பாதி மன நோயாளராகவே உருவாகிறார்கள். விளையாட்டு, குதூகலம், குறும்பு என்ற வயதுக்கேற்ற இன்பச் செயல்பாடுகள் எதுவுமே பத்தொன்பது வயது வரை கிட்டுவதில்லை...

ஒரு பள்ளிக் காலம் இருந்ததாம்... டியூஷன் வதையென்னும் ஒரு பயங்கரவாதம் தோன்றாத காலத்தில், கும்மாளம், குதூகலத்தோடு இருந்த ஒரு கல்வி முறை, மாணவர் சமூகத்தை கரை சேர்த்ததாம்..! இதை அறிந்துதான் "மலை வாழை அல்லவோ கல்வி.." என்று பாவேந்தர் பாரதிதாசன் கல்வியைத் தித்திக்கும் இனிப்பென்று அன்று சொல்லியிருக்கின்றார்..!

நான் கண்டிக்கு நடு சாமத்தில் பஸ் ஏறி டியூஷன் படிப்பதை நிறுத்திவிட்டேன். ஒரு நாள் வெறுப்பு, விரக்தியோடு, பசி மயக்கத்தில் வரும்போது, தலைவலியும் தலைக்குள் ஏறிக் கொண்டது...

அந்த பேஸ்ட்ரி ஷொப்புக்குள் நுழைந்து, கண்ணாடிக்குள் கண்களைத் துளாவி, விலை விபரத்தைப் பார்த்து, எனது பட்ஜெட்டுக்கு ஏற்ப ஒரு பெட்டிசை எடுத்தேன். எனக்கு நெஸ்கபே குடிக்க ஆசை..! அது கொஞ்சம் முடியாத காரியம்!! பெட்டிசைக் கடித்துக் கொண்டு தேநீர் கோப்பையில் தேயிலைப் பெக்கெட்டின் நூலை அசைத்து, சாயத்தை இறக்கிக் கொண்டிருந்தேன்.

எனது ஓ.எல். பாடசாலை நண்பன் சுரேஷ் கல கலப்போடு கடைக்குள் நுழைந்தான். அன்று அவனைச் சந்தித்த நேரமே எனது வாழ்க்கையைச் சோதிக்கும் ஏ.எல். சோதனையில் ஒரு புதிய பாதையைக் காட்டியது.

இலங்கைக் கல்வி முறையில் ஏ.எல். பரீட்சை என்னும் ஒரு பெருந் தடையைக் கடந்து விட்டப் பிறகுதான், பள்ளி மாணவர்கள் தங்கள் மனதோடும், உணர்வோடும்,

உடலோடும் விடுதலையடைகின்றார்கள். இந்தத் துரதிஸ்டமான தடைக்குப் பிறகுதான் சுதந்திரக் காற்று அவர்களது இளமை முகத்தை வருடத் தொடங்குகிறது..!

ஏ.எல். பரீட்சைக்குத் தயாரிக்கும் கேள்விக் கணைகளுக்கு ஈடு கொடுக்கும்படியாக ஆசிரியர்கள் கற்பிப்பதில்லையா..? அல்லது மாணவர்கள் வல்லமை பெற வில்லையா..? அல்லது இருசாராருக்கும் திராணியே கிடையாதா..? அல்லது கல்வித் திணைக்களம் வேண்டுமென்றே கடினமான வினாக்களைத் தயாரித்து பெறுபேர்களை குறைக்கின்றனவா? என்ற கேள்விகளுக்கெல்லாம் இன்னும் விடை கிடைக்க வில்லை..!

சுரேஷ் இறுதியாக எனக்கு அந்த ஆசிரியப் பெருந் தகையைப் பற்றி விபரமாகச் சொன்னான். கல்வி வர்த்தக வலயமாகிக் கொண்டிருக்கும் இந்தக் காலத்தில், பழைய பண்பாட்டோடு தொழில் தர்மம், ஆத்ம உணர்வு, மாணவர்களோடு ஒட்டுறவோடு, கற்பிக்கும் ஒரு நெருக்கமுள்ள பண்பு கொண்ட ஆசான் என்று அந்த மனிதரை சுரேஷ் வாயூரச் சொன்னான்.

பாடசாலையின் பெயர் பிரபல்யத்துக்காக பெற்றோர்கள் படையெடுத்த காலத்துக்குப் பதிலாக, ஆசிரியரின் பெயர் பிரபல்யத்துக்காகப் படையெடுத்த ஒரு பொற்காலத்தை உண்டாக்கிய புதிய மனிதன்... என்று அவரைப் பற்றி ரவியும் அறிந்தான். பல நூற்றுக் கணக்கான மாணவர்களைப் பல்கலைக் கழகத்துக்கு அனுப்பி வைத்த பெருமைக்குரிய மனிதர் என்றும் அவரைப் பற்றி அறிந்தான்.. கல்வியில் நமது சமூகம் பின் தங்கியிருக்கும் இந்தக் காலத்தில், இப்படியொரு ஆசிரியர் கிடைப்பதற்கு நாம் தவமிருக்க வேண்டுமென்று சுரேஷ் பெருமைப் பட்டுக் கொண்டிருந்தான்.

சுரேஷ் கூறியதைக் கேட்ட ரவிக்கு திடீரென ஏறுக்கு மாறான ஒரு பாடசாலை அதிபரின் விசித்திரமான கல்வி வியாபாரம் நினைவுக்கு வந்தது..! அந்த அதிபர் தொழில் புரியும் கல்லூரியில் கணிதம், விஞ்ஞானம், வர்த்தக பிரிவுக்கான வகுப்புகள் நடைபெறுகின்றன. வகுப்புகளுக்குப் போதுமான துறைசார் பட்டதாரி ஆசிரியர்கள் இருந்தார்கள். அங்கே அதிபரின் கபடமான காரியங்கள் தொடர்ந்து நடக்கும்... சில லட்சங்களைப் பெற்றுக் கொண்டு, வெளியூர் மாணவர்களை உயர் தர வகுப்பில் சேர்த்துக் கொள்வார்..! மாணவர்களின் பெயர்கள் மட்டுமே இடாப்பில் இருக்கும். அவர்களோ சொந்த ஊரில், சொந்த நகரங்களில் டியூஷன் வகுப்பில் படித்துக் கொண்டிருப்பார்கள்..!

வெட்டுப் புள்ளி அதிகமாக எதிர்பார்க்கப்படும் மாவட்டங்களிலிருந்து நழுவி வந்தவர்கள், பின் தங்கிய கல்வி மாவட்ட பாடசாலைகளில் கிடைக்கும் வெட்டுப்

புள்ளிகளை எளிதாகப் பெற்று, பல்கலைக் கழகம் செல்வதற்கு அந்த அதிபர் உடந்தையாக இருப்பார்.. விமர்சனக் கூச்சல் எழும்போது, "பல்கலைக் கழகத்துக்கு அதிக மாணவர்களை அனுப்பினால் பாடசாலைக்குத்தானே பெருமை..?" என்று பற்களை இளித்துக் காட்டுவார்..! இவரது விபரீதமான செயலால் ஏ.எல். வகுப்புகளில் இடம் கிடைக்காமல் எத்தனையோ உள்ளூர் மாணவர்கள் உயர் கல்வியில் சிதறிப் போன சம்பவங்கள் ஏராளமுண்டு...

ரவி கசப்பான நினைவுகளிலிருந்து தன்னை பலவந்தமாக விடுவித்துக் கொண்டான்.

சுரேஷ் மூலமாக ரவி அந்த நல்லாசிரியரிடம் டியூஷன் வகுப்பில் இணைந்தான். முடிந்து போன மூன்று வருசங்களில் முப்பது டியூஷன் ஆசிரியர்களைச் சந்தித்திருப்பான்..! இருந்தும் கணிதப் பாடம் சூனியமாகவே காணப்பட்ட அவனுக்கு, இவர் ஒளியாகத் தோன்றினார். பச்சை மரத்தில் ஆணி இறங்குவது போல, இவரது பாடங்கள் மனதில் பதிந்தன. அவரது நாவிலும், பார்வையிலும் சரஸ்வதி தெரிந்தாள்.

– ஓராண்டு கழிந்தது..

ரவி எழுதிய பரீட்சையில் அவனுக்கு 'சூனிய' பாடத்தோடு இரண்டு ஏ யும், ஒரு பி யும் கிடைத்தது..! அவன் பல்கலைக் கழகத்தில் சேர்ந்து, பொறியியல் பட்டத்தைப் பெறும் வரை அவனது முதுகின் பின்னாலேயே அந்த பெருந்தகை ஆசிரியர் நின்றார்.

ரவி இது வரை காலமும் தனது அடி மனதுக்குள் மறைத்து வைத்திருந்த ஒரு ரகசியத்தை, அவர் அமரத்துவம் அடைந்தப் பின்னரே நண்பர்களிடம் வெளியில் சொன்னான். அவனது குடும்ப நிலையறிந்த அவர், அவனிடம் ஒரு மாதமேனும் டியூஷன் பீஸ் வாங்கியது கிடையாது..! அவன் தயங்கி நின்ற போதெல்லாம் "நீ பொறியியலாளனாக பட்டம் வாங்கி வந்தப் பிறகு எனக்கு ஒரு சொக்கலேட் வாங்கிக் கொடு.. அது போதும்..!" என்று தன் அழகிய முகத்தில் புன்னகையோடு உதிர்த்த வார்த்தைகள் இன்றும் ஜீவநாதமாக ஒலிக்கின்றது..!

அவனது பெருங் குடும்பம் வளமாக வாழ்வதற்கு வழித் துணையாக நின்ற ராஜன் சேர், அவனது வீட்டின் முன்னறை நிலை வாசலின் மேலே சொந்தம் நிறைந்த சித்திரமாகக் காட்சித் தருவதை ரவி மீண்டும் பார்த்து மகிழ்ந்து போனான்.....

✳ ✳ ✳ ✳ ✳

சங்க காலம் 16

அந்த ஐந்து நட்சத்திர ஓட்டல், கடலைப் பார்த்த வண்ணம் இருந்தது. முப்பதாவது மாடியில் அந்த மந்திரி, நிர்வாணமடைந்த நிலையில் அதாவது பிறந்த மேனியில் தன்னுடைய அறையில் அங்குமிங்கும் நடந்துக் கொண்டேயிருந்தார். நட்சத்திர ஓட்டல் அறையின் கதவு உட்புறம் பூட்டப்பட்டிருந்தது.. ஜன்னல், கடல் காற்றை உள்ளே அள்ளி அள்ளி அனுப்பிக் கொண்டிருந்தது.. திரைச் சேலைகள் நர்த்தனமாடிக் கொண்டிருந்தன..

மந்திரி சுதந்திரமாக இன்னும் நடை பயின்றார். கட்டிலைச் சுற்றி ஓடினார். ஒரே இடத்தில் ஒலிம்பிக் ஓட்ட வீரனைப் போல ஓடத் தொடங்கினார். குறைந்தது அரை மணி நேரம் ஓடி இருப்பார்.

செக்கச் சிவந்த உடலில் வியர்வை கொப்பளித்துக் கொண்டிருந்தன டாக்டர் எச்சரிக்கை செய்த பிறகு அவர் உடற் பயிற்சியில் ரொம்பவும் கவனமாக இருந்தார். இருந்தாலும் சாப்பாட்டையும், குடியையும் டாக்டரின் பாட்டன் வந்து சொன்னாலும் கேட்டுக் கொள்வதாக அவர் இல்லை.....!

நல்லெண்ணெய் குளியல் உடலுக்கு நல்லதென்று நாட்டு வைத்தியம் கூறுகின்றது.. பணம், வசதி படைத்தவர்கள், எண்ணெய் குளியலுக்கென்றே கூலியாள் வைத்திருந்தார்கள். அரை போத்தல் நல்லெண்ணெய்யை, காலை வெய்யிலில் ஒரு மணி அல்லது ஒன்றரை மணித்தியாலம் வரை கூலியாள் பூசி தேய்த்து சதை பிடித்து விடுவான். அரை போத்தல் எண்ணெய்யும் அந்த வசதி படைத்த மனிதனின் உடலுள் நுழைந்து விடும். பிறகு, வெந்நீரிலோ, தண்ணீரிலோ குளிப்பார்.

இன்று இந்த மந்திரியும் எண்ணெய் குளியல் செய்திருந்தார். நல்லெண்ணெய் குளியல் அல்ல.. மேல் நாட்டு வாசனைத் தைலக் குளியல்.. கொஞ்ச முன்னர்தான் ஓட்டல் ஊழியப் பெண் இவருக்கு தைலக் குளியலை முடித்து விட்டுப் போனாள்.. நட்சத்திர ஓட்டல்களில் அல்லது தைலக் குளியலுக்கென்று நடத்தப்படும் கிளினிக்குகளில் இந்த சதை பிடிப்பு சிகிச்சைக்குப் பெயர் "மசாஜ்" என்பதாகும்.

இந்த விதமான நிலையங்களில் தொழில் தேடி வந்த , ஏழை கிராமத்துப் பெண்கள், கபடத்தனமாக மாட்டிக்கொண்டு, பின்னர் விடுதலையடைய முடியாமல், தங்களை பலி கொடுத்து, வீட்டுக்குப் பணம் அனுப்பிக் கொண்டிருப்பார்கள்.

அந்தப் பெண்ணிடம் அந்த மந்திரி தனது பூரிப்படைந்த முகத்தையும், களிப்படைந்த கண்களையும் காட்டினார். அந்தப் பெண் கண்களில் படர்ந்த கவலையையும், நெஞ்சில் நிறைந்திருக்கும் வலியையும் வெளியில் காட்டாமல், கஸ்டமரை உபசரிக்கும் விருந்தோம்பல் சிரிப்பை உதிர்த்து விட்டுச் சென்றாள்.

அந்த மந்திரி அதே அறையில் தனது பேத்தியின் வயதை ஒத்த, பதினாறு வயது ஓட்டல் சிறுமியுடன் நேற்றைய முழு நாள் இரவையும் கழித்திருந்தார்.. உல்லாசப் பிரயாணத் துறை பொருளாதாரம் என்று வானத்தை முட்டும் மாளிகைகளைக் கட்டி, மானத்தை விற்பனை செய்யும் தொழில்தான் , நட்சத்திர ஓட்டல் தொழிலாகும். வறுமைப்பட்ட கிராமத்துக் குடி மக்களின் பிள்ளைகளுக்கு தொழில் வழங்குவதாகக் கூறி அழைத்து வந்து, கலாச்சார அட்டூழியங்கள் புரிந்து, டொலர் நாணயம் சம்பாதிப்பதுதான் ஓட்டல் வர்த்தகமாகும். அது உயர்ந்து வருமானம் தரும்போது தேசியப் பூரிப்பையும் ஏற்படுத்துவதுண்டு...!

அவர் குளிப்பதற்கு குளியலறைக்குள் நுழைகின்றார். மல்லிகை வாசனைக் குப்பி, குளியலறையில் மணம் பரப்பிக் கொண்டிருந்தது.. குளியலறையின் நாலா பக்கச் சுவரும் நிலைக் கண்ணாடிகளாலானவை.

தனது உடலை நாலா பக்கமும் திருப்பித் திருப்பி அழகு பார்த்தார். "பக்" என்று சிரித்தார். "ஈ" என்று கண்ணாடியைப் பார்த்து பல்லிளித்துக் காட்டினார். "ஒவ்" என்று வாயைத் திறந்து,

நாக்கை நீளமாக நீட்டி, கண்விழிகளை உருட்டி, பேயைப் போல கண்ணாடியில் பயமுறுத்தினார். திடீரென "பொக்ஸிங்" காரனைப் போல, கண்ணாடியைக் குத்துவது போல் பாசாங்கு செய்தார். பைத்தியக்காரனைப் போல... ஆறு, ஏழு வயது சிறுவனைப் போல பாத் ரூமுக்குள் சேட்டைகள் செய்துக் கொண்டிருந்தார்...!

தனது வாழ்க்கையில் எல்லையற்ற மகிழ்ச்சியும், குதூகலமும் கொட்டி கும்மாளம் அடிப்பதை உணர்ந்து, கட்டுக்கடங்காத இன்பப் பூரிப்பை எட்டி நின்றார். இவரைப் போல செல்வங்களைக் குவிக்கும் சீமான்களும், நாட்டு மக்களின் பணத்தில் குதூகளிக்கும் அரசியல்வாதிகளும் இவ்வாறான சேட்டைகளை நட்சத்திர ஓட்டல் குளியலறையில் நடித்துக் காட்டுகின்றவர்கள் எத்தனை ஆயிரம் பேர் இருப்பர்...?

மந்திரி, கூல்... ஹொாட் பைப்களைத் திறந்து, 'எஜஸ்' செய்து... ஷவரைத் திறந்து நனைந்தார். ஷெம்பு பூசி.. மீண்டும் ஷவரில் நனைந்தார்.. உடல் அசதி போக.... ஷவரை நிறுத்திவிட்டு, சிறிய டவலால் இடுப்புக்குக் கீழே துடைத்துவிட்டு, பெரிய டவலால் இடுப்புக்கு மேலே, தலை முழுவதும் துடைத்தார். கண்ணாடி முழுதும் ஆவி படர்ந்து மூடியிருந்தது...

ஒரு நாள், மந்திரியாகிய புதிதில் ஐந்து நட்சத்திர ஓட்டலில் ஓர் இரவு தங்கவேண்டிய சந்தர்ப்பம் ஏற்பட்டது.... பட்ஜட் விவாதத்திற்கு ஆதரவாக வாக்களிக்க வேண்டும் என்று, ஆளும் கட்சி, உல்லாச ஓட்டல்களில் எம்.பி.மார்கள் களித்திருக்க மக்கள் பணத்தை செலவு செய்வதுண்டு..

மந்திரி, முதல் நாள் சிறிய டவலை எடுத்து முகத்திலிருந்து தலை, உடல் முழுவதும் துவட்டிக் கொண்டிருந்தார். இடுப்பில் சாரம் கட்டியிருந்தார்..! பூட்டாத கதவைத் திறந்து பார்த்த சக எம்.பி. ஒருவர் தலையில் அடித்துக் கொண்டு சிரித்த ஞாபகம் அவருக்கு வந்தது.. "இங்கே சும்மா அவுத்துப் போட்டு குளி ஓய்..! சின்ன டவல் டௌன் ஏரியா தொடைப்பது ஓய்..!"

அவரும் "எவ்வளவு மடையனாக இருந்திருக்கேன்..?" என்று உள்ளுர சிரித்துக்கொண்டார்.

*****

குளித்து முடித்த மந்திரி ரூமுக்கே சாப்பாட்டை வரவழைக்க 'பெல்லை' அழுத்தினார்.

காலை சாப்பாடு... ஒரு பெரிய கண்ணாடி டம்ளர் நிறைய இளநீர்... ஒரு பெரிய கீத்து பப்பாளிப் பழம்... ஒரு தேசிக்காய் துண்டு... இடியப்பம், தேங்காய் சம்பல்

இளநீரைக் குடித்துவிட்டு, இடியப்பத்தைச் சாப்பிட்டார். சாப்பாடு முடிந்ததும்... பப்பாளிக் கீத்தில் எழுமிச்சம் பழச் சாரைப் பிழிந்து... தடவி.... கரண்டியால் சுரண்டிச்.. சுரண்டிச் சாப்பிட்டார். பப்பாளிப் பழத்துக்கும், எழுமிச்சை சாருக்கும் சுவையான கொம்பினேஷன்..! முதல் நாள் இரவு விஸ்கிக்கு பின் மான், மறை, பன்றி, இறால், நண்டு, கனவாய் மிக்ஸ் பண்ணிய ஸ்பெஷல் உணவை சாப்பிட்டிருந்தார்..

'லைட்டான காலை சாப்பாடு முடிந்ததும் 'பெல்லை' அழுத்தினார். வெயிட்டர் வந்து சாப்பாட்டுக் கருத்தைய லிப்ட்டுக்குள் தள்ளிக்கொண்டு போனான்.

மந்திரி செல் போனிலிருக்கும் சுப்பிரமணியத்தின் படத்தை மீட்டிப் பார்த்தார். கருத்த, மெலிந்த முகம்.. சவரம் செய்யாமலிருந்தாலும் வசீகரமானத் தோற்றம்.. கண்களில் தீட்சண்யம் தெரிகின்றது... மந்திரி மகேந்திரனை வாழவைத்த தெய்வம் மந்திரி 5 நட்சத்திர ஓட்டலில் இன்பத்தின் எல்லையில் களித்துக் கொண்டிருப்பதற்கு காரணமே இந்த வழிகாட்டி.. கலங்கரை விளக்கு... சுப்பிரமணிதான்...!

மகேந்திரன் செல் போனில் இருக்கும் சுப்பிரமணியின் படத்தை நெஞ்சில் அழுத்தி, தியானம் செய்வது போல சில நிமிடங்கள் அப்படியே நின்றார்..

ஸ்டி பீஸை ரீ வைண்ட் செய்து பார்ப்பது போல பத்து வருடத்துக்கு முன்னே உள்ள வாழ்க்கையை மீட்டிப் பார்த்தார். அவரும் மனிதன்... மனசாட்சியோடு சில வினாடிகள் உறவு கொண்டிருந்தார்..

*****

நானு ஓயா ஒரு குட்டி நகரம்.. தலவாக்கலையிலிருந்து நுவரெலியாவுக்குப் போகும் பாதையில் இருக்கிறது.. நானு ஓயாவின் உண்மையான பெயர் நீலகிரி என்பதுதான்.. நானு ஓயா ஸ்டேஸனை நீலகிரி இஸ்டேசன் என்றுதான் சொல்வார்கள். நீலகிரி மாவட்டத்தைப் போன்று குளிர் குவிந்த பிரதேசமாகையால், இந்திய நாட்டின் அந்தப் பெயர் இங்கே நிலைத்திருந்தது. தமிழகத்திலிருந்து தொழிலுக்காக வந்த மூதாதையோர் மடிந்து போனதும், பெயரும் தூர்ந்து போய் விட்டது.. இப்படி எத்தனையோ தமிழர் வாழ்ந்த தடயங்கள் தூர்ந்து போய் உள்ளன. தூர்ந்து கொண்டிருக்கின்றன..

நானுஓயா ஸ்டேசனில் ராத்திரி கோச்சிக்காக பலர் நடுங்கும் குளிரில், பதுளையிலிருந்து புறப்பட்டு வரும் உடரட்ட மெனிக்கே கொழும்பு கோச்சிக்காக காத்துக் கிடந்தார்கள்..

இரவு 11 மணி...

இன்றைக்கு 2 மணி நேரம் பதுளை கோச்சி சுணக்கமாம்...! 1 மணிக்குதான் கோச்சி வருமாம்...இலங்கையில் ரயில்வே டிப்பாட்மென்ட் மட்டுமே சுதந்திரம் கிடைத்து இன்று வரை அபிவிருத்தியடையாமல் இருக்கும் ஒரு டிப்பாட்மென்ட் ஆகும்.. சுப்பிரமணியும், மகேந்திரனும் சாரத்தை அவிழ்த்து தலையும், கால்களும் தெரியாமல் இழுத்துப் போர்த்திக்கொண்டு பெஞ்சியில் சுருண்டு படுத்துக் கிடந்தார்கள்.. மகேந்திரன் தலையை சொறிந்துகொண்டு, சுப்பிரமணியிடம் பீடி கேட்டான்.. சுப்பிரமணி ஒரு கட்டு பீடி வைத்திருந்தான்... இருவரும் பீடியை இழுத்தார்கள்...

நல்ல நேரம்... கண்டிதுரை தோட்டத்து வளைவில் கோச்சி வரும் சத்தம் கேட்டது..

ஸ்டேசன் சல சலப்படைந்தது..... கூவிக் கொண்டு வந்த கோச்சியில் இருவரும் ஏறினார்கள்.. கோச்சி புறப்பட்டது...

"விடியிறவரைக்கும் டேசன்ல படுத்துக் கெடந்துட்டு பொறப்புடுவோம்..." சுப்பிரமணி மகேந்திரனின் மௌனத்தைக் கலைத்தான்..

"தலவாக்கலைக்கு 2 மணிக்கெல்லாம் போயிறலாம்... விடிய 6 மணிக்குத்தான் டயகாமம் பஸ் இருக்கு..!" மகேந்திரன் நீண்ட பெருமூச்சுக்குப் பிறகு பேசத் தொடங்கினான்... பீடிப் புகையை குளிரை போக்குவதற்காக சட்டைக்குள் ஊதிக்கொண்டு இருமினான். அவனது விரக்தியான பேச்சு வெளியில் வந்தது...

"கருவாட்டு யாவாரம் செஞ்சேன்.. மன்னாருக்கு போயி வர்ற செலவு கட்டுப்படியாகல்ல... கசிப்பு யாவாரம் செஞ்சேன்... பத்து தடவ "உள்ளுக்குப்" போய் வந்ததுதான் மிச்சம்... மாட்டு தரகர் வேல செஞ்சேன்.. நல்ல வருமானம்...வீட்டுப் பொம்பளைக்கு அந்த தொழில் பிடிக்கல்ல... விட்டுப்புட்டேன்... எல்லா எழவு வேலையும் உருப்படாம போச்சி...!"

"பொலம்பி பிரயோஜனம் இல்ல மகேந்திரா..! புதுசா ஒரு ஐடியா இருக்கு... ரெண்டு பேரும் அதுக்குள்ள எறங்குவோம்." என்று திடமான குரலில் சுப்பிரமணி சொன்னான்.. "என்னடா புது ஐடியா..?" என்று ஆர்வத்தோடு சுப்பிரமணி கையைப் பிடித்தான் மகேந்திரன். "ஓங்க மரக்கறி தோட்டத்தில எத்தன கிலோ கோவா வெட்டலாம்...?" என்று கேட்டான் சுப்பிரமணி. "அம்பது சாக்கு வெட்டலாம் மச்சான்...கொழும்பு பக்கி வெலையும் நல்லா இருக்கு.. கிலோ அம்பதுக்கு போவுதாம்..!" என்று மகிழ்ச்சியோடு கூறினான் மகேந்திரன்..

"நல்ல சந்தர்ப்பத்தில நல்ல காலம் வருது.. ஒனக்கு இருக்கிற அறிவுக்கு, நம்ம புது பிஸ்னஸ்ஸ சொக்கா கொண்டு போகலாம்.. நீதான் அந்த பிஸ்னஸ் க்கு பொருத்தமான ஆளு...நான் சைட் சப்போட்டுக்கு நிப்பேன்..!" என்று சுப்பிரமணி

பீடிகை போட்டான்.. பொறுமை தாங்காத மகேந்திரன் விசயத்துக்கு வரும்படி சுப்பிரமணியைப் பிடித்துக் குலுக்கினான்..

"சங்கம் ஒன்னு ஆரம்பிப்போம்..!" என்று பட்டென்று சொன்னான் சுப்பிரமணி.

"சங்கமா...?"

"ஆமா..! தொழில்சங்கம்... யூனியன்...!"

வட்ட.. வட்டமாக திரண்டு உருண்ட பீடி புகையை அண்ணார்ந்தபடி விட்டான் சுப்பிரமணி..

மகேந்திரன் வாயைப் பிளந்து சுப்பிரமணி விடும் பீடி வட்டத்தைப் பார்த்துக்கொண்டிருந்தான்.. அந்த புகை வளையம் குலையாமல் அகலமாகிக்கொண்டே கோச்சி பெட்டியின் அந்த மங்கலான பல்ப் வெளிச்சத்தின் பக்கமே சென்று கொண்டிருந்தது.

"தொழில்சங்கமா..?"

"ஆமான்டா..! தொழில்சங்கமேதான்டா...!"

"சங்கம் உண்டாக்குறதுக்கு பணத்துக்கு எங்கடா போறது..? படிப்பு, அறிவு, தகுதி எல்லாம் இருக்க வேணாமா..?"

"இவ்வளவும் இருக்காதவனுக்குதான் இந்த பிஸ்னஸ் பொருத்தமானது...! இப்போ நீ கோவா வெட்ட போறியே... 30, 40 கெடைக்குமா...?"

"தாராளமா கெடைக்கும்..!"

"ஒன் சம்சாரம் கழுத்துல ஏதாவது கெடக்குதா..?"

"ஆமா..! ஒரு 20 ஆயிரம் தேறும்.."

"நான் 10 ஆயிரம் தாறேன்.. எல்லாம் சேத்து 70 ஆயிரம் தேறும்... பார் கடை பரஞ்சோதி கிட்ட 100 போத்தல் மட்டும் கடனா கேளு...!"

"கடனுக்கு சாராயப் போத்தல் கேக்கலாமாடா...?"

"அடேய் மடையா..! அந்த பார்காரன் சாராய கடையில அஞ்சு வருசம் ஒழைச்சி குடுத்தவன் நீ..! இந்த போத்தல் சங்கதி தேர்தல் வேலைக்கின்னு பார் முதலாளிக்குத் தெரியும்.. எல்லா அரசியல்வாதியும் பார்காரன்கிட்டத்தான் போத்தல் வாங்குறது சம்பிரதாயம்... நீ தயங்காம கேளு...! தேர்தல்ல ஜெயிச்சா பார் பர்மிட்டு 10 வாங்கித் தர்றேன்னு சொல்லு..! 100 போத்தலுக்கு 200 போத்தல் குடுத்தாலும் குடுப்பான்...!" என்றான் சுப்பிரமணி..

சுப்பிரமணியின் புதிய யோசனையையும் அதற்கான வழிகளையும் ஒருவாறு மகேந்திரன் புரிந்து கொண்டான்...

புதிய சங்கம் அமைக்கும் புதிய சிந்தனையின், புதிய பாதையில் சுப்பிரமணியத்தோடு கை கோர்த்து நடக்க மகேந்திரன் துணிவோடு நிமிர்ந்து நின்றான்... இருவரின் உரையாடலுக்கிடையில் மகேந்திரனின் சட்டைக்குள் இருந்து செல் போன் இனிய ராகம் எழுப்பியது...போனைக் காதில் வைத்தவன் "அடி சக்கை..! புறக்கோட்டை மரக்கறி பக்கியிலே கோவா கிலோ அறுவது ரூவாவுக்கு போகுதாம்...!" மகேந்திரன் செல்போனில் கொழும்பு நண்பனிடம் மரக்கறி விலைவாசியை விளங்கி, சுப்பிரமணியிடம் சொன்னான்...

"நல்ல காலம் பொறந்திருச்சி..!" மகேந்திரன் கையை குலுக்கினான் சுப்பிரமணி... இருவரும் மகிழ்ச்சி ததும்ப இன்னும் இரண்டு பீடிகளைப் பற்றவைத்தார்கள்..

*****

பதுளை கோச்சி உடரட்ட மெனிக்கே தலவாக்கலையில் நின்றது....

இருவரும் ஸ்டேஷன் தங்கும் அறையில் இரவைக் கழிக்க விரும்பவில்லை.. இருவருக்கும் ஓர் இனந் தெரியாத உத்வேகம் பிறந்தது...

டிக்கட்டை வாசலில் நிற்கும் காக்கி சட்டையிடம் கொடுத்துவிட்டு, விரு விருவென்று... அந்த தலவாக்கலை ஸ்டேசன் "ஏணி படிகட்டில்" ஏறி நடந்தார்கள்.. பஸ் ஸ்டேன்ட் "திவா ராத்திரி" கடையில் அப்பம் போட்டுக்கொண்டிருந்தான் மகேந்திரனுக்கு தெரிந்த பொடியன்... சின்ன சின்ன தாச்சிகளில் அவுன்ஸ் கணக்கில் மாவை ஊற்றி, தாச்சியின் காதைப் பிடித்து சுற்றி குலுக்கி, மூடியால் மூடி, அடுப்பில் வைத்துவிட்டு, மறு தாச்சி அப்பத்தை கழற்றிக் கொண்டிருந்தான்.. வாயைக் கொப்பளித்து விட்டு, ஆளுக்கு நாலு அப்பத்தை கொச்சிக்காய் சம்பலில் நனைத்து, தின்றார்கள்.

இளைப்பாறிய தெம்பில் இருவரும், பெரிய மல்லிகைப்பூ டிவிசன் கடை ரோட்டு வழியாக 'கல்லு மலையை'க் கடந்து, 'பதினாலு ஏக்கர்'மலையிலேறி, சின்ன மல்லிகைப்பூ தோட்டத்தையும் தாண்டினார்கள். லோகி தோட்ட தெப்பக் குளத்தருகில் போய் இளைப்பாறினார்கள்.. அடுத்து, வெளாத்தாங்கொடையைக் கடந்தால், மிளகு சேனை தோட்டம் மட்டுமே பாக்கி..! மிளகு சேனை தோட்டத்துக்கு அடுத்து நாகசேனை நகரம்...நாக சேனையிலிருந்து சோர்ட் கட்டில் ஏறினால், அந்தப் பக்கம் பசுமலை டவுன்...! டவுன் வந்தாச்சு...! இருவரும் பத்து நிமிசத்தில் மண்ராசி போய் சேர்ந்தார்கள்.

மண்ராசியிலிருந்து கட்டமான தோட்டத்துக்கு டொரிங்டன் தோட்டத்து வழியாகத்தான் மலையேற வேண்டும்.. அந்தக் காலத்தில் கட்டமான தோட்டத்து

சனங்களுக்கு கோச்சியும் தெரியாது... பஸ் வண்டியும் தெரியாது... தோட்டத்து கொழுந்து லொரியும், தோட்ட நிர்வாகியின் "புடு புடுத்தான் சைக்கிள்" (மோட்டார் பைக்) மட்டுமே தெரியும்..

இப்போதெல்லாம் சமுக மாற்றங்களும், சூழல் அபிவிருத்திகளும் உருவாகி வருகின்றன... வாகனங்களில் வியாபாரிகள் புடவை, பல சரக்கு வர்த்தகங்களை காடு மேடெல்லாம் சென்று செய்கின்றார்கள்.

மகேந்திரனும், சுப்பிரமணியும் "தாய் மண்ணை" மிதிக்கும்போது... பள.. பளவென்று வைகறை புன்னகைத்தது..!

*****

நிர்மலமான வானத்தில் பட்டப் பகலிலேயே வளர் பிறை தெரிந்தது...

கோவா 70 ஆயிரம்... கொழும்பு நண்பன் 10 ஆயிரம்... சுப்பிரமணி 10 ஆயிரம்... ஆக 90 ஆயிரம் சேர்ந்தது...!

"தங்கச்சி கழுத்துல கெடக்கிற இப்போதைக்கு கழட்டாத..! அத 'ஸ்டேன்ட் பையா' வச்சுக்குவோம்..!" என்றான் சுப்பிரமணி.

"அடுத்து என்னடா செய்வோம்..?"

"இங்கிலிஸ் பேசி டைப் அடிக்கிற கௌளாக்கர் ஒரு ஆளு, வேல இல்லாம L.T. வழக்கு போட்டுக்கிட்டு இருக்கான். அவன பிரதிநிதியா ஒக்கார வைப்போம்... அவனுக்கு சம்பளம் மூவாயிரம்.. கோலயா பிரதிநிதிக்கு ஆயிரம்... பொலிஸ் கேஸ் பேசுறவனுக்கு ஆயிரம்.... பழைய டைப் ரைட்டருக்கு மூவாயிரம்... மொத்தம் எட்டாயிரம்... பிரதிநிதிக்கு மேச, நாக்காலி, தொழிலாளிங்க ஒக்கார பெஞ்சு ரெண்டு, அதுக்கு அஞ்சாயிரம் போகும்... சாத்திக் கெடக்கிற டெய்லர் கடைய ஆறு மாசத்துக்கு மூவாயிரம் படி 18 ஆயிரம் கட்டணும்.... அப்புறம் கடதாசி, பேப்பர், பேனா, டைப் ரைட்டர் ரிபன், அப்பிடி இப்பிடின்னு ஒரு ஆயிரம் போகும்.. சங்கத்துக்கு போர்ட் எழுத ரெண்டாயிரம்.. டெலிபோன் 20 ஆயிரம்.." என்று சுப்பிரமணி மூச்சு விடாமல் பேசிக் கொண்டே போனான்..

மகேந்திரன் பேச்சை நிறுத்தி, "மொத்தம் 62 ஆயிரம் செலவு வருது..! மீதி 28 ஆயிரம் இருக்குது.. " என்றான்.

"28 ஆயிரமும், பார்காரன் குடுக்கிற 100 போத்தலையும் வச்சுக்கிட்டுதான் நம்ம வெளையாட்ட ஆரம்பிக்கணும்..!"

"வெளையாட்டா..?"

"அடே...! சங்கத்துக்கு ஆளு சேக்க, ஒவ்வொரு ஏஜண்டுக்கும் ஒவ்வொரு போத்த.. நமக்கு பயணச் செலவுக்கு அந்த 28 ஆயிரம்.... புரியுதா..."?

மகேந்திரன் தெளிவாகினான்...

டிசம்பர்.... ஜனவரி....

யூனியனுக்கு அங்கத்துவம் சேர்க்கும் அறுவடை காலம் வெகு ஜோராக நடந்து முடிவடைந்தது...

பாட்டாளி முன்னேற்ற சங்கத்தில் பத்தாயிரம் அங்கத்தவர்கள் சேர்ந்தார்கள்..! பத்தாயிரம் அங்கத்தவர்களின் குடும்பத்தில் 35 ஆயிரம் வோட்டு இருக்கிறது... குடுக்கிற தெய்வம் கூரையைப் பிரிச்சுக்கிட்டு கொட்டுமா..!

இன்று யூனியன்காரர்கள்தான் சீரும், சிறப்புமாக வாழ்கின்றார்கள். ஒரு தொழிற்சங்கவாதிக்கு இன்றைய மார்க்கெட் ரேட் படி அங்கத்துவ சந்தா பணம் ஒரு தொழிலாளியின் நாள் சம்பளத்தில் மூன்றில் இரண்டு பங்கு அறவிடப்படுகிறது. அதாவது ஒரு தொழிலாளியிடம் 65 ரூபாய் கிடைக்கிறது.. ஒரு தொழிற்சங்க உரிமையாளன் 100 தொழிலாளர்களை தனது சங்கத்துக்குள் பிடித்துக்கொண்டால், 65 ரூபா வீதம் 6,500 ரூபாய் கிடைக்கும்..! 1000 தொழிலாளர்களைப் பிடித்தால் 65,000 ம் கிடைக்கும்..! 10 ஆயிரம் தொழிலாளர்களைப் பிடித்துக் கொண்டால், ஆறு லட்சத்து ஐம்பதினாயிரம் ரூபாய் சுளையாக ஒவ்வொரு மாதமும் கிடைக்கும். இந்தப் பணத்தில்.... வீடு, வாசல், காணி, வண்டி, வாகனம் வாங்க முடிகிறது...! பிள்ளைகளை வெளி நாடுகளுக்கு அனுப்பி படிக்க வைக்க முடிகிறது...!

இந்த ரகசியத்தை விளங்கிக்கொண்ட கிரிமினல் மூளைக்காரர்கள்தான், தொழிற்சங்கங்கள் அமைத்து, 4 அல்லது 5 லட்சம் தேயிலை, ரப்பர் பெருந்தோட்ட தொழிலாளர்களின் வறுமைப்பட்ட வாழ்க்கைகளோடு விளையாடிக் கொண்டிருக்கிறார்கள்....

பெப்ரவரி மாதம் தேர்தலும் வந்தது...

பாட்டாளி முன்னேற்ற சங்கத்துக்கு எக்கச் சக்கமாக ஆதரவு வளர்ந்தது... அது மலையகத்தில் 26 வது சங்கம்..! கூட்டுத் தொகை எட்டு..! அரசியலுக்கு பொருத்தமான நம்பர்..!

மகேந்திரன் எம்.பி.யாகினான்..! ஆட்சி அமைப்பதற்கு ஆதரவு வழங்கி அமைச்சருமாகினான்....! 'மகேந்திரன்' என்ற பெயர் 'மகேந்திரா'வாக நவீனமயமாகியது..!

இந்த இன்ப நிகழ்ச்சியைக் கண்டு களிப்பதற்கு சுப்பிரமணிதான் இல்லாமல் போனான்..

போஸ்டர் மேல் போஸ்டர் ஒட்டிய தேர்தல் சண்டையில், மாற்றுக் கட்சி ஆதரவாளர்கள் சுப்பிரமணியை வெட்டிக் கொன்று விட்டார்கள்....! கேஸ் இன்னும் ஒடுகிறது..!

*****

அந்த ஐந்து நட்சத்திர ஒட்டல் அறையின், ஒர் அழகிய மேசையின் மேல் சாய்த்தபடி வைத்திருந்த செல்போனில், சுப்பிரமணி, மகேந்திராவைப் பார்த்து சிரித்துக் கொண்டிருந்தான்...

வாழும் வழி வகுத்துக் கொடுத்து, தன்னை வாழ வைத்த தெய்வத்தை, தனது சங்க கால வரலாற்றில்... அவ்வளவு சீக்கிரமாக மறந்து விட முடியுமா...? இந்த வர்த்தக உலகில் கல்வி, அறிவு, ஆற்றல், திறமை என்ற எதுவுமே இல்லாத மகேந்திரா, வாழ்க்கையில் ஜெயிப்பதற்கு ஒரு குறுக்கு வழியைக் காட்டிவிட்ட மாமேதைதான் சுப்பிரமணி..! இந்தக் குறுக்கு வழியில் செல்வச் சீமான்களாகி, வாழ்க்கையின் உச்ச நிலைக்கே சென்று விட்டவர்களில் மகேந்திரனும் ஒருவன்.. சங்கத்தை உண்டாக்கி, சந்தா பணத்தை குவித்துக் கொண்டது மட்டுமல்லாது, தேர்தல் காலங்களில் வெற்றியைத் தழுவுவதற்கு, வாக்குகளை சேமித்து வைக்கும் ஒரு வாக்கு வங்கியாகவும் தனது சங்கம் செயலாற்றி வருவது எவ்வளவு பெரிய பாக்கியமாகும்...!

இந்த மகத்துவமான வாழ்க்கைக்கு அடித்தளச் சக்தியாக விளங்கும் பாமரத் தொழிலாளர் குடும்பங்களின் வாழ்க்கையை ஒரு நொடியேனும் நினைத்துப் பார்க்க மகேந்திரா விரும்புவதில்லை..! தொழிலாளர்களை நினைத்தால், மன சாட்சியோடு பேசவேண்டும் என்ற பயம் மகேந்திராவுக்கு உண்டு..! திடீரென தன் மன ஓட்டங்களை நிறுத்திக் கொண்டு, செல்போனை மீண்டும் தட்டி, சுப்பிரமணியை பார்த்துக்கொண்டிருந்தார் மந்திரி மகேந்திரா....

அந்த உயர்ந்த ஒட்டல் மாடி ஜன்னலில் சுழன்று பறந்துக் கொண்டிருக்கும் வெள்ளைத் திரைச் சேலை, செல்லமாக மகேந்திராவின் முகத்தை வருடியது...!

✕✕✕✕✕

தினகரன்
20 ஜூலை 2008